சிரியாவில் தலைமறைவு நூலகம்

சிரியாவில் தலைமறைவு நூலகம்
எஸ்.ஆர். கிருஷ்ணமூர்த்தி (பி. 1942)
மொழிபெயர்ப்பாளர்

புதுவைப் பல்கலைக்கழக முன்னாள் ஃபிரெஞ்சுத் துறைத் தலைவர், வாழ்வியல் புலத் தலைவர், பல்கலைக்கழக மானியக்குழுவின் தகைசால் அறிஞர். ஃபிரெஞ்சு அரசின் ஷெவாலியே, ஒஃபீசியே, கொமாந்தர் ஆகிய விருதுகளையும் ரொமேன் ரொலான் விருதையும் பெற்றவர். ஃபிரெஞ்சு, ஆங்கிலம், தமிழ் ஆகிய மொழிகளில் பல மொழிபெயர்ப்புகள் செய்திருக்கிறார்.

தெல்ஃபின் மினூய்

சிரியாவில் தலைமறைவு நூலகம்

ஃபிரெஞ்சிலிருந்து தமிழில்
எஸ்.ஆர். கிருஷ்ணமூர்த்தி

காலச்சுவடு பதிப்பகம்

அன்பார்ந்த வாசகருக்கு,

வணக்கம்.

காலச்சுவடு நூலை வாங்கியமைக்கு நன்றி.

நூலின் உள்ளடக்கம், உருவாக்கம், அட்டைப்படம் இன்ன பிற அம்சங்கள் பற்றிய உங்கள் கருத்துகளையும் ஆலோசனைகளையும் காலச்சுவடு வரவேற்கிறது. தகவல், எழுத்து, வாக்கியப் பிழைகள் தென்பட்டால் கட்டாயம் தெரிவித்து உதவுங்கள். நூல் தயாரிப்பில் கடும் குறைபாடு இருப்பின் மாற்றுப் பிரதி உங்களுக்குக் கிடைக்கக் காலச்சுவடு ஏற்பாடு செய்யும்.

மின்னஞ்சல்: **publisher@kalachuvadu.com**

காலச்சுவடு நாகர்கோவில் தலைமையகத்துக்கும் கடிதம் அனுப்பலாம்.

தங்கள்
எஸ்.ஆர். சுந்தரம் (கண்ணன்)
பதிப்பாளர் — நிர்வாக இயக்குநர்

PAP TAGORE

www.bibliofrance.in

The work is published with the support of the Publication Assistance Programmes of the Institut Français.

LES PASSEURS DE LIVRES DE DARAYA by Delphine MINOUI
Copyright © Éditions du Seuil, octobre 2017

சிரியாவில் தலைமறைவு நூலகம் ❖ கட்டுரை நூல் ❖ ஆசிரியர்: தெல்ஃபின் மினூய் ❖ ஃபிரெஞ்சிலிருந்து தமிழில்: எஸ்.ஆர். கிருஷ்ணமூர்த்தி ❖ முதல் பதிப்பு: டிசம்பர் 2019, இரண்டாம் (குறும்) பதிப்பு: டிசம்பர் 2022 ❖ வெளியீடு: காலச்சுவடு பப்ளிகேஷன்ஸ் (பி) லிட்., 669, கே. பி. சாலை, நாகர்கோவில் 629001

ciriyaavil talaimaRaivu nuulakam ❖ Essay ❖ Author: Delphine MINOUI ❖ Translated from the French by S.R. Kichenamourty ❖ Language: Tamil ❖ First Edition: December 2019, Second (Short) Edition: December 2022 ❖ Size: Royal ❖ Paper: 18.6 kg maplitho ❖ Pages: 144

Published by Kalachuvadu Publications Pvt. Ltd., 669, K.P. Road, Nagercoil 629001, India ❖ Phone: 91-4652-278525 ❖ e-mail: publications @kalachuvadu.com ❖ Printed at Clicto Print, Jaleel Towers,42 KB Dasan Road, Teynampet Chennai 600018

ISBN: 978-93-89820-17-1

12/2022/S.No. 952, kcp 4215, 18.6 (2) uss

தராயா புரட்சியாளர்களுக்கு

"தன்னுரிமைப் பேச்சுக்குத் தடைபோட எந்தச் சிறையாலும் முடியாது. செய்தி பரவுவதைத் தடுக்க எந்த முற்றுகையாலும் முடியாது."

சிரிய எதிர்ப்பாளர் மசேன் டார்விச் சிரியச் சிறையிலிருந்து மீண்ட பின் 2016 ஏப்ரல் 23 தேதியன்று ஆற்றிய உரையின் ஒரு பகுதி.

தொடக்கவுரை

இஸ்தாம்புல், அக்டோபர் 15, 2015

புகைப்படம் விசித்திரமாக இருந்தது; புதிராகவுமிருந்தது. சிரியா எனும் நரகத்திலிருந்து தப்பித்து வந்திருந்தபோதும் அந்தப் படத்தில் இரத்தக்கறை இல்லை. குண்டடிப்பட்ட அடையாளம் இல்லை. பக்கவாட்டில் இரண்டு மனித உருவங்கள் தெரிந்தன. அவர்களைச் சுற்றிப் புத்தகச் சுவர்கள். முதலாமவன் குனிந்து ஒரு புத்தகத்தின் நடுப்பக்கத்தைப் பார்க்கிறான். இரண்டாமவன் புத்தக அலமாரித்தட்டை உற்றுநோக்குகிறான். இருவருமே இளவயதினர். வயது இருபது வாக்கில் இருக்கும். ஒருவன் தோளில் விளையாட்டுவீரர்கள் அணியும் உள்ளாடை. இன்னொருவன் தலையில் இறுக்கமான ஒரு குல்லாய். ஜன்னல்கள் இல்லாத அந்த இருட்டறையில், செயற்கை ஒளி ஓர் அசாதாரண காட்சியை உருவாக்கியிருந்தது, போரின் இடைவெளியில் ஒரு மெல்லிய சுவாசத்தைப்போல.

என் கவனத்தை ஈர்த்த அந்தப் புகைப்படத்தைத் தற்செயலாக முகநூலில்தான் பார்க்க நேர்ந்தது. சிரியாவின் இளந்தலைமுறையினர் சிலர் எடுத்த புகைப்படம் அது. *Humans of Syria* எனும் தலைப்பின் கீழ் காணப்பட்டது. அதன் கீழ் கொடுக்கப்பட்டிருந்த வாசகத்தைப் படித்துப் பார்த்தேன். 'தராயாவின் மையப்பகுதியில் இரகசியமான ஒரு நூலகம்' வாய்விட்டுச் சொல்லிப்பார்த்துக்கொண்டேன்: தராயாவில் ஓர் இரகசிய நூலகம்! தராயா எனும் மூன்று அசைகளும் கலகலத்தன. கிளர்ச்சி செய்யும் தராயா, முற்றுகைக்குட்பட்ட தராயா, பசியால் பரிதவிக்கும் தராயா. டமாஸ்கஸ் அருகிலிருக்கும் அப்புறநகர்பற்றி நிறைய படித்திருக்கிறேன், நிறைய எழுதியும் இருக்கிறேன். 2011இல் அங்கு அமைதிப் போராட்டமொன்று வெடித்தது. 2012 பஷார் அல்ஆசாத்தின் படைகள் அதனைச் சுற்றிவளைத்துக் குண்டுமழை பொழிந்தன. ஆனால் சுற்றிவளைக்கப்பட்டுத் தாக்குதலுக்குள்ளான அந்த இடத்தில் இளவயதினர் சிலர் புத்தகம் சேகரிக்கும் காட்சிதான் என் ஆர்வத்தை அதிகரிக்கச்செய்தது.

இப்புகைப்படத்துக்குப் பின்னால் ஒளிந்திருக்கும் வரலாறு என்ன? அதன் மறுபக்கம் எப்படி இருக்கும்? அதற்கு எதிர்புறத்தில் ஏதாவது இருக்கிறதா?

படம் என் மனதைவிட்டு அகல மறுத்தது; என்னை ஒரு காந்தம்போல் சிரியா பக்கம் இழுத்தது. ஆனால் சிரியாவுக்குப் போவது இயலாத காரியம். மிக மிக ஆபத்தானதும்கூட.

ஆயினும் மின்னஞ்சல், ஸ்கைப், வாட்சாப் ஆகியவை மூலம் செய்திகள் அனுப்பி ஒருவாறாக எனக்குப் படம் அனுப்பிய அஹ்மத் முஜாஹெதைக் கண்டுபிடித்துவிட்டேன். அஹ்மத் சுரங்க அறையை நிறுவியவர்களில் ஒருவன். விட்டுவிட்டு இயங்கும் இணையதளம் மட்டுமே தொடர்புக்குப் பயன்பட்டுக்கொண்டிருந்தது. அதுதான் அவர்களுக்கு வெளியுலகத்தைக் காட்டும் ஒரு சிறு சாளரமாகவிருந்தது. அதன் வழியேதான் அவன் தன்னுடைய நகரம் அழிக்கப்பட்டதையும், வீடுகள் சிதிலமடைந்ததையும், தீயும் புழுதியும் கோரத்தாண்டவமாடியதையும் எனக்கு விளக்கினான். அத்துணை இடிபாடுகளுக்கிடையே சேகரிக்கப்பட்ட ஆயிரமாயிரம் நூல்கள் அங்கு ஒரு காகிதச் சரணாலயத்தை ஏற்படுத்தியிருந்தன. அங்கு ஊரார் அனைவரும் போய்வர முடிந்தது. மணிக்கணக்கில் பேசினான். அடிபணிய மறுத்த அந்த நகரத்தின் சாம்பல்களுக்குக் கீழ், பாரம்பரியப் பண்பாட்டுச் சின்னங்களைப் பாதுகாக்க அவனும் சில இளைஞர்களும் ஒரு திட்டம் தீட்டியிருந்தனர். தொடர் குண்டுவெடிப்பினால் வயிறு காய்ந்தது. வயிற்றுப்பசியை விரட்ட இலைதழைகளிலாலான சூப்! அறிவுப்பசியை விரட்டத் தொடர் வாசிப்புகள்! குண்டுகள் வீசப்படும்போது, நூலகம்தான் அவர்களது இரகசியக் கோட்டை. புத்தகங்கள்தான் அவர்கள் அனைவருக்கும் தகவல்தரும் ஆயுதங்கள்.

உருக்கமான கதை. அமைதிக்கான இனிய கீதத்தை இசைக்கும் குரலை டமாஸ்கசின் தலைவர்கள் அடக்கிவைத்ததை வெளிப்படுத்தும் கதை. அதனை 'டாச் ஜிகாதீஸ்த்' எனும் தீவிரவாத இயக்கம் அழிக்கத் துடிக்கும் கதை. தொடக்கத்தில் அரசுக்கு எதிரான அமைதியெழுச்சிக்குப் பயன்படுத்திய ஒலிபரப்பிகளைக்கொண்டே இந்த மூன்றாவது குரலை மங்கவைக்கத் துடிக்கும் கதை. அப்புரட்சியின் நாட்குறிப்பை நான் எழுத வேண்டுமென்று ஒரு குரல் மெல்லமெல்ல என் காதில் சொல்லிக் கொண்டிருந்தது.

ஆனால் அம்முயற்சி ஆபத்தானது. நேரில் பார்க்காததை, நேரடியாக அனுபவிக்காததை எவ்வாறு எழுதுவது? தகவலைத் திரித்துக்கூறும் பழியைச் சுமக்கவேண்டியிருக்குமல்லவா? அந்நாட்டு அதிபர் ஆசாத்தால் மட்டுமே அது முடியும். இப்போது அவர்கள் புரட்டிக்கொண்டிருக்கும் பக்கங்களைத்தவிர அவ்விளைஞர்களுக்கு வேறு ஏதேனும் அரசியல் திட்டம் இருக்கிறதா? அரசு சொல்வதுபோல் அவர்கள் இஸ்லாமியப் போர்வீரர்களா? அல்லது சரணடைய மறுக்கும் சாதாரணப் போராளிகளா?

நான் இருந்த இடத்திலிருந்து தராயாவரை உள்ள தூரத்தைக் கணக்கிட்டேன். ஆயிரத்து ஐநூறு கிலோமீட்டர் என்று தெரியவந்தது. இஸ்தான்புலிலிருந்து அங்குப் போவதற்கான எல்லா வழிகளையும் ஆய்வு

செய்தேன். ஆனால் அது தேவையற்றது. பெய்ரூத்தில் வசித்தபோது நான் கடைசியாக டமாஸ்கஸுக்குச் சென்றுவந்தபின், மீண்டும் அங்கு சென்றுவரப் பத்திரிகை நிருபருக்கான விசா எனக்குக் கிடைக்காமலேயே இருந்தது. அப்படிக் கிடைத்தாலும் முற்றுகையிடப்பட்டிருந்த அதன் புறநகருக்கு எப்படிப் போகமுடியும்? 2015ஆம் ஆண்டு இலையுதிர்காலத்தில் அங்கு தேவையான மனிதாபிமான உதவியைக் கொண்டுசெல்ல முடியாமல் ஐக்கிய நாட்டுச் சபையே திணறியது. ஒரு சுரங்கப்பாதையோ, குறுக்குவழியோ, இரகசியப்பாதையோ இருந்ததா என்று அவனிடம் விசாரித்தேன். அஹ்மத் ‘எல்லா வழிகளும் அடைக்கப்பட்டுவிட்டன’ என்று உறுதியாகச் சொன்னான். மோட்மியா எனும் குறுகலான கணவாய் ஒன்று இருந்தது. அதிகத் துணிவு கொண்டவர்கள்தாம் அந்த வழியே போகமுடியும். அதுவும் இரவில்தான் போக வேண்டும். ஆனால், அந்தப் பயணம் மறைவிலிருந்து துப்பாக்கியால் சுடப்படும் ஆபத்தும், குண்டடிபடும் ஆபத்தும் நிறைந்ததாக இருந்தது.

இருப்பினும், வலுவாகப்போடப்பட்ட ஓர் இரும்புத்திரை காரணமாகத் தகவல்களைக் குழிதோண்டிப் புதைத்துவிட வேண்டுமா? நம் தொலைக்காட்சிகளில் அன்றாடம் நேரடியாக ஒளிபரப்பப்படும் காட்டுமிராண்டித்தனத்தை நாம் சகித்துக்கொண்டுதான் இருக்க வேண்டுமா?

கணினித்திரை வழியே தெரியும் ஒரு நகரத்தின்மீது நம் பார்வையைச் செலுத்துவது யதார்த்தத்தை ஊனமாக்கும் ஆபத்தை உருவாக்கும். அதேசமயம், பார்வையைச் செலுத்தாதிருப்பது,யதார்த்தை அடக்கி வைப்பதாகும். பஷார் அல்ஆசாத் தராயாவை அடைப்புக்குறிக்குள் அடக்கி, மூடிவிட நினைத்தார். நான் அதைத் திறந்துவிட விரும்பினேன். அந்த ஒரு படம் மட்டுமல்லாமல், இன்னும் பல படங்களை எல்லோர்முன்னும் ஓடவிட விரும்பினேன். தடைசெய்யப்பட்ட ஒரு நகரத்தின் கோட்டுச்சித்திரம் மட்டுமே வரைய முடியுமானால், கோடுகள் வளைந்துநெளிந்துபோவதை நான் பெரிதுபடுத்தப்போவதில்லை. எல்லாக் கதவுகளுக்கும் இரட்டைத்தாழ்ப்பாள் போட்டுவிட்டால், அதனை விவரிக்க வார்த்தைகள் கூடவா கிடைக்காமல் போகும்?

எழுதுவதென்பது சிதறிக்கிடக்கும் உண்மையை ஒருங்கிணைத்து அபத்தத்தை வெளிச்சம்போட்டுக் காட்டுவதுதான்.

சில நாட்கள் கழித்து அஹ்மதைக் கூப்பிட்டு என்னுடைய திட்டத்தைச் சொல்லிவிட்டு அவன் என்ன சொல்கிறான் என்பதை அறியக் காத்திருந்தேன்.

ஸ்கைப் தொடர்பின் அடுத்த முனையில், முதலில் ஒரு நீண்ட நிசப்தம்.

நான் திரும்பவும் என் கேள்வியை எடுத்துச்சொன்னேன்:

“தராயா நூலகம்பற்றி ஒரு புத்தகம் எழுதப் போகிறேன்,” என்றேன்.

திடீரென ஸ்கைப்பில் கடகடவென்று ஓர் ஓசை. மிரட்டலும், தொடர்ந்து அச்சமும் நிறைந்த அந்த இரவுநேரத்தில் என்னுடைய திட்டம்

அவனுக்கு நகைப்புக்குரியதாகப் பட்டிருக்க வேண்டும். ஸ்கைப்பில் ஏற்பட்ட ஒலி அடங்கியதும், அவன் குரல் மீண்டும் ஒலித்தது:

"ஆஹ்லான் வா சாஹ்லான்*!"

அவனுடைய ஆர்வம்மிகுந்த பதில் கணினியின் திரைக்குப் பின்னால் சென்ற எனக்குப் புன்னகையை வரவழைத்தது. இனிமேல் நான் அவன் சொல்வதைக் கவனமாகக் கேட்கப்போகும் காதுகளாகச் செயல்படுவேன்.

அப்போது அவனுக்கு ஓர் உறுதிமொழியளித்தேன். என்றாவது ஒரு நாள், அந்தப் புத்தகம் – அவர்களைப் பற்றிய புத்தகம் – நூலகத்தின் மற்ற புத்தகங்களோடு உறவாடும்; தராயாவின் உயிர்ப்புடைய நினைவேடாக இருக்கும் என்பதுதான் அவ்வுறுதிமொழி.

---

* வரவேற்கிறேன்!

அஹ்மத் என்பவன் முதலில் ஒரு குரல் மட்டுமே. தூரத்திலிருந்து ஒலிக்கும் ஒரு குரல். ஆழ்ந்த இருளிலிருந்து எழும் மெல்லிய நம்பிக்கைநாதம். அக்டோபர் 15, 2015 அன்றுதான் முதன் முறையாக –அதுவும் ஸ்கைப் வழியாக – அவனுடன் தொடர்புகொண்டேன். அப்போதே அவன் சுமார் மூன்று ஆண்டுகளாகத் தராயாவைவிட்டு வெளியில் வராமல் இருந்தான். டமாஸ்கஸிலிருந்து ஏழு கிலோமீட்டர் தூரத்தில் இருந்த அந்த ஊர் சுற்றிவளைக்கப்பட்டிருந்தது; பசியால் வாடிக்கொண்டிருந்த மக்களின் ஒரு பிரமாண்டமான சவப்பெட்டியாக இருந்தது. கடைசியாகத் தப்பித்துப்பிழைத்த பன்னிரண்டாயிரம் பேர்களில் அஹ்மதும் ஒருவன். தொடக்கத்தில் அவன் சொன்னதை என்னால் புரிந்து கொள்ள முடியவில்லை. அவனது குரல் துணிவற்றதாகவும், நடுக்கம் கொண்டதாகவும் ஒலித்தது. எங்கும் இடைவிடாமல் ஒலித்துக்கொண்டிருந்த வெடிச் சத்தத்தினால், அவ்வப்போது அந்தக் குரல் விட்டுவிட்டு ஒலித்தது. இரண்டு வெடிச் சத்தங்களுக்கிடையே அவன் முகம் தெரிவதை மனதில் பதிவு செய்தேன். புரட்சியின் தொடக்கத்தில் தொடர்பு ஏற்படுத்திக் கொண்ட –சின்ன சின்ன துணைக்கோள்களினால் சாத்தியமாகிய –இணையதள உதவியோடு கணினியின் திரையில் அவன் உருவம் வந்துவந்துபோனது.

அவன் முகம் நீண்டு பிக்காஸோ வரைந்த சித்திரம் போல் விட்டுவிட்டு வந்தது. கன்னங்கள் உருண்டையாகவும், கறுப்புக் கட்டமைப்புக்கொண்ட மூக்குக் கண்ணாடியால் ஒரு பக்கம் சற்றுச் சாய்ந்தும் காணப்பட்டன. பின்னர் அது திடீரென ஆயிரமாயிரம் புள்ளிகளாகச் சிதைந்து கறுப்புத் திரைக்குள் மறைந்தன. மீண்டும் 'பிக்செல்'கள் தொடர்ச்சியாக வந்தபோது, அவன் உதடசைவுகளைக் கவனித்தேன். வாயில் ஒரு பென்சிலை மென்றுகொண்டு, காதுகளைத் தீட்டிவைத்துக் கேட்டேன்.

அவன் தன்னை அறிமுகப்படுத்திக்கொண்டான். அவனுக்கு வயது 23. தராயாவுடைய மண்ணின்மைந்தன். அவனோடு பிறந்தவர்கள் எட்டுபேர். புரட்சிக்கு முன் டமாஸ்கஸ் பல்கலைக்கழகத்தில் கட்டடப் பொறியியல் படித்தவன். புரட்சிக்கு முன் கால்பந்து, சினிமாப்படங்கள், வீட்டுத் தோட்டத்து நாற்றங்கால் ஆகியவை அவனுக்குப்

பிடித்தவை. அப்போதெல்லாம் அவன் இதழியல் துறையில் பணியாற்றுவதைத் தன் கனவாகக் கொண்டிருந்தான். ஆனால் அவன் தந்தை அது வேண்டாமென்று அறிவுரை கூறினார். அவர் பன்னிரண்டு மாதச் சிறைதண்டனை அனுபவித்தவர். தன் நண்பர் ஒருவர் காதில் ஆசாத் அரசைப் பற்றி ஏதோ ஒரு விமர்சனம் செய்துவிட்டதுதான் காரணம். அதனை "அரசுக்கு அவமரியாதை" எனக் கருதி நீதிமன்றம் அவருக்குத் தண்டனை அளித்துவிட்டது. இது நடந்தது 2003ஆம் ஆண்டு. அப்போது அஹ்மதுக்கு வயது11. அதன் நினைவு அவன் மனதினுள்ளே ஏதோ ஒரு மூலையில் உறங்கிக்கொண்டிருந்தது.

பின்னர் புரட்சி வெடித்தது. 2011ஆம் ஆண்டு மார்ச் மாதம் சிரியா விழித்தெழுந்தபோது அஹ்மதுக்கு வயது 19. மனவேதனைக்குள்ளான தந்தை அவனைத் வீதியில் இறங்க வேண்டாம் என்று தடுத்தார். ஆகையால், அவன் முதல் போராட்டத்தில் கலந்துகொள்ள இயலவில்லை. ஆனால் அவருக்குத் தெரியாமல் இரண்டாவது போராட்டத்தில் கலந்துகொண்டான். போராட்டக்காரர்களுக்கிடையே அவன் வாய் கிழிய "சிரியாவும் சிரியாவின் மக்களும் வெவ்வேறல்ல," என்று கோஷமிட்டான். இளம் புரட்சியாளனான அவன் மனதை ஏதோ ஒன்று ஆக்கிரமித்துவிட்டது. அதுதான் அவனுடைய முதல் உரிமைக்குரலின் சிலிர்ப்பு.

வாரங்களும் மாதங்களும் உருண்டோடின. போராட்டங்களும் அவ்வாறே தொடர்ந்துகொண்டிருந்தன. "நாங்கள் வெற்றி பெறுவது உறுதி. விட்டுக்கொடுக்க மாட்டோம். ஒவ்வோர் எதிர்ப்பாளனையும் வேரறுத்துவிடுவோம்," என்று அதிபர் பஷார் அல்–ஆசாத்தின் குரல் டிரான்சிஸ்டர் வழியே மிரட்டிக்கொண்டிருந்தது. அவரது படைகள் மக்கள்மீது துப்பாக்கிச்சூடு நடத்தின. துப்பாக்கிக் குண்டுகள் வெடிக்கத் தொடங்கியவுடனேயே அஹ்மதுவும் அவன் நண்பர்களும் "விடுதலை, விடுதலை," என்று முழக்கமிட்டனர். மற்ற புரட்சியாளர்கள் தங்களை ஆயுதங்களின் உதவியோடு தற்காத்துக்கொண்டனர். அவர்களனைவரையும் சிறையில் தள்ளமுடியாமல் டமாஸ்கஸ் தலைவர்கள் ஒட்டுமொத்த நகரத்திற்கும் சீல் வைத்தனர். இது நடந்தது நவம்பர் 8, 2012இல். மற்றும் பலரைப்போல் அஹ்மதின் குடும்பத்தார்களும் மூட்டைமுடிச்சுகளுடன் பக்கத்துஊருக்குக் கிளம்பினர். அவனையும் கூப்பிட்டனர். ஆனால், அவன் மசியவில்லை. அது அவனுடைய புரட்சி, அவன் தலைமுறையின் புரட்சி. குண்டுகள் வெடிக்கும்போது ஒரு புகைப்படக் கருவியை எடுத்துக் கொண்டு தன்னுடைய இளவயதுக் கனவை - உண்மையை அப்படியே எடுத்துரைப்பது எனும் கனவை - நிறைவேற்றப் புறப்பட்டான். நகரின் புதிய ஆலோசனைக் குழுவில் இணைந்தான். பகல் நேரத்தில் தராயாவின் வீதிகளில் சுற்றி இடிந்துகிடக்கும் வீடுகளையும், காயமுற்றோரால் நிரம்பி வழியும் மருத்துவமனைகளையும் படம்பிடித்தான். பலியானோரைப் புதைக்கும் காட்சியைப் படம்பிடித்தான். வெளிநாட்டு ஊடகங்களுக்குத் தெரியாமல் நடக்கும் அந்தப் போரின் ஒவ்வொரு தடயத்தையும் படம்பிடித்தான். மாலையில் அப்படங்களை வலைதளங்களில் ஏற்றினான்.

வன்முறையால் –நம்பிக்கைக்கும் உறுதியின்மைக்குமிடையே – ஒரு வருடமாகக் காலம் ஸ்தம்பித்திருந்தது. 2013ஆம் ஆண்டு இறுதியில்

ஒரு நாள், அவன் நண்பர்கள் அவனைத் துணைக்கு அழைத்தனர். தரைமட்டமாக்கப்பட்ட ஒரு வீட்டின் இடிபாடுகளிடையே சிக்கிக் கொண்டிருந்த புத்தகங்கள் சிலவற்றை எப்படியாவது மீட்டாகவேண்டும் என்றனர்.

"புத்தகங்களா?" என்று வியப்போடு கேட்டான்.

போருக்கு மத்தியில் அந்தத் திட்டம் அபத்தமாகப்பட்டது. மனித உயிர்களை மீட்க முடியாதபோது புத்தகங்களை மீட்டு என்ன பயன்? அவன் புத்தங்கள் அதிகம் படிப்பவனல்ல. அவனைப் பொறுத்தவரையில், புத்தகங்கள் பொய்மூட்டைகள். விளம்பரயுத்திகள். புத்தகங்கள் என்றதும் பள்ளிக் குழந்தைகள் கையில் இருக்கும் பாடப்புத்தகங்களில் ஒட்டைச் சிவிங்கி கழுத்தோடு இருக்கும் ஆசாத்தின் படம்தான் நினைவுக்கு வரும். தயக்கத்தோடுதான் அவன் அவர்களை வெடிப்பு விட்டிருந்த ஒரு சுவர் வழியே பின்தொடர்ந்து சென்றான். முன்வாசற் கதவு ஒரு குண்டினால் தூக்கி வீசப்பட்டிருந்தது. உருமாறிய அந்த வீடு பள்ளித் தலைமையாசிரியர் ஒருவருக்குச் சொந்தமானது. அவர் உயிருக்குப் பயந்து எல்லாவற்றையும் விட்டுவிட்டு ஓடிவிட்டார். அஹ்மத் தட்டுத்தடுமாறி ஹால் வரை போய்விட்டான். ஒரு நூலளவு வெளிச்சம்தான் வழிகாட்டியது. இடிபாடுகளுக்கிடையே தரை முழுதும் புத்தகங்கள் சிதறிக்கிடந்தன. மெதுவாக அவன் தரையில் மண்டியிட்டுப் புத்தகம் ஒன்றைக் கையில் எடுத்தான். அதன் அட்டை தூசுபடிந்து கறுப்பாக இருந்தது. விரல்கள் உரசும்போது ஏதோ ஓர் இசைக்கருவி மேல் கைப்பட்டு ஒலிப்பது போலிருந்தது. தலைப்பு ஆங்கிலத்தில். தன்னைத்தானே அறிந்துகொள்வதுபற்றிய நூல். சந்தேகமின்றி, அது ஓர் உளவியல்புத்தகம்தான்! அஹ்மத் முதல் பக்கத்தைப் புரட்டினான். சரியாகப் பரிச்சயமில்லாத அந்த மொழியின் தெரிந்த சில சொற்களைப் படித்துப்பார்த்தான். அது எதைப் பற்றிப் பேசினால் என்ன? அவன் உடல் நடுங்கியது. அவனுக்குள் அனைத்துமே ஊசலாடத் தொடங்கின. கல்வியின் கதவுகளைத் திறக்கும்போது ஏற்படும் உணர்வு! வழக்கமான போரினின்று ஒரு கணம் தப்பித்திருக்கும் உணர்வு! தனது நாட்டு ஆவணக்கிடங்கின் ஒரு சிறு பகுதியை மீட்டெடுத்த உணர்வு! அப் பக்கங்களினூடே ஏதோ ஒரு தெரியாத உலகுக்குள் வளைந்துநெளிந்து செல்வது போன்ற உணர்வு!

புத்தகத்தை மார்போடணைத்துக்கொண்டு அஹ்மத் மெல்ல எழுந்தான். அவன் உடலெங்கும் ஒரு சிலிர்ப்பு.

கணினித்திரை வழியே அவன் "எனக்கு முதன்முதலில் ஏற்பட்ட அதே விடுதலை உணர்வு," என்று மெல்ல முணுமுணுத்தான்.

அஹ்மத் மீண்டும் மறைந்தான். பிக்செல்களின் தடுமாற்றம். ஏதோ ஒரு குண்டுவெடிப்பு தொடர்பைத் துண்டித்தது. திரையையே உற்றுப் பார்த்தேன். பெருமூச்சு போன்ற ஓர் ஒலி. அவன் ஓர் ஆழமான சுவாசத்தின் பின் தன் கதையைத் தொடர்ந்தான். இடிபாடுகளுக்கிடையே பொறுக்கி எடுக்கப்பட்ட மற்ற புத்தகங்களைப் பற்றிப் பேசினான். அவை அரபு இலக்கியம், வெளிநாட்டு இலக்கியம், தத்துவம், இறையியல், அறிவியல்

போன்ற பல துறைகள் சம்பந்தப்பட்ட புத்தகங்களாக இருந்தன. கைக்கெட்டிய தொலைவில் மாபெரும் அறிவுக் கடல்.

"விரைந்து செயல்பட்டோம். வெளியில், விமானங்கள் உறுமிக்கொண் டிருந்தன. கிடைத்த புத்தகங்களை அவசரஅவசரமாக அங்குக் கிடந்த ஒரு பெரிய பிக் –அப் வாகனத்தில் சேகரித்தோம்."

பின்வந்த நாட்களிலும் சேதங்களுக்கிடையே சேகரிப்பு நடந்தது. காலியான வீடுகள், அழிக்கப்பட்ட அரசுஅலுவலகங்கள், சின்னாபின்னமாக்கப்பட்ட மசூதிகள் ஆகியவற்றிலெல்லாம் புத்தகங்களைத் தேடி அலைந்தார்கள். விரைவிலேயே அஹ்மதுவுக்கு அதில் ஆர்வம் ஏற்பட்டுவிட்டது. புத்தகங்களைத் தேடி அலையும்போது, ஒவ்வொரு தடவையும் விடுபட்டுப்போன பக்கங்களைக் கண்டுபிடிப்பதிலும், அழிவுகளுக்கிடையே ஒளிந்திருக்கும் சொற்களை உயிர்ப்பிப்பதிலும் ஒருவித சுகத்தைக் கண்டான். வெறும் கைகளாலும், சில சமயம் மண்வெட்டியின் உதவியோடும் அகழ்வு நடத்தப்பட்டது. மொத்தத்தில் ஏறக்குறைய நாற்பது தன்னார்வத் தொண்டர்களும், இயக்கச் சேவகர்களும், மாணவர்களும், கிளர்ச்சியாளர்களும் ஒவ்வொரு நிமிடமும் விமானஒலி அடங்கட்டும் என்று காத்திருந்து இடிபாடுகளுக்கிடையே அகழ்வு நடத்தத் தொடங்குவர். ஒரே வாரத்தில் ஆறாயிரம் புத்தகங்களைக் காப்பாற்றிவிட்டனர். பெரிய சாதனை! ஒரு மாதம் கழித்து எண்ணிக்கை பதினையாயிரமாக உயர்ந்தது. பெரிதும் சிறிதுமான புத்தகங்கள். சில கட்டுக்குலைந்தவை. சிலவற்றின் பக்கங்கள் மடங்கியிருந்தன, சில படிக்கமுடியாத வகையில் இருந்தன. அவற்றின் நடுவே அபூர்வமான –கிடைப்பதற்கரிய –புத்தகங்களும் கிடைத்தன. இந்நிலையில் அவற்றைப் அடைத்துவைக்க –பாதுகாக்க – ஓர் இடம் தேவைப்பட்டது. சிரியாவின் பரம்பரைச் சொத்தில் ஒரு பகுதி மறைந்துபோகாதபடி சேகரித்துவைக்கவேண்டும். எல்லோரிடமும் ஆலோசனை நடத்தியபின் நூலகம் ஒன்று அமைக்கும் திட்டம் உருவானது. ஆசாத் ஆட்சியின்கீழ், தராயாவில் நூலகம் எதுவுமில்லை. இதுதான் முதல் நூலகமாக இருக்கும். அஹ்மத் "சுற்றிலும் எல்லாம் அழிந்துபோகும்போது பணிந்துபோகாத ஒரு நகரத்தின் குறியீடாக அதனைப் படைத்துக் கொண்டிருக்கிறோம்," என்று சொன்னான். சற்று மவுனமாகச் சிந்தித்தான். பின்னர் அவன் சொன்னதை என்னால் என்றும் மறக்க இயலாது: "எங்களுடைய புரட்சியின் நோக்கம் அழிப்பதன்று, படைப்பதாகும்."

பழிவாங்குவார்கள் என்ற பயம் இருந்தது. ஆகவே, அந்தக் காகித அருங்காட்சியகம் இரகசியமாகவே இயங்கும். அதற்குப் பெயர் கிடையாது. விளம்பரப்பலகை கிடையாது. ரேடார்கள், குண்டுகளிலிருந்தெல்லாம் தப்பித்துக்கொள்ளக்கூடிய ஒரு பாதாள அறையில் சிறியவர் –பெரியவர் என்று சில வாசகர்கள் வந்து படிக்கும்படி இருக்க வேண்டும். வாசித்தல் என்பது ஒரு சரணாலயத்துக்கு ஒப்பாகும். எல்லாக் கதவுகளும் பூட்டப் பட்டிருக்கும்போது, விரித்துவைத்த ஒரு புத்தகம் உலகத்தை வெளிச்சம் போட்டுக் காட்டும்.

நண்பர்கள்குழாம் ஒன்று தேடித்தேடி அலைந்து ஒரு வீட்டின் அடித்தளத்தைக் கண்டுபிடித்தது. அந்த வீட்டில் வசித்தவர்களெல்லாம்

அதனைக் கைவிட்டுவிட்டுப் போய்விட்டார்கள். அது போர் முனையை ஒட்டியிருந்தது. 'ஸ்னைப்பர்'கள் அருகில்தான் இருந்தன. ஆனால் ராக்கெட்டுகளால் அதற்குப் பாதிப்பு இல்லை. வேக வேகமாக மரங்கள் அறுக்கப்பட்டன. சுவர்கள் சாயம் பூசப்பட்டன. இரண்டு மூன்று சாய்மான இருக்கைகள் சேர்த்துப் போடப்பட்டன. வெளியில் சன்னல்களருகே சில சாக்குமூட்டைகளை அடுக்கி மின்சாரத்திற்கு மாற்றாக எலெக்ட்ரோஜென் பொருத்தப்பட்டது. பகல் முழுதும், புத்தகக் காப்பாளர்கள் தூசித்தட்டிக்கொண்டும், ஒட்டிக்கொண்டும், வகைபடுத்திக் கொண்டும், பட்டியலிட்டுக்கொண்டும், அத்தடயங்களை அடுக்கிக் கொண்டும் இருந்தனர். கருப்பொருள் அடிப்படையிலும், அகரவரிசை அடிப்படையிலும் அடுக்கப்பட்ட அப்புத்தகங்கள் முன்பு எப்படி ஒழுங்குபடுத்தப்பட்டிருந்தனவோ, அப்படியே ஒழுங்குபடுத்தப்பட்டிருந்தன.

தொடங்கு முன்னர் முக்கியமான வேலையொன்று பாக்கியிருந்தது. ஒவ்வொன்றிலும் எண்கள் போட வேண்டும். அதே சமயம் முதல் பக்கத்திலேயே உரிமையாளர் பெயரைக் குறிப்பிடவேண்டும்.

"நாங்கள் அவற்றைத் திருடவில்லை; களவாடவில்லை. அப்புத்தகங்கள் தராயாவாசிகளின் சொத்து. சிலர் இறந்துவிட்டனர். சிலர் ஓடிப் போய்விட்டனர். இன்னும் சிலர் சிறைபிடிக்கப்பட்டிருந்தனர். போர் முடிந்தவுடன் ஒவ்வொருவரும் அவரவருக்குச் சொந்தமானதை எடுத்துக் கொள்ள வேண்டும் என்பதுதான் எங்கள் நோக்கம்," என்றான் அஹ்மத்.

அதைக் கேட்டவுடன், எழுதுகோலைக் கீழே வைத்துவிட்டேன். அவனுடைய சமூகப்பொறுப்புணர்வு என்னை மெய்சிலிர்க்க வைத்து விட்டது. அவன் அடுத்தவர்களுக்கு – மற்றவர்களுக்குக் – கொடுத்த மரியாதையால் நான் வாயடைத்துப்போனேன். இரவும் பகலும் இளைஞர்கள் மரணத்துக்கருகே சென்றுவரவேண்டியிருந்தது. அவர்களில் பெரும்பாலானோர் அனைத்தையும் இழந்துநின்றனர். அவர்கள் வீடுவாசல்களை இழந்திருந்தனர். நண்பர்களையும், உறவினர்களையும் இழந்துநின்றனர். பேரிரைச்சலுக்கு நடுவே அவர்கள் உயிரைக் கையில் பிடித்துக்கொண்டிருப்பதுபோல் புத்தகங்களைக் கையில்பிடித்துக் கொண்டிருந்தனர். எதிர்காலம் பிரகாசமாக இருக்கும் என்று நம்பினர். பண்பாட்டின் மீது ஏற்பட்ட வெறியால், மக்களாட்சி மகத்துவத்தை அவர்கள் பகட்டெதுவுமில்லாமல் படைத்துக்கொண்டுவந்தனர். அந்த மகத்துவம் கொடுங்கோன்மையை எதிர்த்துத் துளிர்விட்டுக்கொண்டிருந்தது. அது கறுங்கொடி ராணுவத்தினரை எதிர்த்தது. பால்மிராவின் பண்டைய பண்பாட்டை அழித்தவர்களை எதிர்த்தது. 2015ஆம் ஆண்டு, ஈராக்கில், மொஸ்ஸுல் நூலகத்திற்குத் தீ வைத்தவர்களை எதிர்த்தது. காட்டுமிராண்டித்தனமான அழிவுகளைச் சமாதானக் கூலிப்படையினர் எதிர்த்துவந்தனர்.

மீண்டும் ஒரு வெடிச்சத்தம் உரையாடலைச் சிதறச்செய்த்து. கலக்கமடையாமல், அஹ்மத் மீண்டும் கதையைத் தொடர்ந்தான். தொடக்கவிழா சிக்கனத்தின் சிகரமாக விளங்கியது. பழச்சாறு, பூமாலை எதுவுமில்லை. வைபவத்திற்குச் சில நண்பர்கள் மட்டுமே

கூடியிருந்தனர். அப்போது –அதனைக் குறிப்பிட்டே ஆகவேண்டும் –முதல் முழக்கத்தின்போது இருந்ததைப்போல் உள்ளத்தை ஓர் இனம்புரியாத கிளுகிளுப்பு ஆட்கொண்டது. அதிவிரைவிலேயே அந்நூல்நிலையம் சுற்றிவளைக்கப்பட்டிருந்த நகரத்தைத் தாங்கிப் பிடிக்கக்கூடிய அரணாக மாறியது. காலை 9 மணிமுதல் மாலை 5 மணிவரை, வெள்ளிக்கிழமையைத் தவிர அனைத்து நாட்களிலும் திறந்திருக்கும். வெள்ளிக்கிழமை விடுமுறை நாள். தினமும் அங்குச் சராசரி இருபத்தைந்து வாசகர்கள் வந்து போயினர். பெரும்பாலும் அவர்களனைவரும் ஆண்களே. தராயாவில் பெண்களையும் குழந்தைகளையும் பார்க்க முடியாது. எப்போதாவது, அரிதாகத்தான் அவர்கள் வெளியில் கிளம்புவார்கள். திடீர்க் குண்டுமழை பொழியும் என்பதால், பொதுவாக, அவர்கள் தங்கள் தந்தை அல்லது கணவன் கொண்டுவரும் புத்தகங்களைப் படித்தால்போதும் என்று இருந்துவிடுவர்.

“சென்ற மாதம் நகரத்தில் அறுநூறு குண்டுகள் வீசப்பட்டன,” என்று அஹ்மத் சொன்னான்.

நூலகத்தின் துணைநிர்வாகியாக இருந்த அவன் நண்பன், அபு எல் –எஸ், பாதிக்கபபட்டான். 2015ஆம் ஆண்டு செப்டம்பர் மாதம், புத்தகக்கிடங்கு நோக்கிப் போய்க்கொண்டிருந்தான். அப்போது வழியில் ஒரு பீப்பாய் வெடிமருந்து ஹெலிகாப்டரிலிருந்து வீசப்பட்டது. டி.என்.டி மருந்துகளும் உலோகத்தூள்களும் நிறைந்த பீப்பாய்கள் வீசப்படும்போது அவற்றின் இலக்கு சரியாக இல்லாமல்போனால் அவை எதனை வேண்டுமானாலும் அழித்துவிடும். அவன் கழுத்தில் அடி விழுந்து நரம்புமண்டலம் பாதிக்கப்பட்டது. அவனுடைய முதுகுத்தண்டின் அடிவரை பாதிப்பு ஏற்பட்டுவிட்டது. அப்போதிலிருந்து அவனுக்குக் கட்டாய ஓய்வு கொடுத்துத் தற்கலிக மருத்துவமனையொன்றில் படுக்க வைத்துவிட்டார்கள். தராயாவில் மனிதவாழ்க்கை ஒரு காகிதத் துண்டு போல்தான் ஸ்திரமற்றிருக்கின்றது.

மீண்டும் பேண்டுவாத்தியம் முழங்குவதுபோல் ஒலி. இரைச்சலின் எதிரொலி கேட்கிறது. அஹ்மத் பேச்சைத் தொடர்கிறான். இந்தத் தடவை உரையாடலை முடித்துக் கொள்வதாகச் சைகைக் காட்டினான். நமக்குத் தெரியவில்லை. ஆனால், இது போன்ற உரையாடல்கள் இன்னும் பல இருக்கக் கூடும். இன்னும் நீண்டதாகவும் இருக்கலாம். கலகங்களால் அலைக்கழிக்கப்பட்ட இந்த சிரியாவில் நேருக்குநேரான தொடர்புகளுக்குப் பதில் மாயத்தொடர்புகளே மலிந்திருக்கும்வேளையில் இணையதள விவாதங்கள் மாலை முழுதுமே நடந்துகொண்டிருப்பது சகஜமாகிவிட்டது. இந்த அசாதாரண இடத்தைப் பார்க்கவும், சுவர்களின் வண்ணத்தைத் தெரிந்துகொள்ளவும், அங்கு வந்து படிக்கின்ற வாசகர்களின் முகத்தைக் காணவும், அழிவிலிருந்து மீட்கப்பட்டு அங்கு அலங்கோலமாகக் கிடந்த புத்தகங்களின் தலைப்புகளைக் கண்ணுறவும் ஆவல் அதிகரித்தது.

அஹ்மத் காணொலி (வீடியோ) ஒன்றை 'வாட்சாப்' மூலம் அனுப்பியது தெரியவந்தது. 'ஸ்கைப்', 'முகநூல்' போல வாட்சாப்பும் சிரிய மக்களுக்குப் பிடித்தமான தொடர்புச்சாதனம். அவன் அனுப்பிய காணொலி இரண்டு நிமிடம் மட்டுமே ஓடக்கூடியது. அதில் விமர்சனம் கிடையாது. உபத்தலைப்பும் கிடையாது. ஆனால் என்னுடைய ஸ்மார்ட்ஃபோனில் ஓடிக்கொண்டிருந்த அப்புதிய படங்கள் என் கண்களுக்கு விருந்தாகின. தராயா இளைஞர்களின் படங்கள் அவை. ஸ்வெட் ஷர்ட்டும், அரைக்கால் சட்டையும் அணிந்துகொண்டு, இடிபாடுகளுக்கிடையே, கைகளில் கட்டுக்கட்டாகப் புத்தகங்களைத் தூக்கிக்கொண்டு அங்குமிங்கும் நடந்துகொண்டிருந்தார்கள்

பின்புலனாக ஒரு சோகக்காட்சி அமைந்திருந்தது. சேதப்படுத்தப்பட்ட வீடுகளும் குடியிருப்புகளும், சின்னாபின்னமாக்கப்பட்ட சுவர்களும் அங்கே காட்சியளித்தன. இடிபட்ட கான்கிரீட் கட்டடங்கள் மீது அடர்த்தியான புல் ஆக்கிரமித்திருந்தது. இந்நிலையில், அலங்கோலங்களுக்கிடையே அவ்விளைஞர்கள் முகத்தில் ஒவ்வொரு தடவையும் புதிதாக ஒரு புதையல் கிடைத்ததுபோன்ற ஒரு வெற்றிப் புன்னகை மிளிர்ந்தது. சிலர் வேன் ஒன்றின் பெட்டியில் புத்தகங்களை ஏற்றிக்கொண்டிருந்தனர். பின்னர், எவ்வித முன்னறிவுப்புமின்றி, புகைப்படக் கருவியின் பார்வை நூல் நிலையத்துக்குள் பாய்ந்தது. புதிதாகச் செய்யப்பட்ட அலமாரித்தட்டுகளில் அது தவழ்ந்து சென்றது. கிலோமீட்டர் கணக்கில் அடுக்கி வைக்கப்பட்டிருந்த சொற்பொக்கிஷங்களை அது தடவிச் சென்றது. அறையின் மத்தியில், வாசகர்களில் சிலர் புத்தகங்களைப் புரட்டிக்கொண்டிருந்தனர். மொத்தமான புத்தகங்களின் பக்கங்களில் அவர்கள் முகம் பதித்திருந்தனர். கையேடு ஒன்று அருகில் இருந்தது. தராயாவே ஒரு திறந்த புத்தகம்தான்!.

படங்களினால் கவரப்பட்டிருந்ததால், அவற்றுடன் இணைந்துவந்த இசையை நான் கவனிக்கவில்லை. பின்னுக்குச் சென்று, எல்லாவற்றையும் நுணுக்கமாகப் பார்த்தேன்.

அப்போது ஓர் இனிமையும், சோகமும் நிறைந்த இசை என் காதில் ஒலித்தது. மென்மையாக இருந்தது. கவனமாகக் கேட்டேன். ஒரு சிறு தயக்கம். அது ஒரு நிமிடம் நீடித்தது. அது என்ன இனம்புரியாத ராகம்? திடீரென நினைவுக்கு வந்தது. 'அமேலி புலேனின் அபூர்வ வாழ்க்கை,' என்ற திரைப்படத்திற்கு யான் தியெர்சென் அமைத்த இசை அது. என் இளமைக் காலத்தில் மீண்டும் மீண்டும் பார்த்து ரசித்த பிரெஞ்சுப் படம் அது. எனக்குஅஹ்மத் குறுஞ்செய்திமூலம் ஓர் இரகசியம் சொன்னான். ஆத்ரே தொத்து – வின் தீவிர ரசிகனான அவன் அப்படத்தைப் பத்துத் தடவை பார்த்திருக்கின்றான். தராயாவின் தொடர்இருளில் அது அவனுக்கு ஒரு மந்திரம்.

எவ்வளவோ தூரம், அதே சமயம் எவ்வளவோ நெருக்கமும்கூட. இடையில் எங்களைப் பிரித்தது இந்தப் போர்.

இஸ்தான்புல், அக்டோபர் 20, 2015. கணினியில் ஸ்கைப்பின் சின்னம் துடித்தது. தொடர்ந்து மணியோசை. அதன் பின் அஹ்மதின் படம் தோன்றியது. அவன் ஒரு "நல்ல சேதி" சொன்னான். தராயா நூலகத்தின் இயக்குநர் அபு எல் –எஸ் அவன் அருகில் இருந்தான். அவன் உடல்நிலை மேம்பட்டிருந்தது. பல வாரங்கள் படிப்படியாக உடல் தேறிவந்து, அப்போதுதான் மருத்துவமனையிலிருந்து வெளியேறி இருக்கிறான். அவனோடு நடத்திய நேர்காணல், ஊடக மையமொன்றில் நிகழ்ந்தது. அந்த மையம் உள்ளூர் ஆலோசனைக் கூடத்திற்குச் சொந்தமானது. எதிர்க்கட்சியின் அதிகாரபூர்வமான தலைமை இடம், புத்தகக் கிடங்கிற்கு அருகிலேயே இருந்தது. இணையதள இணைப்பு வலுவாகவே இருந்தது. எலெக்ட்ரோஜன் குழுமமும் விட்டுவிட்டு வருவது சற்றுக் குறைவாகவே இருந்தது.

பாதுகாப்புக் காரணங்களுக்காக, அபு எல் –எஸ்ஸின் படம் வரவில்லை. அவன் பேச்சை மட்டுமே தொடர்ந்தேன்.

"புத்தகங்கள்தாம் நாங்கள் இழந்துவிட்ட காலத்தை மீட்பதற்கும், மடமையை ஒழிப்பதற்குமான ஒரே வழி," என்றான் அவன்.

அபு எல் –எஸ்ஸுக்கும் வயது 23தான். அவனும் அஹ்மதைப் போலவே பொறியியல் கல்வியைப் பாதியிலேயெ கைவிட்டவன். ஆனால் அஹ்மத் போல் புத்தகப்புழுவல்ல. பல்கலைக்கழகப் புத்தகங்கள் கேலிச் சித்திரங்கள்போல்தான் இருந்தன. 2000ஆம் ஆண்டு இறந்துபோன ஹாஃபெஸ் அலி ஆசாத்தின் நினைவுக்கு மரியாதை செய்யும் நோக்கில் எவ்வளவொ காகித்ததை வீணடித்துக்கொண்டிருந்தார்கள். அது அவர் மகன் பஷாரின் அகந்தையை அதிகரிக்கவே பயன்பட்டது. அதே சமயம், அரசியல்கைதிகள் பற்றியும், சித்திரவதைக்குள்ளான எதிர்ப்பாளர்களைப் பற்றியும், சுவடு ஏதும் இல்லாமல் மறைந்த எதிர்க்கட்சியினர்பற்றியும் அக்காகிதங்கள் எதுவும் கூறவில்லை. எழுதாத அவர்கள் வரலாறு, கரைந்த அவர்கள் கனவுகள், மறைக்கப்பட்ட அவர்களின் கோஷங்கள், பொய் சொல்லி ஆளைக்கொல்லும் இயந்திரங்கள் ஆகியவை பற்றி எந்தக் குறிப்புகளும் இல்லை.

அவன் தொடர்ந்து சொன்னான்: "புரட்சிக்கு முன் எங்களிடம் பொய்மூட்டைகளை அவிழ்த்துவிட்டுக்கொண்டிருந்தனர். விவாத மேடை எதுவுமில்லை. நாங்கள் ஒருவிதச் சவப்பெட்டிக்குள் வாழ்ந்து வந்தோம். எங்கள் அன்றாட வாழ்க்கையின் முக்கிய அம்சமாக இருந்தது அடக்குமுறைதான். எங்களிடம் நிஜத்தை மறைத்தனர். ஆசாத் குடும்பத்தில் தந்தையும் மகனும் கடவுளின் பூவுலகப் பிரதிநிதிகள் என்று சொல்லுமளவுக்குச் செல்வாக்குப் பெற்றிருந்தனர். அவர்களுக்கு ஏராளமான மரியாதை செலுத்தும் நிகழ்ச்சிகள் நடந்தன. நிகழ்ச்சிகளின்போது நாங்கள் "அவர்களுக்காக எங்கள் இரத்தத்தையும் ஆன்மாவையும் பலிகொடுக்கக் காத்திருக்கிறோம்," என்று உரத்த குரலில் சொல்லவேண்டும்'. "ஆசாத் என்றும் நிரந்தரம்," என்று பள்ளிக்கூடத்தில் நாங்கள் முழங்க வேண்டியிருந்த ஒரு கோஷம் நினைவுக்கு வருகிறது. அவர்தான் தேசத்தின் – காலத்தின் – சிந்தனையின் தலைமகன்.

திரையில் அபு எல் – எஸ் பேசும்போது அவனிடம் எங்கிருந்தோ தப்பித்துவந்த ஒருவனின் வேகத்தை உணரமுடிந்தது. அவன் குரலில் ஸ்திரமற்ற தன்மையும், எதையும் தாங்கும் தன்மையும் தொனித்தன. அவனை வாட்டிஎடுத்த வேதனையை கற்பனை செய்துபார்க்க அஞ்சுகிறேன். ஆனால், அவனோ தன் உடல்நிலையைப் பற்றிப் புலம்பாமல், புதிதாக அவனை ஆட்கொண்ட புத்தக ஆர்வத்தைப் பற்றியே பேச விரும்பினான். உயிர் பிழைத்து வந்தவன் புத்தகங்களின் பயன்களில் நம்பிக்கை வைத்திருந்தான். புத்தகங்களால் உடல் காயங்களைக் குணப்படுத்த முடியாது, ஆனால் மனக்காயங்களைக் குணப்படுத்த முடியும். வாசிப்பு அவனுக்கு அபாரமான சுகத்தை அள்ளிக் கொடுத்துக் கொண்டிருந்தது. நூலகம் அமைக்கத் தொடங்கியபோதே அதனை அவன் உணர்ந்தான். புத்தகத்தில் உலாவருவதை – பக்கங்களைப் புரட்டிக் கொண்டிருப்பதை – அவன் பெரிதும் நேசித்தான். முழுப்புள்ளிக்கும், கால்புள்ளிக்கும் இடையே தன்னை மறப்பதும், தெரியாத தேசத்தில் பயணிப்பதும் அவனுக்குப் பிடித்திருந்தது.

"புத்தகங்கள் நம் மீது ஆதிக்கம் செலுத்துவதில்லை. நமக்கு ஆற்றலை அள்ளிக் கொடுத்துக்கொண்டிருக்கும். நம்மை விரிவடையச் செய்யும், முடக்கிப்போடுவதில்லை" என்று அவன் சொன்னான்.

குறிப்பாக, எந்த மாதிரி நூல்கள் அவனுக்கு அதிகம் பிடிக்கும் என்று கேட்டேன். அதற்கு அவன் உண்மையில் எல்லாவிதப் புத்தகங்களையும் படிப்பதாகப் பதிலளித்தான். எதையும் தள்ளுவதில்லை. இஸ்லாம் அரசியலும் பிடிக்கும். அரபுக்கவிதையும் பிடிக்கும். அதேபோல் உளவியல்நூல்களையும் பிடிக்கும். மேற்கோளாக, ஆந்தொனி ராபின்ஸைக் குறிப்பிட்டான். தலைப்பு அவனுக்கு நினைவில்லை. ஆனால், அதில் தனிமனித மேம்பாடு, தனித்துவத் தேடல்கள், தனிப்பட்ட வலுவான அடையாளம் உருவாக்கிக்கொள்ளுதல்பற்றியெல்லாம் பேசப்பட்டிருக்கின்றன. ஆசாத் அரசில் நடைபெற்றுக் கொண்டிருந்த வாழ்க்கைமுறைக்கு முற்றிலும் மாறுபட்ட வழி அது. அரபு மொழியில் மொழியாக்கம் செய்யப்பட்ட அந்த நூல் தராயாவில் இடிந்துகிடந்த ஒரு மாளிகையின் கீழ்க் கண்டெடுக்கப்பட்டது.

“அந்தப் புத்தகம் ஆக்கபூர்வமாகச் சிந்திக்கவைக்கிறது. எதிர்மறை எண்ணங்களை நீக்க உதவுகிறது. அதுதான் தற்போதைக்குத் தேவையான ஒன்று,” என்றான்.

மற்றவர்கள் – அதாவது, நூலகத்திற்கு வழக்கமாக வருபவர்கள் என்ன படிக்கிறார்கள்? அவர்கள் எந்தப் பிரச்சினையை முன்வைக்கும் புத்தகங்கள் மீது அக்கறை காட்டுகிறார்கள்?

அதற்கு அபு எல் –எஸ் விளக்கம் அளித்தான். ஒவ்வொருவரும் தங்கள் தடங்களைப் பதித்தார்கள். புத்தகம் என்பது ஓர் அபூர்வமான எச்சமிச்சம். அதனை முதலில் பார்க்கும்போது ஒரு தாக்கத்தை ஏற்படுத்தும். ஆர்வம் மிகுந்தவர்கள் ஏதாவதோர் இடத்தில் தயக்கமின்றித் தோண்டுவார்கள். பயந்த சுபாவம் உள்ளவர்கள் கவனமாகத் தோண்டுவார்கள் – புத்தகத்தின் அட்டையைக்கூடத் தொடுவதற்கு அஞ்சுவார்கள். ஆனால், சில நூல்களைப் பற்றி வாய்மொழியாகக் கேள்விப்பட்டு வாசகர்கள் அடிக்கடி வாங்கிப் படிப்பார்கள். ஒருவரைப் பார்த்து இன்னொருவர் படிக்கும் பழக்கமும் இருந்தது. அந்த ஆர்வம் போருக்கெல்லாம் கட்டுப்படாது.

“அப்படித்தான் எங்கள் வாசகர்களில் பெரும்பாலானோர் ‘ஆல்கெமிஸ்ட்’ என்ற நாவலைப் படித்தனர்” என்று அபு எல்–எஸ் சொன்னான்.

“பால் கொயெல்லோ –வின் ஆல்கெமிஸ்டா?”

“ஆமாம், அதுதான். அது அவர்களுக்குப் பிடித்தமான புத்தகங்களில் ஒன்று. அதை ஒருவருக்கொருவர் பரிமாற்றம் செய்துகொள்வார்கள். சிலர் அதனைப் பலமுறை படித்திருக்கிறார்கள்.”

உலகளவில் அதிக விற்பனை கண்ட அந்தப் புத்தகம் அந்த அளவிற்கு அவர்களது கவனத்தை ஈர்த்திருந்ததற்குக் காரணம், அது அவர்களுக்கு நெருக்கமான ஒரு கருத்துருவைச் சாதாரண வார்த்தைகளால் சொல்லி இருப்பதுதான். தனக்கே செய்துகொண்ட சவால் என்பதுதான் அதன் கருத்து. இஸ்பானிய ஆட்டிடையன் ஒருவன் தன்னுடைய கதையைத் தானே அறிந்துகொள்ள ஆண்டாலூசியாவிலிருந்து எகிப்தின் பிரமிட் வரை செல்வது அவர்களுக்கு ஓர் உந்துதலைத் தருவது இயற்கைதான். இளம்புரட்சியாளர்களாகிய அவர்களின் பயங்கரப் பயணத்தின் எதிரொலியாகவே அவர்கள் அந்த நாவலைப் படித்தனர். அதனை ஒரு திசைகாட்டியாக நினைத்து, விடாமல் பற்றிக்கொண்டனர். அதில் ஒரு வேளை அவர்கள் கண்களுக்கு விலைமதிக்க முடியாத பொக்கிஷமாகத் திகழ்ந்த எல்லையில்லா விடுதலையுணர்வைக்கூடப் பார்க்கக்கூடும்.

அதே சமயம், அவர்களை உய்விக்கும் நூலகத்தோடு, காலத்தை மீட்டெடுக்கும் வலுவான உறுதியும் ஒட்டிக்கொண்டது. அபு எல் –எஸ் தலைமுறையினர், 60களின் தொடக்கத்திலிருந்து ‘பாஸ்’ கட்சி சர்வாதிகாரத்தின் அடக்குமுறையையே சந்தித்திருந்தவர்களுக்கு மாற்றத்தின் தாகம் தெளிவாகவே தெரிந்தது.

அவன் மேலும் சொன்னான்:

"என்னைப் போன்ற வாசகர்களில் பெரும்பாலானோர் போர் தொடங்கியதற்கு முன் புத்தகங்களை விரும்பிப் படித்ததில்லை. இன்றைய தராயா இளஞர்கள் எல்லாவற்றையும் தெரிந்துகொள்ள வேண்டி இருக்கிறது. பூஜ்யத்திலிருந்து தொடங்குவதுபோல் இருக்கிறது. நூலகத்தில் அடிக்கடி 'மக்களாட்சி' பற்றிய புத்தகங்களைக் கேட்டுக்கொண்டிருந்தார்கள்.

'மக்களாட்சி' எனும் சொல் முன்பெல்லாம் தவிர்க்கப்பட்டு வந்தது. ஆனால் இப்போது அது எல்லோர் உதடுகளிலும் உலாவரத் தொடங்கிவிட்டது. அலமாரியை அலங்கரித்துக்கொண்டிருந்த இன்னொரு புத்தமும் மக்களிடம் குறிப்பிடும்படியான வரவேற்பைப் பெற்றிருந்தது. அதுதான் இபன் கல்தூனின் *அல் முக்காதிமா (எடுத்துக்காட்டுகளின் புத்தகம்).*

"எங்கள் வாசகர்களெல்லாம் ஏதோ ஒரு சமயத்தில் அதைப் புரட்டிப் பார்த்திருக்கிறார்கள். அப்பெரிய புத்தகத்தில் டுனீசிய வரலாற்றறிஞரான அதன் ஆசிரியர் தன் சொந்த அனுபவத்தின் அடிப்படையில் அரசமரபுகளின் எழுச்சி--வீழ்ச்சி ஆகியவற்றின் காரணங்களை வரையறுக்க முயல்கிறார்.

புரட்சிக்குப் பின் நிலவும் நிலையற்ற தன்மையின்போது, நவீன சமூகவியலின் முன்னோடியான அதன் ஆசிரியர், விடைகளைத் தரவில்லை யெனினும், சில சிந்தனைத் தடங்களை வகுத்துக் கொடுக்கின்றார். அடிப்படைப் பிரச்சினைகளாகிய ஆளுமைத்திறன், அதிகாரச் சண்டைகள், பொருளாதார முன்னேற்றம் போன்ற சிரியாவின் எதிர்காலம் குறித்த கேள்விகள் எழும் இவ்வேளையில் அவருடைய நூல் மிகவும் பயனுள்ளதாகத் தோன்றியது.

அபு எல் – எஸ் பேசும்போது, புத்தகங்கள் வேறோர் உலகத்தில் உலவிவர எவ்வாறு பயன்படுகின்றன என்று தெரிந்தது. அந்த உலகத்தில் தணிக்கை கிடையாது. ஒருதலைப்பட்சமான பார்வை கிடையாது. சொற்களும், வரலாறுகளும், சிந்தனைகளும் மட்டுமே குவிந்து கிடந்தன. வாசகர்கள் அவற்றால் உந்துதல் பெற்றனர். பின்னர் அவற்றை உள்வாங்கிக் கொண்டனர். நீண்ட நாட்களாக தணியாமல் இருந்த அறிவுப் பசிக்கு அவை தீவனமாகின.

நிகழ்ச்சியின் முடிவில், அவன் மீண்டும் நூலகத்திற்குப் போகின்றானா என்று கேட்டேன்.

"நிச்சயம்," என்றான் அவன், சந்தேகம் எதுவும் இல்லாதவன்போல.

அவனைப் பொறுத்தவரையில், அந்த இடம் உடல்நிலை குணமாவதற்கு மட்டும் பயன்படவில்லை. அங்குச் சுகமான காற்றையும் சுவாசிக்க முடிந்தது. சிரியாவின் துன்பநாடகத்தில் ஒரு நம்பிக்கையூட்டும் பக்கமாக அது இருந்தது.

தொடர்ந்து வந்த நாட்களில் பத்துக்கும் மேற்பட்ட வாசகர்கள் என் திரையில் வலம் வந்தார்கள். ஒருவர் பின் ஒருவராக அவர்கள் படித்ததைப் பற்றி ஒரு காகிதத்தில் படிப்பதுபோல் விவரித்தார்கள். மணிக்கணக்கில் நிஸார் கபானியின் காதல் கவிதைகள் பற்றியும், சிரியா நாட்டு இறையியல் அறிஞர் இபன் காயிம்மின் எழுத்துக்கள் பற்றியும் பேசினார்கள். அவர்களால் எனக்கு ஷேக்ஸ்பியர், மொலியேர் நாடகங்கள் மீது ஒரு புதிய ஆர்வம் ஏற்பட்டது. அதேபோல்தான் மர்சேல் ப்ரூஸ்த்தும். தென் ஆப்பிரிக்க எழுத்தாளர் கோட்ஸி நாவல்களும் என் மீது ஓர் ஈர்ப்பை ஏற்படுத்தின. சிறுவர்களுக்கான செய்யுள் பாட்டுகளும் என்னை ஆட்கொள்ள ஆரம்பித்தன. அவர்கள் சேந்த் எக்சுப்பேரியின் குட்டி இளவரசன் என்ற நாவலைப் பற்றிச் சிலாகித்துப் பேசினார்கள். காயமடைந்தவர்களைக் குணப்படுத்த உகந்த மருந்துகளைப் பற்றிக் கூறும் பெரிய பெரிய புத்தகங்களைப் புகழ்ந்துரைத்தார்கள். எதேச்சையாகத் தோண்டும்போது கிடைத்த அந்தப் புத்தகங்களெல்லாம் புதிய நூலகத்தை அலங்கரிக்கத் தொடங்கின. பலதரப்பட்ட நூல்கள் தராயா எல்லையில் சாளரங்களாகப் பயன்பட்டன. தூரத்திலிருந்து கொண்டிருந்த எனக்கு, அவர்கள் குரல் இயந்திரத் துப்பாக்கி களின் குண்டுகளால் ஆட்டம் கண்டது போலிருந்தது. அதெற்கெல்லாம் அவர்கள் அஞ்சவில்லை. புத்தகங்கள் அவர்களுக்குப் புதிய அரண்கள் என்று திட்டவட்டமாகச் சொன்னார்கள். அவற்றின் பல பகுதிகளை அவர்கள் மனப்பாடம்செய்துவைத்திருந்தனர். புரட்சிக்கு முன் அவர்கள் ஒரு வரியைக் கூட மனப்பாடம் செய்திருக்க மாட்டார்கள். சிரியாவை இரத்தக்காடாக மாற்றும் போர், வினோதமான வகையில் அவர்களைப் புத்தகங்கள் பக்கம் திரும்பவைத்துவிட்டது.

அவர்கள் ஏற்படுத்திக்கொண்ட அந்தச் சுதந்திரப் பூங்காவில், வாசிப்பு ஒரு புதிய தளமாகியது. மறைக்கப்பட்ட கடந்தகால வரலாற்றைப் படிக்கத் தொடங்கினர். படித்துத் தங்கள் அறிவை வளர்த்துக்கொண்டனர். அது அவர்களின் மனநிலையைக் காத்தது – அவர்களுக்கு ஒரு புகலிடமானது.

சிரியாவில் தலைமறைவு நூலகம்

புத்தகங்கள் அவர்கள் கோபத்தைக் கொட்டித்தீர்க்க வழிவகை செய்தன. குண்டுவெடிப்புகளுக்கிடையே சொற்களின் இனிய நாதம் அவர்களைத் தேற்றியது.

போர்மேகம் சூழும்போது, வாக்கியங்கள் மீண்டும் துடிக்கத் தொடங்கின. அனைத்துமே மறையப்போகும்போது, எஞ்சியிருக்கும் காலத்தின் சுவடுகளை அவை பதிவுசெய்தன. சொற்கள் வெடிமருந்துக்குச் சவாலாக விவேகம், நம்பிக்கை, அறிவியல், மெய்யறிவு ஆகியவற்றொடு மிளிர்ந்துகொண்டிருந்தன. அலமாரித்தட்டுகளில் ஒழுங்காக வகைப் படுத்தப்பட்டு, வார்த்தைகள் வலுவாகநின்றன. உண்மையைத் தாங்கி நின்ற சொற்கள் எதையும் தாங்கக்கூடிய வல்லமையுடனும், நம்பகத்தன்மை யுடனும், எது வரினும் எதிர்த்துநிற்கும் ஆற்றலுடனும் தலைநிமிர்ந்து நின்றன. சிந்திக்கும் வழித்தடங்களை அவை அமைத்துக் கொடுத்தன. எண்ணற்ற கருத்துகளை அருவியாகக் கொட்டின. மீண்டெழும் வகையில் கதைகள் சொல்லித்தந்தன. உலகைக் கைக்கெட்டிய தூரத்திற்குக் கொண்டுவந்தன.

எதிர்ப்பை வெளிப்படுத்த புத்தகங்கள் துணைநிற்பதை எடுத்துக் காட்டும் கதைகள் எனக்குப் பிடித்துப்போய்விட்டது. பதினைந்து ஆண்டுகளுக்கு முன் ஈரானில் நான் சந்தித்த சிகையலங்காரம் செய்யும் பெண் ஒருத்தி டெஹ்ரானின் மக்கள் கூட்டம் நிறைந்த தென்பகுதியில், தன்னுடைய கடையில், பெண்களுக்காகப் படிக்கும் அறையொன்றை ஒதுக்கியிருந்தது நினைவுக்குவருகிறது. அதேபோல் கெய்ரோவில் நடமாடும் சைக்கிள் நூலகங்கள் மக்களை வாசிக்கத் தூண்டி, கல்வியின் தரத்தை உயரச் செய்ய முயன்றதையும் ஒருநாள் பார்த்திருக்கிறேன். புத்தகங்கள் தளைகளை எதிர்க்கும் நினைவுத்தடயங்கள் – காலத்தின்தடயங்கள். அடிமையாக, அறிவிலியாக வாழ்ந்த வாழ்க்கையின்தடயங்கள்.

அவர்களது புத்தகப்போர் என் சொந்த – தனிப்பட்ட மோகத்தோடு ஒத்துப்போனது. புத்தகவெறியளான எனக்கு அலெக்ஸாண்டிரியா நூலகத்தை முதன்முதலாகப் பார்வையிட்டது நினைவுக்குவந்தது. பலதடவை அழிக்கப்பட்ட – தீக்கிரையாக்கப்பட்ட – அந்த நூலகம் என்னிடம் ஒரு சிலிர்ப்பை ஏற்படுத்தியது. உலகின் மிகப்பழமையான ‘ஃபேஸ்’ நூலகம் புதுப்பிக்கப்பெற்றிருந்தது எனக் கேள்விப்பட்டு மொரோக்கோ சென்று அதனைப் பார்த்துவர கனவு கண்டதும் நினைவுக்குவந்தது. நூலகங்கள் சில சமயம் நிலைகுலைய வைக்கும். சில சமயம் ஆறுதல் தரும். புத்தக அலமாரிகளுக்கிடையே நடந்துசெல்லுதல், பழைய புத்தகங்களின் வாசனையை நுகர்தல், புத்தகங்களின் பக்கங்களைப் புரட்டும்போது எழும் ஓசையைக் கேட்டல் எல்லாம் எனக்கு எப்போதுமே பிடிக்கும்.

இஸ்தான்புலில் அருமையான நூலகங்கள் இருக்கின்றன. அங்குள்ள பிரெஞ்சு தூதரகத்திலிருந்து ஒளிபரப்பப்படும் ‘கதை நேரம்’ எனும் நிகழ்ச்சி பிரபலமானது. நானும் என் மகள் சமார்ராவும் ஒரு ஒளிபரப்பைக்கூடத் தவறவிட்டதில்லை. என் மகள் அதனை ஒரு பிடித்தமான பொழுதுபோக்காகக் கொண்டிருந்தாள். வாரக்கடைசியில், அவள் தன் அறையில் பொம்மைகளையெல்லாம் அடுக்கிவைத்து, ஒளிபரப்பப்பட்ட ஏதாவதொரு கதையைத் தேர்ந்தெடுத்து அந்த நிகழ்ச்சிபோல் நடத்தி

விளையாடுவதுண்டு. புத்தகம் படிப்பவர்கள் அதிக நாள் வாழ்வார்கள், அதிக மகிழ்ச்சியுடனும் வாழ்வார்கள் என்று உலக வங்கி சமீபத்தில் வெளியிட்ட ஆய்வறிக்கை ஒன்றை இங்குச் சுட்டிக்காட்ட விரும்புகிறேன். படிப்பவர்களை அதிக மகிழ்ச்சியுடன் இருக்கச் செய்யும் இரகசியம் புத்தகங்களில் இருக்கின்றதோ இல்லையோ, ஆனால் அப்படியொரு நம்பிக்கையை ஏற்படுத்தும் ஆற்றல் இருக்கிறது.

அவர்களறியாமலேயே, இருள் சூழ்ந்த தராயாவில், அஹ்மதும் அவன் நண்பர்களும் வாசிப்பின் மூலம் வாழ்க்கையின் விளிம்பிலிருந்து தப்பித்துக்கொள்ளும் இயல்புணர்வு கொண்டிருந்தார்கள்.

சமாதானத்திலும் சண்டையிலும் அண்டம் தழுவிய நூலக மருத்துவம் என்று ஒன்றிருக்கிறது போலும்.

நூல்நிலையத்தின் கட்டமைப்பு உருவாகிக் கொண்டிருந்த நிலையில், அந்நகரத்தின் எல்லைகளை வரையறுக்க, நான் தொடர்ந்து இ–மெயில், எஸ் எம் எஸ், புகைப்படங்கள் என அனைத்தையும் சேகரித்துவந்தேன். பின்னர் புகைப்படங்களைப் பிரித்துவைத்து, தேதியிட்டு, தேதிவாரியாக அடுக்கிவைத்தேன். சின்னச் சின்னத் தகவல்களையும் ஸ்கேன் செய்தேன். அவற்றில் கண்ட தடயங்களை, அடையாளங்களை உன்னிப்பாகக் கவனித்து பூகோளரீதியாக அவை எங்கிருந்து வந்தன என்பதைத் தெரிந்துகொள்ள முயன்றேன்.

கூகிள் மேப்பில் தூரத்திலிருந்து பார்க்கும்போது, தராயா மத்திய கீழை நாடுகளில் காணப்படும் ஏதோ ஒரு புறநகர் பகுதிபோல் இருக்கும். சாம்பல் நிறக் கட்டடங்களின் வரிசைகள் அணிவகுத்து நிற்பதுபோல் தோன்றும். அருகில் நின்று பார்த்தால் அக்கட்டடங்கள் வெறும் எலும்புக் கூடுகளாகத்தான் தெரியும். இன்னும் மோசமாகச் சொல்ல வேண்டுமானால், உடைந்த கண்ணாடிகளும், இடிந்த கூரைகளும் கலந்த குப்பைமேடுகள்தாம் அவை.

முற்றுகையிடப்பட்ட நகரத்தின் வரைபடம் கொஞ்சம் கொஞ்சமாக வெளிப்படுகிறது. தராயா, டமாஸ்கசிலிருந்து ஏழு கிலோமீட்டர் தொலைவில் தென்மேற்கில் இருந்த ஒரு திறந்தவெளி சிறைச்சாலை. மேற்கில் மொடாமியா எனும் புறநகர். அதுவும் கலகத்தில் ஈடுபட்டிருந்தது. அதுவும் முற்றுகைக்குள்ளாகியிருந்தது. வடக்கில் மெஸ்ஸே இராணுவ விமானத்தளம். அது விமானப்படைத் தகவல்சேவைக்குப் பயன்பட்டது. நான்காவது பிரிவில் ஆசாத்துக்குச் சாதகமான படைகள் அதனை எப்பாடுபட்டாவது தங்கள் கைவசம் வைத்துக்கொள்ள முயன்றன.

அகராதியொன்றைப் புரட்டினேன். பண்டைய சிரிய மொழியில், தராயா என்பது "ஏராளமான வீடுகள்" என்று பொருள்படும். வெகு சில வீடுகளே சேதமின்றி காட்சியளித்த அந்நகருக்கு அப்பெயர் வஞ்சப் புகழ்ச்சியாகத் தோன்றியது. ஊரின் சில இடங்களில் குண்டுவீச்சின் தாக்கத்தால் சாலைகளில் வெடிப்புவிட்டிருந்தன. அப்படங்களில் முக்கியமாக நம் கவனத்தை ஈர்த்தவை வெறிச்சோடிக்கிடந்த

சாலைகளும், மூடப்பட்டிருந்த இரும்புத்திரைகளும், காலியாகக்கிடந்த கல்விச்சாலைகளும், மூடிக்கிடந்த ரொட்டிக்கடைகளுமாகும். தராயா ஒரு பேய் நகரம். அதனை விட்டுப் பெரும்பாலானோர் வெளியேறிவிட்டனர். அஹ்மத் சொன்ன கணக்குப்படி, புரட்சிக்குமுன் இரண்டு லட்சத்து ஐம்பதாயிரமாகவிருந்த மக்கள்தொகை இப்போது பன்னிரண்டாயிரமாகி விட்டது. அவர்களுக்குள்ளும் இரண்டாயிரம் போராளிகள். ஒவ்வொரு தடவையும் அவன் ஸ்கைப் அல்லது வாட்ஸாப்பில் வரும்போது நான் கேள்விகள் கேட்டுத் துளைத்துக்கொண்டிருந்தேன். அக்கேள்விகள் வானத்து வண்ணம், போரின் பேரிரைச்சல், வெடிமருந்தின் வாசம், இப்படி எல்லாவற்றைப் பற்றியும் இருந்தன. ஆனால் அவ்வளவையும் சளைக்காமல் கேட்டுக்கொள்வான். எங்கள் உரையாடல்களின் தொடக்கத்தில் அவன் குரல் அவ்வளவாகக் கேட்கமுடியாமலிருந்தது. போகப்போக, அது வலுப்பெற்றது. அவன் பேச்சில் தடங்கல்களில்லை. அவனால் தொடர்ந்து பேசமுடிந்தது. அவன் ஊரைப் பற்றிப் பேசும்போது அவனுடைய ஆவேசத்தை உணரமுடிந்தது.

அடுத்தடுத்து ஏற்பட்ட குண்டுவெடிப்புகளால் தொடர்பு அறுந்தபோது, அவன் குரல் ஹெலிகாப்டர் உறுமலையும் தாண்டி, இஸ்தான்புலில், என் அறையில், விட்டுவிட்டு ஒலிக்கும். எப்போதாவது கிடைக்கும் இடைவெளியின்போது அவன் தெளிவான வாக்கியமொன்றை வரச்செய்துவிடுவான். மணிக்கணக்கில், அவன் தராயாவைப்பற்றிப் பேசுவான். அதன் பன்முகத்தன்மை, அங்குள்ள சிறுபான்மையினருக்கான இரு தேவாலயங்கள், அங்கு அவர்கள் இடையூறின்றித் தொழுகை நடத்துவது, அங்கு விளையும் வெண்திராட்சை, அதன் அளவு, சுவை முதலியவற்றைப் பற்றியெல்லாம் பேசுவான். அத்துடன், அவன் குடும்பத்துக்குச் சொந்தமான வளமான நிலங்கள்பற்றியும், அவற்றை அரசு அபகரிக்கப்பார்ப்பதுபற்றியும் எடுத்துச்சொன்னான். அருமையான மதுவுக்குப் பேர்போன அந்த விவசாயப் புறநகரில் பூமொட்டுகள்கூட இன்று மறைந்துகொண்டிருக்கின்றன.

‘நகர்புற அழிப்பு’ எனும் பதம் என் நினைவுக்குவருகிறது. அது யூகோஸ்லாவிய யுத்தத்தின்போது, போக்டான் போக்டானோவிக் என்ற கட்டடக்கலைநிபுணர் பயன்படுத்திய பதம். அது அனைத்து வழிகளையும் பயன்படுத்தி ஒரு நகரை அழித்துவிடுவதாகும். செய்வதறியாமல் தவித்து நின்றோம். எங்கள் கண்ணெதிரேயே, பெரியபெரிய இயந்திரங்கள் அவ்வேலையில் ஈடுபட்டு, எங்கள் கனவுகளைத் தரைமட்டமாக்கும். அழகான இயற்கைக் கட்சிகளை விழுங்கிவிடும். அவர்கள் போட்ட திட்டம் நிறைவேற, வழியிலுள்ள அனைத்தையும் கபளிகரம் செய்துவிடும். இயற்கையின் அழிவு, பூகோள அழிவு, மக்கள்தொகை அழிவு. இப்படி எல்லா அழிவுகளும் நிகழ்ந்தன. அவற்றையெல்லாம் டமாஸ்கஸைத் தன் வசமாக்கிக்கொண்ட சர்வாதிகாரி ஒருவரின் பலம் நிறைவேற்றிக் கொண்டிருந்தது.

“தராயா மீது ஏன் இவ்வளவு ஆத்திரம்?” என்று ஒரு நாள் அஹ்மதுடன் உரையாடும்போது தற்செயலாகக் கேட்டுவிட்டேன்.

ஆம். எதற்காக அரசு ஒன்று இவ்வளவு வெறித்தனத்தோடு டமாஸ்கஸின் புறநகர் ஒன்றைத் தங்கள் பயங்கரவாதத்தின் ஆய்வுக்கூடமாகப் பயன்படுத்தவேண்டும்?

தலையை மெல்ல அசைத்தபடி, நன்றாக யோசித்துப் பதிலளித்தான்: "காரணம், தராயா மற்ற ஊர்களைப்போல் இல்லாததுதான்."

பின்னர், தொடர்ந்து சொன்னான்: "அங்குள்ள மக்களின் எதிர்ப்பைப் புரிந்துகொள்ள, அந்நகரத்தின் பழய வரலாற்றைப் புரிந்துகொள்ள வேண்டும்."

அஹ்மத் அவ்வூரின் வரலாற்றைப்பற்றிப் பேசினான்.

அது 1990களில் நடந்தது. 1982ஆம் ஆண்டு, ஹஃபெஸ் அல் – ஆசாத் ஆட்சியின்போது, ஹாமா நகரத்தில் ஒரு படுகொலை நடந்தது. அதனால் ஏற்பட்ட கலவரத்திலிருந்து நாடு மீண்டுவரத் தவித்துக்கொண்டிருந்தது. முஸ்லிம் சகோதரர்கள் ஏற்றிய போர்க்கொடியை அடக்க முயன்றது அரசாங்கம். அதன் விளைவாகப் பத்தாயிரத்திலிருந்து முப்பதாயிரம்பேர் மாண்டனர். சரியாக எத்தனைபேர் என்ற விபரம் தெரியவில்லை. இவ்வளவு பெரிய சம்பவங்கள் அரங்கேறி இருந்தபோதும், இறந்தவர்களைக் காதும்காதும் வைத்தாற்போல் புதைத்துவிட்டார்கள். அப்போதெல்லாம், கைப்பேசி கிடையாது, இணையதளம் கிடையாது. தகவல் பரிமாற்றம் ஆட்சியாளர்கள் கையில் இருந்தது. 1970ஆம் ஆண்டு, ஆசாத்தின் அலாவுயித் பரம்பரை ஆட்சிக்கு வந்ததிலிருந்து, கொலைகள் நடந்தால் அதனைச் சாக்காக வைத்துக் கொண்டு, மக்களிடம் அச்சஉணர்வைக் கட்டவிழ்த்து விடுவார்கள். தராயா, அதாவது 'எண்ணற்ற வீடுகள்' ஹாமாவிலிருந்து இருநூற்று இருபத்தெட்டு கிலோமீட்டர் தொலைவிலிருந்தது. இருந்தும், அங்கு அக்கொலையைப் பற்றி இரவு நேரத்தில், கதவுகளையும், திரைச்சீலைகளையும் மூடியபின், குழந்தைகளையும் தூங்கவைத்துவிட்டுத்தான், காதோடுகாதாகப் பேசிக்கொள்வார்கள். சிரியாவின் மற்ற பகுதிகளைப்போலவே, அங்கும் 'அரசு' என்று சொல்லும்போது குரலை அடக்கித்தான் சொல்வார்கள். சிரியா நாட்டு மக்கள் தங்களுக்குள் பேசிக்கொள்ளும்போது, 'பாதுகாப்பு' (அம்ன்), அல்லது 'தேசம்' (தாவ்லே) எனும் பதங்களை – அதுவும்,பட்டும் படாமல்தான் – பயன்படுத்துவார்கள். சூரியன் மறைந்ததும், இரவு வந்து வார்த்தைகளை விழுங்கிவிடும். எல்லாரும் மீண்டும் நிசப்தத்தில் மூழ்கிவிடுவார்கள்.

இருந்தும், 90களின் இறுதியில், சுமார் முப்பது சமூகச் சேவகர்கள் அச்சம் என்ற சுவரைத் தகர்த்தனர். அவர்களெல்லாம் ஒரே பள்ளிவாசலில் சந்தித்துக் கொள்பவர்கள். பள்ளிவாசல்தான் தலைமறைவாகச் சந்திக்கும் புகலிடமாக விளங்கியது. அங்குத் தொழுகை நடத்தும் இமாம் ஒரு முற்போக்குவாதி. அவரைச் சுற்றித் தரையில் உட்கார்ந்து

குரானை வாசிப்பார்கள். அதேசமயம், சமய எதிர்ப்பாளர்களின் நூல்களையும் படிப்பார்கள் அப்படிப்பட்ட நூல்களில் ஜவ்தாத் ஸயித் என்பவரின் நூல்களைப்படிப்பதில் அதிக நேரம் செலவழிப்பார்கள். ஜவ்தாத் ஸயித் சிரியாவில் மகாத்மா காந்தியின் மறு உருவம். முஸ்லிம் சிந்தனையாளர்கள் மத்தியில் அவர்தான் அஹிம்சை கோட்பாட்டை முதலில் புகுத்தியவர். பிற்காலத்தில் "பயங்கரவாதிகள்" எனும் அவப்பெயர் பெற்றிருந்தாலும், அக்காலக்கட்டத்தில் அவர்கள் கடைப்பிடித்த சுன்னியிசம் பரஸ்பரத்திலும், சகிப்புத்தன்மையிலும் நம்பிக்கை கொண்டிருந்தது. இரகசியமாகப் பொறுக்கி எடுத்த சில புத்தகங்கள் மட்டுமே அவர்களுடைய ஆயுதங்களாகப் பயன்பட்டன.

இந்நிலையில், ஒருநாள் அவர்கள் செயலில் ஈடுபட ஆரம்பித்தார்கள். அவர்கள் படித்த புத்தகங்களின் உந்துதலால், சுற்றுசூழல் பாதுகாப்புக் குறித்த விழிப்புணர்வுப் பிரச்சாரம், தெருக்களின் துப்புரவுக்காக மக்களை முடுக்கிவிடுதல், ஊழலுக்கெதிராகப் போராட்டம் போன்ற சில நடவடிக்கைகளைத் தொடங்கினர்... புத்தகங்களின் தூண்டுதலால் புதிய வகைக் குடிமைஇயக்கம் உருவெடுத்தது.

ஹாமா படுகொலையின்போது அஹ்மத் பிறந்திருக்கவில்லை. தராயா குழுக்கள் உருவானபோது அவன் வயது மிகமிகக் குறைவு. ஆகையால், அவனுக்கு எதுவும் நினைவிலில்லை. இருப்பினும், 1990 களைப் பற்றி விவரிக்கும்போது எல்லாத் தகவல்களையும் சிறந்த பள்ளிமாணவன்போல் துல்லியமாக எடுத்துக்கூறினான். "முற்றுகை எதிர்பாராதவிதமாக எங்கள் முற்கால வரலாற்றின் கதவுகளைத் திறந்துவிட்டது; உண்மையில் 2012ஆம் ஆண்டிலிருந்து நான் கற்றவை ஏராளம்," என்று அவன் என்னிடம் மனம்விட்டுச் சொன்னான்.

முகமத் ஷிகாதே எனும் பெயர் கொண்ட 37 வயதுடைய அவனுடைய நண்பர் ஒருவருக்குத்தான் அவன் நன்றி சொன்னான். அவர் அவனுடன் முற்றுகையின்போது பழக்கமானவர். அவரை அஹ்மதும், அவன் நண்பர்களும் 'உஸ்தேஸ்' ('பேராசிரியர்') என்றே பட்டப்பெயர் வைத்து அழைத்தனர். ஏனென்றால், அவர்தான் நூலகத்தின் அடித்தளத்தில் அவர்களுக்கு ஆங்கிலம் கற்றுக்கொடுத்தார். அது மட்டுமன்றி, அப்படி அழைத்தது ஒரு மரியாதைக்காகவும்கூட. ஏனெனில் 'தராயா செராப்' ('தராயா இளைஞர்கள்') என்றழைக்கப்பட்ட அந்தக் குழுவில் அவர்தான் வயதில் மூத்தவர். பீப்பாய் குண்டுகள் வெடித்துக்கொண்டிருக்கும்போது இரவின் மடியில், உஸ்தேஸ் அவர்களிடம் மனம்திறந்து பேசுவார். முதலில் அஹிம்சை முறையில் தொடங்கிய எதிர்ப்பைப் பற்றியும், பின்னர், 'அரபு வசந்தம்' சிரியா முழுதும் பரவ ஆரம்பிப்பதற்குமுன், எளிமையான அவர் எதிர்ப்புபற்றியும் எடுத்துக் கூறினார். அஹ்மத் அவர் சொல்வதைச் சளைக்காமல் கேட்டுக்கொள்வான். உஸ்தேஸ் போன்ற ஒரு சிந்தனையாளரைத்தான் அவன் தேடிக்கொண்டிருந்தான். அது போன்ற சிந்தனையாளர்களை, தந்தை ஹஃபேஸும் மகன் பஷாரும், சகித்துக் கொள்ளவில்லை. 'டமாஸ்கஸ் வசந்தம்' எனும் அற்ப ஆயுள் கொண்ட ஓர் இயக்கத்தின்போது, அதுபோன்றோரை அங்குக் கட்டவிழ்த்துவிடப்

பட்டிருந்த கடுமையான அடக்குமுறை காலில் மிதித்துத்தள்ளியது. வயதான ஒரு ஞானியைப் போல் உஸ்தேஸ் மணிக்கணக்கில் கலைந்த கனவுகள்பற்றியும், மாற்றுத்திட்டங்கள் மண்ணோடு மண்ணானது பற்றியும், அடக்குமுறைக்குப் பணியாதவர்களின் தாக்குப் பிடிக்கும் ஆற்றல்பற்றியும் விளக்கினார். அவரால்தான் ஒரு புதிய உலகம் தோன்றி, அதில் கேள்விகள் கேட்கப்பட்டன. பகிர்வுகள் நிகழ்ந்தன. சகிப்புத்தன்மை பெருகியது.

“அவருக்கு நாங்கள் எவ்வளவோ கடமைப்பட்டுள்ளோம்,” என்று அஹ்மத் கூறினான்.

அவரை எனக்கு அறிமுகம்செய்துவைக்க மிகுந்த ஆவலோடு இருந்தான். ஸ்கைப் போன்ற ஊடகங்கள் மூலமாக இருந்தாலும் பரவாயில்லை என்று நினைத்தான். ஆனால், தொடர்க் குண்டு வெடிப்புகளால் அவன் ஆசையை நிறைவேற்றிக்கொள்வது தள்ளிப் போய்க்கொண்டே இருந்தது. தற்சமயம் கொஞ்சம் அமைதி திரும்பட்டும் என்று காத்திருக்கும்போது, அஹ்மத் அவருடைய கருத்துகளை மட்டும் என்னிடம் பகிர்ந்துகொண்டிருந்தான். ஏதோ தடை செய்யப்பட்ட கவிதையொன்றை மனப்பாடமாகச் சொல்வதுபோல் உஸ்தேஸ் கருத்துகளை அவன் நினைவுகூர்ந்தான். கதை எளிமையாக, அதேசமயம் தெளிவாகவும் இருந்தது. அவன் நினைவாற்றல் அபாரம்!

2002ஆம் ஆண்டு ஏப்ரலில், முதல் ஆர்ப்பாட்டத்திற்கு ஒரு சந்தர்ப்பம் கிடைத்தது. இஸ்ரேலியப்படைகள் வெஸ்ட்பேங்க்கில், ஜெனின் அகதிகள் முகாமை ஆக்கிரமித்தன. உஸ்தேஸும் அவருடைய தொண்டர்களும் மக்களை ஒன்றுதிரட்டிப் போராடப்போவதாகச் சபதம் செய்தனர். பதிலடிக்குப் பயந்து, கூட்டம் அமைதி காத்தது. பதாகைகளின் எண்ணிக்கை வெகு சிலவாகவே இருந்தது. அவற்றில் சில இஸ்ரேலிய ஆக்கிரமிப்பைக் கண்டித்தன. இன்னும் சில ‘மாற்றம்’ வேண்டுமென்றன. பெரும்பாலான கோஷங்கள் குரானிலிருந்து எடுக்கப்பட்டவை. மறைமுகமாக அவை சொல்லவந்தது இதுவே: “நீயே உன்னை மாற்றிக்கொள்ளவில்லையெனில், கடவுளால் ஒன்றும் முடியாது.” உஸ்தேஸின் இந்த நம்பிக்கையை அவரே ஒரு நாள் அஹ்மத் காதில் உரைத்தார்: “நமது பிரச்சினை இஸ்ரேல் அல்ல. ஒரு விதத்தில் ஆசாத் கூட அல்ல. நமது பிரச்சினை நமது கோழைத்தனம்தான் – நமது கல்வியறிவின்மைதான் – முன்னெடுத்துச் செல்ல முடியாத நம் துணிவின்மைதான்.” அன்றைய தினம் இருநூறுக்கு மேற்பட்ட மக்கள், ஊர்வலத்தில் கலந்துகொண்டனர். அவர்களில் சுமார் பன்னிரண்டு பெண்களும் அடங்குவர். காவல்துறை ஒன்றும் செய்யாமல் வேடிக்கை பார்த்தது. சர்வாதிகாரத்திலிருந்து நாற்பது நிமிட விடுதலையைத் திருடிவிட்டோம். அச்சத்தின் மீது எங்களது முதல் வெற்றி.

அஹ்மத் பேசினான். நான் கேட்டுக்கொண்டிருந்தேன். அவன் தன்னுடைய நகரத்தைப் பற்றிய நினைவுகளை ஆவலோடும் வியப்போடும் அள்ளிக்கொட்டினான். மற்றவர்களின் அனுபவத்திலிருந்து பயனடைய விரும்புவனிடமிருந்த உற்சாகம்தான் அவன் கதையின் தெளிவிற்கு அச்சாரமாகவிருந்தது . . .

ஓராண்டு கழித்து, அதாவது 2003ஆம் ஆண்டு, ஈராக்கில் அமெரிக்கத் தலையீடு ஆர்ப்பாட்டக்காரர்களின் எழுச்சிக்குத் தூபம் போட்டது. அமெரிக்காவில் தயாரித்த சிக்ரெட்களைப் பகிஷ்கரிக்கும் போராட்டம் ஒன்றுக்கு ஏற்பாடு செய்யப்பட்டது. ஏப்ரல் 9ஆம் தேதி பக்கத்து நாட்டில் அமெரிக்கத் தலையீட்டை எதிர்த்து இருநூறு பேர் தெருவில் ஊர்வலம் போனார்கள். அந்த ஒரு தடவை மட்டும் மக்களின் எழுச்சி அரசுக்குச் சாதகமாகவே இருந்தது. டமாஸ்கஸூம் அமெரிக்கப் படைக்கு எதிர்ப்பைத் தெரிவித்தது. சிரியாவின் அரசுக்குச் சாதகமான முஃப்டியும்கூட ஈராக்கின் ஜிஹாதுக்கு ஆதரவாக ஒரு 'ஃபட்வா'வைப் பிரகடனப்படுத்தியது. தராயாவின் கிளர்ச்சியாளர்கள் ஆர்ப்பாட்டங்களுக்குப் பாதுகாப்பு இருப்பதாக உணர்ந்தார்கள்.

ஆனால், டமாஸ்கஸ்ஸூக்கு இது கவலையளிக்க ஆரம்பித்துவிட்டது. மக்கள் இவ்வாறு எழுச்சியில் ஈடுபடுவது அவர்கள் கண்களை உறுத்தியது. ஒரு மாதத்திற்குள் ஆர்ப்பாட்டத்திற்குக் காரணமானவர்களென்று இருபத்தி நான்குபேர் கைது செய்யப்பட்டு, "அமைப்பைச் சீர்குலைக்கும் முயற்சியில் ஈடுபட்டதற்காக"ச் சிறையிலடைக்கப்பட்டார்கள். முஹமத் ஷிஹாடேவும் அதில் அடங்குவார். அவர்தான் அதற்கு அதிக விலை கொடுத்தவர். மூன்றுமாதம் கடுமையான விசாரணைக்குப் பின், அவரை மூன்றாண்டுகள் சிறையில் தள்ளினார்கள். அதுவும் மிக மோசமான 'சைத்நயா' சிறையில். தண்டனை கடுமையானது, அதேசமயம் அதிலிருந்து நிறைய கற்றுக்கொள்ள முடிந்தது. சிறைக்கம்பிகளுக்குப் பின்னால், உஸ்தேஸூக்கு நேருக்கு நேர் முஸ்லிம் சகோதரகளையும், சலாஃபிஸ்ட் களையும் சந்திக்க நேர்ந்தது. ஈராக்கிலிருந்தும், ஆப்கானிஸ்தானிலிருந்தும் வந்திருந்த ஜிகாடிஸ்ட்களையும்கூட சந்தித்தார். 2011ஆம் ஆண்டு புரட்சியின்போது, ஆசாத் அதே ஜிகாடிஸ்ட்களை விடுதலை செய்வார். ஆனால் அமைதியாக ஆர்ப்பாட்டம் செய்தவர்களைச் சிறையிலேயே வைத்திருப்பார். சைத்நயா சிறைவாசத்தின்போதுதான் உஸ்தேஸ் எதிர்க்கட்சி முக்கியப் பிரமுகர்கள் பலரைச் சந்திக்க முடிந்தது. உதாரணமாக, பொதுவுடைமைக் கட்சித் தலைவர் அப்தூல் அஸிஸ் கேரைச் சொல்லலாம். சிறைவாசத்தின்போதுதான், அவர் புத்தகங்களில் புகலிடம் தேடிச்செல்ல கற்றுக்கொள்கிறார். அவர் நேரடியாகத் தராயா நூலகம் அமைப்பதில் பங்குகொள்ளவில்லையாயினும், இந்த அனுபவம் பின்னர் அவருடைய இளம்நண்பர்களுக்கு ஓர் உந்துதலாக அமைந்தது எனலாம்.

2005ஆம் ஆண்டு விதிக்கப்பட்ட தண்டனைக்கு ஆறு மாதத்துக்கு முன்னரே உஸ்தேஸ் விடுவிக்கப்பட்டார். லெபனானின் முன்னாள் முதல் மந்திரி ரஃபிக் ஹரிரி பெய்ரூத்தில் படுகொலை செய்யப்பட்டார். சிரிய ஆட்சிமீது பழி விழுந்தது. சர்வதேச அழுத்தத்தின் காரணமாக அவ்வரசு, கைதிகளில் சிலரை விடுவித்தது. இருந்தும் உஸ்தேஸ் மீது அரசின் கவனம் இருந்துகொண்டே இருந்தது. இரண்டு மாதத்துக்கு ஒரு முறை விசாரணை மையம் அவரைத் தங்களிடம் வந்து ஆஜராக உத்தரவிட்டிருந்தது. அவர் நாட்டைவிட்டு வெளியேறத் தடை விதித்தது. பல்கலைக்கழகம் அவரை ஏற்றுக்கொள்ள மறுத்தது. இருந்தும் அவர் கலக்கமடையவில்லை. அவர்

ஆங்கில இலக்கியத்தில் பட்டம் பெற்றவர். அதை வைத்துக்கொண்டு மொழிபெயர்ப்புத் துறையில் ஈடுபட்டார். பின்னர் காதலில் வீழ்ந்து, திருமணம் செய்துகொண்டு குடும்பத்தலைவரானார். "அவர் ஒரு முன்மாதிரி என்று சொல்வதைவிட ஓர் உந்துதலாக இருந்தார் என்று சொல்வதே பொருத்தமாகவிருக்கும்" என்றான் அஹ்மத்.

தராயாவில், சில ஆண்டுகள் ஓரளவிற்கு அமைதி நிலவியது. 2011ஆம் ஆண்டு மார்ச் மாதம் 'அரபு வசந்தம்' என்னும் ஒரு புதிய நிகழ்வு மக்களை உலுக்கியெடுத்தது. சிரியாவின் மற்றோர் ஊரான தெராவில், இளைஞர்கள் தங்கள் பள்ளிச் சுவர்களில்: "டாக்டர், உமது வேளை வந்துகொண்டிருக்கிறது," என்று கிறுக்கிவைத்தனர். இது பஷார் அல் ஆசாத்துக்கு விட்ட நேரடியான எச்சரிக்கை. டுனீஷியாவில் பென் அலி வீழ்ச்சியும், எகிப்தில் ஹோஸ்னி முபாரக் வீழ்ச்சியும் இங்குச் சுட்டிக்காட்டப்படுகின்றன. சிரியா வீதிகளில் வெகுவிரைவிலேயே கோபம் கொழுந்துவிட்டெரிய ஆரம்பித்தது. அரபு –முஸ்லிம் நாடுகளில் காணப்பட்ட எழுச்சி தொற்றுநோய்போல் மற்ற நகரங்களையும் பற்றிக் கொண்டது. முன்னோடியாகவிருந்த தராயா தொடக்கத்திலேயே விழித்தெழுந்தது. மார்ச் 25 வெள்ளிக்கிழமை, 90களின் குழுமம், எதிர்ப்புப்பாதையில் இறங்கிவிட்டது. வேகவேகமாக, உஸ்தெஸ் முதல் கோஷத்தைத் தயாரித்தார். "தராயா முதல் தேரா வரை, தன்மானம் மிக்க மக்கள்," என்று ஆர்ப்பாட்டக்காரர்கள் ஒன்றுசேர்ந்து முழங்கினர். மக்கள் வெள்ளம் பெருகியது. ஆர்ப்பட்டத் தடையைப் பொருட்படுத்தாமல், ஒரே மணி நேரத்தில் ஆயிரக்கணக்கான மக்கள் வந்து குவிந்தனர். அதுவே பெரிய வெற்றி.

இளைய தலைமுறையினர் விரைவிலேயே தொண்டர்களானார்கள். தந்தையின் சொல்லையும் கேட்காமல், அஹ்மத் இரண்டாவது ஆர்ப்பாட்டத்தில் கலந்துகொண்டான். அவன் "முதன்முதலாகக் கலந்து கொண்ட" ஆர்ப்பாட்டத்தைப் பற்றிய எல்லா விவரங்களையும் நினைவில் வைத்துக்கொண்டிருந்தான். ஆர்வம் கொழுந்துவிட்டெரிந்தது. அதிகம் கத்தியதால் அவன் குரல் உடைந்துவிட்டது. அதில் கலந்துகொண்டதே அவனுக்கு மகிழ்ச்சி. அவன் நினைவில் ஏராளமான நிழற்படங்கள் குவிந்து கிடந்தன. திருமணச்சடங்குகளின்போது செய்வதுபோல் பெண்கள் அட்சதை தூவியது, குழந்தைகளை அவர்கள் பெற்றோர்கள் தோள்களில் சுமந்து எதிர்காலத்தை நோக்கிப் பிரயாணம்செய்தது போன்று அவன் நினைவுத்திரையில் படமாக ஓடிக்கொண்டிருந்தது. அதேபோலத்தான், த்ருய்ஸ், கிறித்துவச் சிறுபான்மையினர் வந்து ஆசாத்துக்கு எதிரான புரட்சியில் கலந்துகொண்டதும், உடனே ஆசாத் அப்புரட்சியை 'சுன்னித்' புரட்சி என்று சொல்லி சமுதாயத்தைப் பிரிக்க முயன்றதும், 'ஜென்னா,' 'ஜென்னா' (சொர்க்கம், சொர்க்கம்) என்று மக்களின் ஒருங்கிணைந்து வாய் கிழிய கோஷமிட்டதும் அவன் நினைவில்வந்து நிழலாடின. 90களின் உள்நாட்டுப் புரட்சி மீண்டும் வெடித்தது நிச்சயமாகிவிட்டது.

"மக்கள் அடித்தொண்டையால் கத்தினர். எதிர்பாராத கிளர்ச்சி! சர்வாதிகாரத்திற்கெதிராக நாங்கள் அனைவரும் ஒன்றாக இணைந்தோம்... தொடக்கத்தில், நாங்கள் அரசு ஒரு குறிப்பிட்ட முடிவுக்கு வரவேண்டு

மெனக் கேட்கவில்லை. அதிகப்படியான நியாயமும், சமத்துவமும், எங்கள் தேவைக்கு வேண்டியதையும்தான் கேட்டோம். பின்னர் எல்லாம் எப்படிஎப்படியோ திசைமாறிவிட்டன.

முதல் தோட்டாகள் முழங்கியபோது, இளம் ஆர்ப்பாட்டக்காரர்கள் ஒரு புதுமையைச் செய்துகாட்டினர். ரோஜாமலர்களையும், தண்ணீர் பாட்டில்களையும் போர்வீரர்களுக்குக் கொடுத்தனர். பாட்டிலோடு ஒரு துண்டுத்தாளுமிருந்தது. அதில் "நாங்களெல்லாம் உங்கள் சகோதரர்கள். எங்களைக் கொன்றுவிடாதீர்கள். நம் நாடு பெரிய நாடு. அதில் நாம் அனைவரும் சேர்ந்தே வாழலாம்." கியாத் மத்தர் எனும் 26 வயது தையல்தொழிலாளியின் கருத்து அது. அவனுடைய செய்தி அரசுக்கு எரிச்சலை ஏற்படுத்தியது. அவன் சொன்னது அரசு பரப்பிவிட்ட வதந்தியை முறியடிப்பதுபோல் இருந்தது. எதிர்ப்பாளர்கள் அனைவரும் மதவெறியர்கள் என்றும், அவர்களிடம் வெறுப்பும் நிறைய ஆயுதங்களும் இருக்கின்றதென்றும் அரசு பிரச்சாரம் செய்திருந்தது. 2011 செப்டம்பர் 6ஆம் தேதி, கியாத் மத்தர் கைது செய்யப்பட்டுச் சித்திரவதை செய்யப்பட்டான். மூன்று நாட்கள் கழித்து அவன் உடல் சடலமாக அவன் குடும்பத்திடம் ஒப்படைக்கப்பட்டது. அவ்விளைஞன் விதையடிக்கப்பட்டிருந்தான். அவன் தொண்டை கிழிக்கப்பட்டிருந்தது. 'இளைய காந்தி' என்று அஹ்மதும் அவன் நண்பர்களும் செல்லமாக அழைத்துவந்த கியாத் மத்தர் சித்திரவதை செய்யப்பட்டுக் கொல்லப்பட்டது அரசின் மிருகத்தனமான போக்குக்குக் கட்டியங்கூறுவதுபோலிருந்தது.

தராயாவின் வீட்டுச்சுவர்களுக்குப் பின்னால் சிலர் யார் கண்ணிலும் படாவண்ணம் ஆயுதம் ஏந்தத் தயாரானார்கள். இராணுவத்தினர் சிலர் வெளியேறி அரசைக் கைப்பற்ற முயற்சித்தனர் என்றும் பேச்சு அடிபட்டது. ஆனால் அஹ்மதும் கலகக்காரர்களில் பலரும் வன்முறை என்ற வலையில் விழ மறுத்தனர். தினசரி நூற்றுக்கணக்கானோர் கொல்லப்பட்டு வந்தபோதும், ஒவ்வொரு முறையும் கூட்டம் கூடும்போது, 'சில்மியே, சில்மியே', (அமைதி, அமைதி) என்பதுதான் அவர்களின் தாரக மந்திரமாக ஒலித்தது. உஸ்தேஸ¬ம் பெரியோர்களும் வகுத்த வழியிலிருந்து விலகாதபடியே அவர்கள் தொண்டர்களைச் சேர்த்துக்கொண்டிருந்தனர். அவர்களுக்குள் அமைதியாக ஓர் ஒப்பந்தம்செய்துகொண்டு, ஒருவர் மாறி ஒருவராகப் பொதுக் கட்டடங்களைப் பாதுகாத்தார்கள், பொதுமேடை விவாதத்தில் பங்குகொண்டார்கள், 'எனாப் பலாதி' (என் தேசத்துத் திராட்சைகள்) எனும் ஓர் இரகசியப் பத்திரிகையைத் தொடங்கி மக்களின் நிலையைப்பற்றி பாரபட்சமின்றிச் செய்திகள் பரிமாறிக்கொண்டிருந்தார்கள். திட்டுதிட்டாக ஆர்ப்பாட்டம் செய்வதில் கைதேர்ந்தவர்களாகிவிட்ட அவர்கள் பகல்பொழுது ஆபத்து நிறைந்ததாகக் காணப்பட்டால், இரவில் செயல்பட்டனர். 'தியாகிகளை' அடக்கம் செய்வதும்கூட அவர்கள் கூட்டம் கூடுவதற்கு ஒரு சாக்காகிவிட்டது. ஆனால் அரசைப் பொறுத்தவரையில், உயிர்விட்டவர்களும் உயிரோடு இருப்பவர்களும் ஒன்றுதான். 2012 பெப்ரவரியில், அருகிலிருந்த விமானப்படைத்தளத்திலிருந்து டாங்குகள் சவஊர்வலத்துக்கு மத்தியில் புகுந்து சுமார் முப்பது பேரைக் கொன்றன. "அந்நிகழ்ச்சி எங்கள் நினைவில் ஆழப்பதிந்துவிட்டது. இன்றும்கூட அந்தக்

'கறுப்புச் சனிக்கிழமை' பற்றிப் பேசிக்கொண்டுதான் இருக்கிறார்கள்," என்று அஹ்மத் சொன்னான்.

பின்னர், கற்பனை செய்துகூட பார்க்க முடியாத ஒரு நிகழ்வு ஆகஸ்ட் 25ஆம் தேதி நடைபெற்றது. மீண்டும் டாங்குகள் ஊருக்குள் புகுந்தன. "அதுவும் ரம்ஜான் பண்டிகையின்போது," என்று அஹ்மத் நினைவுகூர்ந்தான். மூன்று நாள் கடுமையான குண்டுவெடிப்புக்குப் பின் அரசுப் படைகள் தராயாவில் – தெருத் தெருவாக, வீடுவீடாகச் சென்று – எதிர்க்கும் மக்களைச் சுவர்நெடுகிலும் வரிசையாக நிற்கவைத்து ஒவ்வொருவராகச் சுட்டுக் குவித்தனர் – ஆண், பெண், குழந்தை என எந்தப் பாகுபாடுமின்றி!

அனைத்து ஆர்ப்பாட்டக்காரர்களுக்கும் ஒரு கூட்டுத் தண்டனை – மலர்கள் வைத்திருந்ததற்காகவும், தண்ணீர் பாட்டில் வைத்திருந்ததற்கும், ஊர்வலத்தின்போது அட்சதை போட்டதற்கும், புரட்சிக்கு முன்னரே தொடங்கிய சமாதானயாத்திரை போனதற்கும் இந்தக் கூட்டுத் தண்டனை. தற்காலிக மறைவிடமொன்றில் பதுங்கிக்கொண்டிருந்த அஹ்மதுவினால், துருப்புகள் போனபின்புதான், அதாவது மூன்று நாள் கழித்துதான், படுகொலைகளின் வீச்சை அளவிட முடிந்தது. பள்ளிவாசல் சதுக்கத்தில் குற்றவாளிகளாகக் கருதப்பட்டவர்களைப் பத்துப் பத்துப் பேராக நிற்கவைத்துச் சுட்டனர். பின்னர் கொலையுண்ட சுமார் ஐநூறு தியாகிகளுக்கு அவசரஅவசரமாக ஒரு கல்லறை தோண்டப்பட்டது. "உண்மையில், சுடப்பட்ட இடத்திலேயே புதைக்கப்பட்ட மற்றவர்களையும் சேர்த்துக்கொண்டால், இறந்தவர்களின் எண்ணிக்கை எழுநூறாகும்," என்று துல்லியமாகச் சொன்னான் அஹ்மத்.

இன்னும் ஏராளமான தொண்டர்கள் பட்டியலில் சேர்க்கப்படவில்லை. சித்திரவதை செய்யப்பட்டுச் சுடப்பட்ட அத்தொண்டர்களின் உடல்களைப் பற்றி 'சீசர்' எனும் இரகசிய ஆவணம் குறிப்பிடுகிறது. இராணுவக் காவல்துறை முன்னாள் புகைப்படக்காரர் ஒருவர் தப்பித்து ஓட முயன்றவர்களின் சடலங்களைப் புகைப்படம் எடுத்து உருவாக்கிய ஆவணம் அது.

"அப்படியே இடிந்துபோய்விட்டேன். என்னுடைய நகரத்தை – என்னுடைய சுற்றுவட்டாரத்தை – என்னால் கண்டுபிடிக்க முடியவில்லை," என்றான் அஹ்மத்.

இதுபோன்ற மாபெரும் படுகொலைக்குப் பின் குடும்பங்கள் கூட்டம்கூட்டமாகப் புலம்பெயர்வதை அவன் கலக்கத்தோடு பார்த்துக் கொண்டிருந்தான். ஆனால், அவன் மனம் அவனை இருக்கச்செய்தது. திட்டமிடச்செய்தது. அக்டோபர் மாதம் உள்ளூர் ஆலோசனைக் கூட்டம் கூடியது. ஒருமித்தக் கருத்தோடு, சிரிய விடுதலைப்படையின் இரண்டு பிரிவுகள் அவர்களின் கட்டுப்பாட்டில் வைக்கப்பட்டன. சிரிய விடுதலைப்படை என்பது அரசுக்கெதிராக அமைக்கப்பட்ட ஒரு புதிய அமைப்பு. அது தராயா மக்களின் நேரடி ஈடுபாட்டின் குறிப்பிடும்படியான அமைப்பு.

பஷார் அல் – ஆசாத்துக்குத் தன்னை எதிர்ப்பவர்களைப் பிடிக்காது. 2012 நவம்பர் 8இல் தராயாவைத் தனிமைப்படுத்திப் பழிவாங்கினார். இந்தக் கொடூரமான தண்டனையைப்பற்றிக் கேள்விப்பட்டதும், மேலும் ஒரு 'மக்கள் அலை' புலம்பெயர ஆரம்பித்தது. அஹ்மதின் பெற்றோர்களும் அதில் அடங்குவர். அவர்கள் அவனையும் தங்களோடு வருமாறு கெஞ்சினர். ஆனால், என்ன நடக்கப்போகின்றதோ என்று தெரியாமலிருந்தபோதும், அவன் அங்கேயே இருக்கத் தீர்மானித்தான்.

"புரட்சியைப் பாதியில் விட்டுவிட முடியாது," என்று அவன் அடித்துச் சொன்னான்.

ஆனால் பின்வந்த காலத்தில் என்னென்ன நடக்கப் போகின்றன என்பதை அவனால் கற்பனை செய்தும் பார்க்கமுடியவில்லை. அடுத்த ஆண்டு, 2013 ஆகஸ்டு 21ஆம் தேதி, இரவு நேரம்பார்த்து, இரண்டு ஏவுகணைகள் தராயாவின் வானைப் பிளந்தன. அதிசயமான வகையில், அவற்றைத் தொடர்ந்து எந்த வெடிச்சத்தமும் கேட்கவில்லை. ஆனால் சில நிமிடங்களிலேயே புறநகரில் கிளர்ச்சிக்காரர்கள் அமைத்திருந்த மருத்துவமனையில் ஏராளமான நோயாளிகள் வந்து குவிந்தனர். அவர்கள் அனைவருக்கும் நோயின் அறிகுறிகள் ஒன்றாகவே இருந்தன. எல்லோரிடமுமே உடல் நடுக்கம், கருவிழிகள் சுருக்கம், மூச்சுத் திணறல் ஆகியவை காணப்பட்டன. டமாஸ்கஸின் மற்ற எதிர்ப்புப் புறநகர்கள் போலவே, தராயாவும் இரசாயனக் குண்டுவீச்சுக்குப் பலியாகியிருந்தது! தராயாவில், ஜமல்கா, தூமா, மொடாமியா ஆகிய ஊர்களில் செய்ததுபோலவே, ஏவுகணைகள் ஒருவித நச்சுவாயுவைப் பரவச்செய்தன. பிரெஞ்சுச் சேவைமையங்கள் அதிவிரைவிலேயே அது 'சாரின்' வாயு என்று கண்டுபிடித்துவிட்டன.

பாரிஸ், லண்டன், வாஷிங்டன் ஆகிய நகரங்களில் ஆலோசனை ஆரம்பித்துவிட்டது. ஒருமனதாகச் சிரியாவைக் கண்டிப்பது என்ற முடிவுக்கு வந்தனர். ஐக்கியநாட்டுப் பாதுகாப்புச் சபையைக் கலந்துகொள்ளப் போவதில்லை. ஏனெனில், ரஷ்யாவும் சீனாவும் மறுப்பு தெரிவிக்கும். இதனால், வரும் விளைவுகளை அவை தாங்களாகவே சமாளிக்கத் தீர்மானித்தனர். முதலில் ஆர்வம் காட்டிய பராக் ஒபாமா, பின்னர், பாராளுமன்றத்தின் முடிவுக்கு விட்டுவிட முடிவு செய்தார். காரணம், இங்கிலாந்தின் பாராளுமன்றம் சிரியாவில் தலையிட மறுத்துவிட்டது. கடைசியில் ஆயுதத்தலையீடு கூடாது என்ற முடிவே வெற்றி பெற்றது. மாஸ்கோவின் ஆலோசனையின்படி, சிரியாவின் இரசாயன ஆயுதங்கள் சர்வதேசக் கண்காணிப்பு வளையத்துக்குள் கொண்டுவரப்பட்டன. பழிக்குப்பழிவாங்கும் நோக்கத்தில், சிரிய அரசு தராயாவை அதிக விலை கொடுக்க வைத்துவிட்டது. அதனைக் கொடூர தண்டனைகளுக்கான ஓர் ஆய்வுக்கூடமாக மாற்றிவிட்டது. தண்டிக்கப்படாமல் விடப்பட்ட பாஷர் அல் ஆசாத், அடக்குமுறை இயந்திரத்தைக் கட்டவிழ்த்துவிட்டு, அஹ்மதையும், மீதமிருந்த எதிர்ப்பாளர்களையும் தன் கிடுக்கிப்பிடியில் கொண்டுவந்துவிட்டார்.

"தலைநிமிர்ந்து நிற்கவேண்டும். தளர்ந்துவிடக் கூடாது, உஸ்தேஸ் விட்டுச்சென்ற தடயத்தை இன்னும் தோண்டிக் கொண்டிருக்கவேண்டும்," என்று அவன் தொடர்ந்து சொன்னான்.

2013 இறுதியில், இடிபாடுகளிலிருந்து புத்தகங்களை மீட்பது என்ற முடிவில் அவர்கள் தெளிவாகவிருந்தனர். முதலில் தயங்கினாலும், அஹ்மத் அக்கருத்துக்கு உடன்பட்டான். டமாஸ்கஸ் தாக்குதலுக்குப் பதிலடி கொடுக்க அவர்கள் பிரச்சாரங்களெல்லாம் பொய் என்று நிரூபிப்பதைவிட சிறந்த சவால் வேறொன்றும் இருக்க முடியாது. அதேசமயம் வன்முறை வலையிலும் விழுந்துவிடக் கூடாது.

பஷார் அல் – ஆசாத் அவர்களைக் குழிதோண்டிப் புதைத்துவிடுவதாகச் சபதம் எடுத்திருந்தார். அந்நகரையும், மீதியிருந்த மக்களையும், வீடுகளையும், மரங்களையும், திராட்சைத் தோட்டங்களையும், புத்தகங்களையும் மண்ணுக்குள் முடக்கிவிட உறுதி பூண்டிருந்தார்.

ஆனால் குழிக்குள்ளிருந்து ஒரு புத்தகக்கோட்டை முளைத்தது.

அதுதான் தராயாவின் இரகசிய நூலகம்.

சில நாட்களுக்குப் பின், 2015 அக்டோபர் மாதக் கடைசியில், நான் என் இ –மெயிலைத் திறந்தபோது, அதில் அஹ்மத் அனுப்பிய செய்தியொன்று இருந்தது. அது 'நூலக விதிமுறைகள்' குறித்த செய்தி.

1. நூலகர் அனுமதியின்றி எந்தப் புத்தகத்தையும் இரவல் வாங்க முடியாது.
2. குறிப்பிட்ட தேதிக்குள் நூல்களைத் திருப்பியளிக்க மறவாதீர்.
3. வாசகர் ஒருவர் எடுத்துச் சென்ற புத்தகத்தை நீண்ட நாள் தாமதித்துத் திருப்பித் தந்தால், மேற்கொண்டு அவர் புத்தகங்களை இரவல் வாங்க முடியாது.
4. மற்றவர்கள் அமைதியை மதித்து சத்தத்தைத் தவிர்க்கவும்.
5. நூலகத்தைச் சுத்தமாக வைத்துக்கொள்ள உதவுங்கள்.
6. தயவுசெய்து எடுத்த புத்தகங்களைப் பழையபடி அதே இடத்தில் வைக்கவும்.

பின்குறிப்பாக, அஹ்மத் விளக்கமும் அளித்திருந்தான். இந்த விதிமுறைகள்அறிக்கை ஏ4 அளவிலான பேப்பரில் அச்சிடப்பட்டு, சுரங்கப்பாதை வாசலில் எல்லோர் கண்ணிலும் படும்படியான இடத்தில் கம்பமொன்றின் மீது ஒட்டப்பட்டிருந்தது.

அந்த இளைஞர்களின் செயல் நெஞ்சைத் தொட்டது. பெருங்குழப்பத்துக்கிடையே, அவர்கள் நூலகமானது ஓர் எல்லைகளற்ற பிரதேசமாகவிருந்தது. பல கண்டங்கள் அணிவகுத்துநின்றன. அது ஓர் இரகசிய நிலவறை. அங்குப் புத்தகங்கள் எவ்விதக் கடவுச்சீட்டோ, குண்டுதுளைக்காத அங்கியோ இல்லாமல் சுற்றிவரும். யாரும் கடந்துவிட முடியாத அந்த இடத்தில், அவர்கள் ஒரு கூட்டு அந்தரங்க உணர்வை ஏற்படுத்தியதோடல்லாமல், ஒரு தார்மிக உணர்வையும், ஒழுங்கையும் நிலைநாட்டியிருந்தார்கள். அதனால்தான்

அவர்கள் நிலைத்துநிற்க முடிந்தது. அதனால்தான் ஒற்றுமையாக வாழவேண்டுமென்ற எண்ணம் ஏற்பட்டது. அதனால்தான், வன்முறையின் எல்லைகளைப் பின்னுக்குத் தள்ளியது போன்ற ஓர் உணர்வு ஏற்பட்டது. எதிர்பாராத வகையில் சுதந்திரச் சிரியப் படைப்போராளிகளும்கூட அங்கு வந்து போயினர்.

"எங்களுக்கு விசுவாசமான வாசகன் இருந்தான். அவனும் ஒரு போராளி. ஒரு புத்தகப் பைத்தியம். எது கிடைத்தாலும் படித்துவிடுவான். என் நண்பர்களும் நானும் அவனுக்கு 'இபன் கல்தூன்' என்று பட்டப்பெயர் வைத்து அழைப்போம். அந்த அளவுக்கு டுனீசிய வரலாற்றறிஞரின் நூல்களில் மூழ்கிக்கிடப்பான்," என்று அஹ்மத் சொல்லிக் கிண்டல் செய்தான்.

மறுநாள், அஹ்மத் எனக்கு இபன் கல்தூன் என்றறியப்பட்ட ஓமார் அபு அனாஸை அறிமுகப்படுத்தினான். முன்பிருந்த அதே பின்புலம். கணினி ஒன்று. எதிரெதிரே இரண்டு நாற்காலிகள். பின்னணியாக போர்முழக்கங்கள்.

“அஹ்லன் வ சஹ்லொன்,” என்று ஓமார் சொன்னான்.

அவன் பேசியது சுத்தமான சிரிய வட்டார வழக்கு மொழியில், அதாவது அரபு இலக்கிய மொழிக்கு நெருக்கமான மொழியில். பெரிய பண்டிதர்களின் நூல்களை படித்ததனால் ஏற்பட்ட தாக்கம் போலும். பிக்சல்களின் மேகங்களுக்கிடையே மெல்லிய தாடியுடன் ஒரு முகம் தெரிந்தது. மொழிபெயர்க்கும் தோழியொருத்தியுடன் நான் உற்றுக் கேட்கிறேன்.

ஓமாரும் பொறியியல் படித்துக்கொண்டிருந்தான். ஆனால், அதெல்லாம் புரட்சிக்கு முன் – போர் மூண்டு அனைவரின் வாழ்க்கையையும் சின்னாபின்னமாக்கும் முன்!

“அரசுப் படைகள் எங்கள் மீது சுட ஆரம்பிக்கும்போது ஆர்ப்பாட்டக்காரர்களைப் பாதுகாக்க வேண்டியிருந்தது. ஆகவே என்னுடைய படிப்பை விட்டுவிட்டு, தன்னார்வத் தொண்டனாகப் போராடினேன். அப்போதுதான் முதல் முறையாக ஆயுதம் ஏந்தினேன்.

24 வயதில், ஓமார், லிவா ஷுஹாஹு அல் – இஸ்லாம் கிளர்ச்சியாளர்களில் ஒருவனானான். சுதந்திரச் சிரிய படையின் இரு பிரிவுகளில் அதுவும் ஒன்று. மற்றது அஜ்னாத் அல் – சாம். தராயாவில், ஓமார் திடீரென போர்முனைக்குத் தள்ளப்பட்டான். வயது 18 முதல் 28 வரையிலான இளைஞர்களில் ஒருவன். அவர்களின் தளபதிகள் அரசுப் படையிலிருந்து தப்பித்துவந்தவர்கள். அவர்களுக்குப் போர் அனுபவம் உண்டு. ஆனால், இளைஞர்களுக்கோ அவ்வனுபவம் இல்லை. பல்கலைக்கழகத்தில் ஒன்றாகப் படித்தவர்கள் அல்லது பக்கத்துப்பக்கத்துவீட்டுக்காரர்களாக இருந்த அவ்விளைஞர்கள் சமயங்களில் மூன்று பேருக்கு ஓர் ஆயுதம் என்ற கணக்கில் குண்டுகளையும் டாங்குகளையும் எதிர்கொண்டனர்.

பிரெஞ்சில், லிவா ஷ ஹாஹ அல் – இஸ்லாம் என்பதை "இஸ்லாமுக்காக உயிர்த்தியாகம் செய்தவர்களின் படை" என்று மொழிபெயர்ப்பதுண்டு. இது குழப்பத்தை ஏற்படுத்தும்...

"நீ உன்னை ஒரு ஜிகாடிஸ்டாகக் கருதுகிறாயா?"

வேண்டுமென்றே அவனைச் சீண்டிப்பார்த்தேன். தெரிந்துகொள்ளும் ஆர்வத்தினால் மட்டுமன்றி ஆய்வில் பாரபட்சம் காட்டக்கூடாது என்ற எண்ணத்தினாலும்கூட. அது தேவையும்கூட, ஏனெனில், டமாஸ்கஸ் திருப்பித்திருப்பிக் கூறும் குற்றச்சாட்டுகளுக்கு விளக்கமளிக்க வேண்டி இருந்தது. என் கேள்வியைத் தொடர்ந்து ஒரு நீண்ட மவுனம். அவன் முகம் கறுத்துவிட்டது. அவனைக் கோபப்படுத்திவிட்டேன் என்று எண்ணினேன். பின்னர் ஒமார் ஒரு பெருமூச்சுவிட்டபின் பதிலளித்தான்:

"அரசுக்கு எதிராக நான் போராட்டம் நடத்தத் துணிந்தேன் என்றால், அதற்குக் காரணம், நான் பிறந்த மண்ணைப் பாதுகாக்க விரும்புகிறேன். என் நாட்டைப் பாதுகாக்க விரும்புகிறேன். என்னுடைய தனிமனித உரிமையைப் பாதுகாக்க விரும்புகிறேன். போராடுவது ஒரு தெரிவு கிடையாது. அது ஒரு தேவை. பன்முகத்தன்மையின் பெயரில் அது நடக்கிறது. ஒரு சிறு காகிதத்துண்டில் மாற்றம் வேண்டுமென்று எழுதிக் காட்டியதற்காக உங்கள் கண்முன்னேயே உங்கள் நண்பர்கள் சுடப்பட்டு வீழ்ந்தால், அவர்களைக் காப்பாற்ற வேண்டுமென்ற ஆவலைத் தவிர வேறென்ன தோன்றும்? துரதிர்ஷ்டவசமாக, அப்படித்தான் எல்லாம் தொடங்கியது. பின்னர், அரசு குண்டுமழை பொழிய ஆரம்பித்ததும், வன்முறை கட்டவிழ்த்துவிடப்பட்டது.

அவனுடைய சொற்கள் தெளிவாக இருந்தன. வழக்கமான ஜிகாடிஸ்ட்களின் உரைகள்போல் நம்மைச் சீண்டிவிடும் கொள்கை, கோட்பாடு என்றில்லாமல் இருந்தன. ஓர் இடத்தில்கூட, ஒமார் 'அல்லாவின் மகிமை' என்றோ 'இஸ்லாமின் பழிக்குப்பழி நாடகம்' என்றோ 'குருசேடர்களின் சூழ்ச்சி' என்றோ குறிப்பிடவில்லை. இது போன்ற பதங்களை இஸ்லாமியத் தீவிரவாதிகள்தான் தங்கள் பிரசங்கங்களிலும் நேர்காணல்களிலும் பேச்சுக்குப்பேச்சு சொல்லிக்கொண்டிருப்பார்கள். சொல்லப்போனால், அவனுடைய பேச்சில் 2011 புரட்சியாளர்கள் கோஷங்களிலிருந்தது போன்று ஒரு கபடற்ற தன்மையைக் காண முடிந்தது. தற்காத்துக் கொள்வதற்காகவே இந்த விடுதலைத் தாகமும், ஆயுதம் ஏந்துதலுமென்றிருந்தது. அடுத்த முனையிலிருந்து ஒமார் தொடர்கிறான்.

"ஜிகாதைப் பற்றிப் பேசவேண்டுமென்றால்... எங்கள் இயக்கத்தைக் 'கடவுள் வெறியர்கள் இயக்கம்' என்று கறைபடுத்த நினைப்பவர்களுக்கு, என்னுடைய எளிமையான விளக்கம் இதுதான்: நாங்கள் முஸ்லிம்கள். அதில் மாற்றமில்லை. அதுதான் எங்கள் கலாச்சாரம். ஆனால், மதத்தைத் தங்கள் சுயநலனுக்காகப் பயன்படுத்துவதை அனுமதிக்க மாட்டோம். அது 'அல் –நோஸ்ரா'வாக இருந்தாலும், 'டாட்ச்'சாக இருந்தாலும் அனுமதிக்கவே மாட்டோம். அவர்கள் எங்கள் கருத்துகளைப் பிரதிபலிப்பதில்லை. அவற்றைத் திரித்துக்கூறுகிறார்கள். ஒன்றை நினைவுபடுத்த வேண்டும்.

எங்கள் கிளர்ச்சி முதன்முதலாக நீதிமன்றத்தையும், மனித உரிமைகளையும் மதித்துத்தான் தொடங்கியது –இஸ்லாம் வழியாகவன்று.

குறிப்பாகப் புத்தகங்கள் அவர்கள் வாழ்க்கையில் எந்தக் காலக்கட்டத்தில் ஒரு தாக்கத்தை ஏற்படுத்தத் தொடங்கின என்று தெரிந்துகொள்ளும் ஆர்வம் ஏற்பட்டது. நூலகம் திறப்புவிழாவின்போதா? அல்லது குறிப்பிட்ட ஒரு பகுதியை வாசிக்கும்போதா?

"போர் பல ஆண்டுகள் தொடரும் என்றும், நமக்கு நாமேதான் துணை என்றும் எனக்குத் தெரிந்துவிட்டபோதுதான்."

அப்போதிலிருந்து புத்தகங்கள்தாம் பல்கலைக்கழகத்திற்கு மாற்றாகி விட்டன. நாம் நாமாகவே படித்துக்கொள்ள வேண்டியதுதான். வெற்றிடம் ஒன்று நிரப்பப்பட வேண்டியிருந்தது. இல்லையென்றால், அவ்வெற்றிடத்தை மதவெறியர்கள் தங்கள் பிற்போக்கு எண்ணங்களால் நிரப்பிவிடுவார்கள்.

"புத்தகங்கள் ஒரு தீர்க்கமான தாக்கத்தை என்னிடம் ஏற்படுத்தின. நான் வழிதவறிச் சென்றுவிடாமல் பார்த்துக்கொண்டன."

ஒமார் இப்படியாகத்தான் கையில் கிடைத்த புத்தகங்களையெல்லாம் படிக்கத் தொடங்கினான்.

"எனக்கு இபன் கல்தூனை மிகவும் பிடிக்கும். அவருடைய அரசியல், இறையியல் சார்ந்த புத்தகங்களைப் படித்திருக்கிறேன். அதேசமயம், மேற்கத்திய சர்வதேசச் சட்டம், சமூகவியல் நூல்களும் அதிகம் பிடிக்கும். பிற நாட்டுக் கோட்பாடுகளைப் படித்துத்தான் ஒரு புதிய அரசியலமைப்பை உருவாக்க நம்மைத் தயார்செய்துகொள்ள முடியும்."

அப்போதிலிருந்து அவனுடைய வாழ்க்கையில் போர் ஒரு பாதியும், இலக்கியம் ஒரு பாதியும் என்றாகிவிட்டது. ஒரு கையில் கலாசினிக்கோவ், இன்னொரு கையில் இலக்கிய நூல் ஒன்றுமாக இருந்தான். போர் முனையிலும்கூட ஒரு 'குட்டி நூலகம்' தொடங்கினான். மண் மூட்டைகளுக்குப் பின்னால் சுமார் பத்துப் புத்தகங்கள் ஒழுங்காக மறைக்கப்பட்டிருக்கும். ஆசாத்துக்கு எதிரான மற்றவர்களுங்கூட இந்த முறையைக் கடைபிடித்தனர். குண்டுமழை நின்றவுடன், புத்தகங்களின் பரிவர்த்தனை நடக்கும். கருத்துகள் பரிமாறிக்கொள்ளப்படும்.

"போர் வக்கிரத்தன்மை கொண்டது. மனிதர்களை மாற்றுகின்றது. உணர்வுகள், வேதனைகள், அச்சங்கள் அனைத்தையும் கொன்றுவிடுகின்றது. போரின்போது, உலகத்தை வேறுவிதமாகப் பார்க்கிறோம். ஆனால் வாசிப்பானது மனதுக்கு ஆறுதலளிக்கின்றது – நம்மை வாழவைக்கின்றது. படிப்பதனால் நாம் மனிதர்களாக இருக்க முடிகிறது."

ஒமாருக்கு வாசிப்பு மறுவாழ்வுக்கான ஓர் உள்ளுணர்வு, உயிர்வாழ்வதற் கான தேவை. ஒவ்வொரு தடவையும் நேரம் கிடைக்கும்போது, நூலகத்திற்கு விரைந்து சென்று புதிய வரவுகளை வாங்கிப் படிப்பான். புத்தகங்கள் அவனை ஆட்கொண்டிருக்கின்றன. அவனை விடாமல் பிடித்து வைத்திருக்கின்றன. இரவு நேரத்தில், தனக்குத் துணையாகத் தன் ஆயுதத்தை

மட்டும் வைத்துக்கொண்டு படிப்பில் ஆழ்ந்துவிடுவான். புத்தகங்கள்மீது அவனுக்கு அபார நம்பிக்கை. சொற்களின் மாயவித்தையின்மீதும் அபார நம்பிக்கை. எழுத்துக்களின் நற்பயன்கள் புண்பட்ட ஆன்மாவுக்கு ஓர் அருமருந்து. அவற்றின் மர்மமான இரசவாதத் தன்மை நமக்கான காலத்தை நகராமல் ஸ்தம்பிக்கவைக்குமாதலால் அவற்றின் மீதும் அவனுக்கு அபார நம்பிக்கை. 'பெத்தி புஸ்ஸே' எனும் பிரெஞ்சு நாட்டுப்புறக்கதையில் சிறுவனொருவனைக் காட்டிற்கழைத்துச்செல்லும்போது மீண்டு வர வழி தெரியும் பொருட்டு அவன் சின்னச் சின்னக் கற்களை போகும் வழியில் போட்டுக் கொண்டே போவான். அதுபோல் புத்தகங்கள் வழி காட்டிகளாக உதவுகின்றன. ஒரு புத்தகம் இன்னொரு புத்தகத்துக்கு இட்டுச் சென்றது. அவர்கள் தடுமாறுவதுண்டு. தள்ளாடிக்கொண்டே முன் செல்வதுமுண்டு. சற்று இளைப்பாறிவிட்டு மீண்டும் தொடர்வதுமுண்டு. எல்லாமே படிப்பினைதான். 'ஒவ்வொரு புத்தகத்திலும் ஒரு வரலாறு இருக்கும், ஒரு வாழ்க்கை அடங்கி இருக்கும், ஓர் இரகசியம் மறைந்திருக்கும்,' என்றான்.

"இத்தனைப் புத்தகங்களிலும் உனக்குப் பிடித்தமானது என்று ஏதாவதொன்று இருக்கிறதா?"

"*அல் கவாக்கா*, என்று தயக்கமெதுவுமின்றிச் சொன்னான்.

அல் கவாக்கா! (மேல் ஓடு). எனக்கு அந்த நாவலைத் தெரியும். புரட்சிக்குமுன் அதை நான் படித்திருக்கிறேன். மனதை உறையவைக்கும் நாவல். பயங்கரமானது. முஸ்தாபா காலிஃபே எழுதியது. அவர் சிரிய கிறித்துவர். பன்னிரண்டு ஆண்டு 'பாலைவனச் சிறை' என்றழைக்கப்படும் பல்மிராவின் பயங்கரச் சிறையிலிருந்து விடுதலையானபின் எழுதியது. தன்மையில் எழுதப்பட்ட அந்தக் கதையில் ஹாஃபெஸ் அல் – ஆசாத் அரசாட்சிக் காலத்தில் சிறையதிகாரிகள் அரங்கேற்றிய கொடுமைகள், சித்திரவதைகள், கோரக்காட்சிகள் அனைத்தும் விரிவாகச் சொல்லப்பட்டிருக்கும். அந்தக் கொடூரக்காட்சிகளின் கதையை ஓமார் படித்தானென்றால் அவனுக்கிருந்த துணிவை நினைத்து வியப்படைந்தேன். அன்றாட வாழ்க்கையில் அவன் சந்தித்த கொடூரங்கள் போதாதுபோலும்!

"ஆசாத்துக்குப் பின்னர் அவர் மகன் ஆட்சி செய்தபோது, அந்த நூல் தடைசெய்யப்பட்டிருந்தது. கடுமையான தடை இருந்ததால், அவர்கள் ஆட்சியின் கொடுமைகளைப்பற்றிய தகவல்கள் மிகக் குறைவாகவே கிடைத்தன. புரட்சியின் தொடக்கத்தில், ஆசாத்திற்குச் சாதகமான படைகள் எங்களை மோசமாக நடத்த ஆரம்பித்தபோதுதான் எங்களில் பெரும்பாலோர்க்கு அது பற்றித் தெரிய வந்தது. இன்று, எங்களது கடந்தகாலக் கதையைத் திரும்பிப்பார்க்க வேண்டிய கட்டாயம் ஏற்பட்டுவிட்டது. அவநம்பிக்கையும் மனச்சோர்வும் ஏற்படும்போதெல்லாம் அந்நூல்தான் நாம் போரிடுகிறோம் என்பதை நினைவுபடுத்துகிறது.

மேலோடு எனும் நூல் கொடுமைகளின் உச்சத்தை வருணித்தாலும், ஓமார் அதனுடன் ஒரு பிடிப்பை ஏற்படுத்திக்கொண்டிருந்தான். அது அவனுக்கு ஒரு கதவைத் திறந்து, மறைக்கப்பட்டிருந்த தன்னுடைய

நாட்டின் வரலாற்றை வெளிச்சம்போட்டுக் காட்டியது. நினைவுகளை அழிப்பவர்களையும், ஒற்றைச் சிந்தனையைப் புகுத்தும் தலைவர் களையும் இனம் கண்டுகொள்ளப் பயன்பட்டது. ஒரு காலத்தில் தடைசெய்யப்பட்டிருந்த அந்த நூல்தான் தராயாவில் அதிகம் படிக்கப்பட்ட நூல் என்று பின்னர்தான் எனக்குத் தெரியவந்தது. அப்புத்தகம் யகாயா ஷொர்பஜி என்பவர் வீட்டிலிருந்து எடுக்கப்பட்டதால், அதன் மதிப்பு பன்மடங்கு உயர்ந்திருந்தது. அவர் உஸ்தேஸின் நண்பர். 90களில் அதிருப்தியாளர்கள் பக்கம் இருந்தவர். 2011ஆம் ஆண்டு 'இளைய காந்தி' கியாத் மத்தரோடு கைது செய்யப்பட்டவர். அதன்பின் அவர் என்ன ஆனார் என்று அவர் குடும்பத்துக்குத் தெரியாது. ஆனால் அவர் பெயர் எல்லோருடைய உதடுகளிலும் ஒலித்துக்கொண்டிருந்தது. நூலகம் திறக்கப்பட்டதிலிருந்து அவர் பெயர் முதல் பக்கத்தில் உள்ள நூலை எல்லோர் கண்களுக்கும் படும்படியாக வைப்பது வழக்கமாகிவிட்டது.

ஓமாருக்கு அப்புத்தகத்தின் மீது அவ்வளவு பற்று வர இன்னொரு காரணமும் இருந்தது. அதாவது, அந்நூல் ஒருவகையில் அவனுடைய சொந்த வாழ்க்கையைப் பிரதிபலித்தது. வெளியுலகத் தொடர்பற்று எப்படி உயிர் பிழைத்திருப்பது என்பதையும், கட்டாயத் தனிமைச் சிறையை எவ்வாறு சமாளிப்பது என்பதையும் அவனுக்குக் கற்றுத்தந்தது.

அவன் அதிலுள்ள ஒரு பகுதியைப் படித்துக்காட்டவேண்டுமென்று துடித்துக்கொண்டிருந்தான்:

"நான் கடந்தகாலத்தை ஒரு பக்கம் ஒதுக்கிவைத்துவிட்டு என்னுடைய எதிர்காலத்தைப் பற்றி கனவுகாண்கிறேன். பகல்கனவு எனக்குப் பழக்கமாகி விட்டது. அதில்தான் எனக்கு மகிழ்ச்சி. அதுதான் எனக்குப் போதை மாத்திரை. என்னுடைய கனவை மெல்லமெல்ல உருவாக்குகிறேன். எல்லா அம்சங்களையும் அதில் சேர்க்கிறேன். அதனை வரைந்து பார்க்கிறேன். அவ்வப்போது அதில் திருத்தங்கள் கொண்டுவருகிறேன். பலமணிநேரம் உட்கார்ந்த நிலையிலோ, படுத்த நிலையிலோ அதனுள் மூழ்கிஇருக்கிறேன். நான் இருக்கும் நிலையை மறக்கிறேன். எல்லாம் சுலபமாகவும் மகிழ்ச்சியாகவும் இருக்கும் ஒரு நிலைக்கு நான் தாவி விடுகிறேன்.[1]

ஓமார் வாசித்துக்கொண்டே தலையைத் தூக்கித் தொடர்ந்து சொல்கிறான்:

"மேலோடு ஒருகண்ணாடி. அதில் என் பிம்பத்தைப் பார்க்க முடியும். அது ஒரு கவசம். நிலைமை மோசமாகும்போது அது எனக்குப் பாதுகாப்பு அளிக்கும்; அது ஒரு வலிமையான கூடு. ஆபத்திலிருந்து தற்காத்துக் கொள்ள அதனுள் புகுந்துகொள்ளலாம்."

புத்தகங்களின் மீது அவன் கொண்டுள்ள நம்பிக்கை இன்னும் பல சம்பவங்ளை நினைவுக்குக் கொண்டுவருகின்றது. முதல் உலகப்போரின்போது இராணுவவீரர்களின் வாக்குமூலங்களிலிருந்தும், கடிதங்களிலிருந்தும் அதனைக் காணலாம். கல்விப்பயிற்சியில் மேற்படிப்புப் படித்திருந்த மர்சேல் எதேவே போர்முனையில் இரண்டாண்டுகள் சேவை செய்தபோது

எண்பது புத்தகங்கள் படித்திருந்தார். கேப்டன் ரொபேர் துய்பார்லே மறைகுழியில் காத்திருக்கும்போது படிப்பதற்காக அவர் மனைவி ஏராளமான புத்தகங்கள் அனுப்பியவண்ணமிருந்தாள். பாசறையில் படிப்பதற்கென்றே பிரபலமான ஃபிராங்க்ளின் சொசைட்டி முன்னூற்றைம்பது நூலகங்கள் அமைக்க நிதியுதவி அளித்ததும் குறிப்பிடத்தக்கது. வாசிப்பு என்பது தப்பிப்பதற்காகவும், நிலைதடுமாறாதிருக்கவும், உயிர்வாழ்வதற்கும் தேவையாகவிருந்தது.

தராயா இளைஞர்கள் அதற்குமேல் ஒரு படி சென்றிருக்கிறார்கள். முற்றுகை யிடப்பட்ட பகுதியில், வாசிப்பதைத் தடையை மீறும் செயலாகப் பயன்படுத்தியுள்ளனர். நீண்ட நாள் அவர்களிடமிருந்து பறிக்கப்பட்ட சுதந்திரத்தை நிலைநாட்டிக்காட்டினர்.

வலுக்கட்டாயமாகச் சுற்றிவளைக்கப்பட்டிருந்தாலும், சிரிய இளைஞர்கள் தேர்ந்தெடுத்த நூல்கள் 1914–1918 போர்வீரர்கள் தேர்வு செய்த நூல்களைவிட அதிக அளவில் பலதரப்பட்டவையாக இருந்தன. ஏனெனில், போர்வீரர்களுக்கு வருவனவற்றை அவர்களின் மேலதிகாரிகள் எதிர்மறையான கருத்துகள் புகுந்துவிடாமல் கண்காணிக்கும் பொருட்டுப் நன்கு பரிசோதித்த பின்னரே அனுப்பினர். தராயாவில் பதிப்பகங்கள் மீது எவ்விதத் தணிக்கையுமில்லை. சிரிய சுதந்திர இராணுவ வீரர்களும், சமூகச்சேவகர்களும் அழிவுகளிலிருந்து காப்பாற்றிய ஆயிரக்கணக்கான பிரதிகளை நூலகத்திற்குக் கொடுக்க முன்வந்தனர். சில புத்தகங்கள் கிடைக்கவில்லையெனில், நவீனத் தொழில்நுட்பங்கள் பயன்படுத்தப்பட்டன. புரட்சியின் தொடக்கத்தில் சிறுசிறு செயற்கைக்கோள் அலைவாங்கிகள் மூலம் வலைதளங்களைப் பயன்படுத்தினர். கைப்பேசியிலேயே அரசியல் கட்டுரைகளையும், தத்துவக்கட்டுரைகளையும் நேரடியாகப் படித்தனர்.

"என் நண்பர்கள் இணையதளம் வழியாகப் பெற்ற புத்தகங்கள் பலவற்றை என் ஸ்மார்ட்ஃபோனுக்கு அனுப்பிவைத்திருக்கின்றனர். அவை எனக்குப் பேருதவியாக இருக்கின்றன – அதிலும் நூலகம் செல்ல எனக்கு நேரம் கிடைக்காதபோது," என்று சொன்னான் ஒமார்.

அவனுடைய கனவு ஒன்றிருந்தது. மக்கியாவெலியின் 'ப்ரின்ஸ்' எனும் புத்தகத்தைப் பற்றிக் கேள்விப்பட்டிருக்கின்றான். அதில் ஒரு டிஜிட்டல் பிரதியை வாங்கவேண்டுமென்பதுதான் அந்தக் கனவு. உரையாடலை முடிக்கும்போது, அரபுமொழி மொழிபெயர்ப்பில் ஒரு பிரதி வாங்கி அனுப்பிவைப்பதாக முடிவுசெய்துகொண்டேன். அவன் மீண்டும் போர்முனைக்குச் செல்லும்போது மிகவும் குரூரமான புத்தகங்களில்கூட காண முடியாத ஆபத்துகள் நிறைந்த வழியில் செல்லவேண்டியிருக்கும் என்று நினைத்துக்கொண்டேன்.

தராயா பிரச்சினை சம்பந்தப்பட்ட தகவல்கள் ஒன்றன்பின் ஒன்றாக வர ஆரம்பித்தன. அஹ்மத், அபு எல் –எஸ், ஓமார் ஆகியோரைத் தொடர்ந்து சுமார் பத்து செயல் வீரர்களும் கிளர்ச்சியாளர்களும் என்னுடன் உரையாட ஒப்புக்கொண்டனர். கிடைத்த தகவல்களைச் சரிபார்க்க உரையாடல்களைச் சற்றுக் குறைத்துக்கொண்டு, லெபனான் சென்று அங்கு ஓடிப்போயிருந்த எதிர்ப்பாளர்களைச் சந்தித்தேன். பின்னர் தென்துருக்கியில், கசியந்தெப்புக்குப் போய் வந்தேன். அங்கு தராயாவின் புலம்பெயர்ந்த ஆலோசனைக்குழுப் பிரதிநிதிகளைச் சந்தித்தேன். பிரச்சினை பற்றிப் பத்திரிகையாளர்கள், பலநாட்டுத்தூதர்கள், மனிதாபிமான அபிமானிகள் ஆகியோரிடம் பேசினேன். இஸ்தான்புலுக்குத் திரும்பியதும். 90களின்பொதுஜன இயக்கத்தின் போராளிகளைச் சந்தித்தேன். அவர்களனைவரும் ஒருமித்த கருத்தைக் கொண்டிருந்தனர். அவர்களைப் பொறுத்தவரை, தராயா ஒரு தனித்தன்மை கொண்ட ஊர்; தாக்குப்பிடித்தலின் அடையாளமாக இருப்பதுமன்றி, ஆளுமைக்கும் எடுத்துக்காட்டாக விளங்கியது. அங்குப் போர்க்காலத்தில்கூட குடிமக்கள் இராணுவத்தின்மீது கட்டுப்பாடு வைத்திருந்தனர்.

அஹ்மதை ஆழம்பார்க்கத் தொடங்கினேன்.

ஜிகாத் பிரச்சினை என்னை நெருடிக்கொண்டிருந்தது. டமாஸ்கஸில் அரசுக்கு ஆதரவான அல்–துனியா தொலைக்காட்சி தராயாவைப் பயங்கரவாதிகளின் புகலிடம் என்றும் அவர்களை ஒழித்துக்கட்டவேண்டுமென்றும் திருப்பித்திருப்பித் சொல்லிக்கொண்டே இருந்தது. ஒரேவழியாக அழித்துவிட வேண்டுமென்று முழங்கிகொண்டிருந்தது. அரசின் பொய்நாடகம் இங்குத் தெளிவாகத் தெரிந்தது. இருப்பினும், நான் உறுதி செய்துகொள்ள விரும்பினேன். தராயாவின் புறநகரில் இஸ்லாமியப் பயங்கரவாதிகள் குறைந்த அளவிலேனும் தங்கியிருக்கிறார்களா என்று தெரிந்துகொள்ள வேண்டும்.

அஹ்மத் என் கேள்விகளைக் குறித்துக்கொண்டு, பின்னர் பதிலுரைத்தான்.

“உங்களிடம் ஒன்றையும் மறைக்காமல் சொல்லப் போகிறேன். எழுச்சியின் தொடக்கத்தில், தராயாவின் ஆர்ப்பாட்டக்காரர்களில் பெரும்பாலானோர் சிரியப் புரட்சியின் கொடியாகிய பச்சை –சிவப்புக் கொடியை ஏந்தினார்கள். பின்னர் வெகுசிலரே பிரபலமான கறுப்புக்கொடி ஏந்தினார்கள். அதில் இஸ்லாம் கொள்கை வெள்ளை எழுத்துக்களில் பொறிக்கப்பட்டிருந்தது. போகட்டும் என்று விட்டுவிட்டோம். ஏனெனில் ஒரே கருத்தையும் ஒரே நிறத்தையும் திணித்துக்கொண்டிருந்த அரசின் கீழ் நீண்ட நாள் துன்பப்பட்டுவிட்டோம். மேலும், அந்தக் கறுப்பு நிறம் நபிகள் நாயகத்தைக் குறிப்பதாகச் சொல்லப்பட்டது. அல்கொய்தாவையோ, வேறெந்த இயக்கத்தையோ குறிப்பதல்ல என்றார்கள். இஸ்லாமைக் கொடியாகக் பிரதிபலிக்கச்செய்வது கசையடி கொடுத்துக்கொண்டிருந்த அரசுக்கு ஒரு சவாலாக நினைத்தோம்.

“பின்னர், 2012ஆம் ஆண்டு, அசாத்துக்குச் சாதகமான படைகள் தராயாவைச் சுற்றி வளைத்தபோது, அல் –நொஸ்ரா முன்னணியிலிருந்து அரை டசன் வீரர்கள் தராயாவில் ஊடுருவினர். அக்காலக்கட்டத்தில் அங்குப் புறநகர் மொடாமியா பிளவு மூலம் ஊடுருவல் சாத்தியமாகி இருந்தது. ஆசாத்துக்கு எதிரான ‘சுதந்திரச் சிரியப் படை’ வீரர்கள் அப்போதுதான் செயலாற்றத் தொடங்கியிருந்தனர். இஸ்லாமியப் பிரதேச அமைப்பு இன்னும் உருவாகவில்லை. அல் –நொஸ்ரா முன்னணிபற்றி அவ்வளவாகத் தெரியவில்லை. ஆதலால், நாங்கள் ஏமாந்துவிட்டோம். அக்காலக்கட்டத்தில், இளைஞர்களை வசப்படுத்துவது மிகமிகச் சுலபமாகவிருந்தது. காரணம், அறியாமை; ஏமாற்றமும்கூட. சில சமயங்களில், எதிர்ப்புமனப்பான்மையும் சேர்ந்துகொண்டது.

“விரைவிலேயே அல் –நொஸ்ரா இயக்கத்தில் புதிதாகச் சேர்ந்தவர்கள் உஸ்தேஸ் குழுவுடன் ஒத்துப்போக மறுக்க ஆரம்பித்தார்கள். அவர்களை மேற்கத்திய நாடுகளின் கைக்கூலிகளென்றும், இஸ்லாமுக்கு இழுக்கானவர்களென்றும், தீயசக்திகளென்றும் குறைகூறத் தொடங்கினர். சில இழுபறிகளும் சண்டைகளும் ஏற்பட்டன. 2014ஆம் ஆண்டு உள்ளூர் ஆலோசனைக்குழு நிலைமையைக் கட்டுக்குள் கொண்டுவரும் பொருட்டு, படைத்தலைவர்களாகிய லிவா ஷுஹாஹா, அஜ்னத் அல் –ஷாம் ஆகிய இருவரையும் ஒரு பொதுஒப்பந்தத்தில் கையெழுத்திட வைத்தது. அதன்படி எல்லோருடைய சம்மதமுமின்றி எந்த இராணுவ அமைப்பையும் யாரும் ஏற்படுத்த அனுமதிக்கப்பட மாட்டார்கள்.

மீண்டும் ஒரு முறை, தராயாவில் விவேகம் வென்றது. ரக்காவில் போலன்று. ரக்கா ஆசாத்துக்கு எதிராகப் பொரிட்டது. ஆனால் அல் –நோஸ்ரா அதனைக் கைவசப்படுத்தியது. பின்னர் டாட்ச் அதனைக் கைவசப்படுத்திப் புரட்சிக்கு மூன்றாண்டுகள் கழித்து, சிரியத் தலைநகரை தன் ‘காலிஃபெட்’டாக ஆக்கியது. ஆனால் தராயா ஜிகாடிஸ்ட்களைச் சமாளித்துவிட்டது. தலைதூக்க முடியாமல் போய்விட்ட அல் –நோஸ்ரா நாளடைவில் மறைந்துவிட்டது. முற்றிலுமாகவே மறைந்துவிட்டது. ஜிகாடிஸ்ட்கள் தராயாவை ஒழிப்பதற்கு அதனுடைய அசாதாரண நிர்வாகம்தான் காரணம். இராணுவ முடிவுகள் எதிர்தரப்பின் பிடியில்

இருந்த பெரும்பாலான பகுதிகளில் நடைமுறையில் இருந்ததுபோல் சுதந்திரச் சிரிய இராணுவத்தால் எடுக்கப்படவில்லை. அவை உள்ளாட்சி ஆலோசனைக்குழுவினால்தான் எடுக்கப்பட்டன. போரினால் பலவீனப்படுத்தப் பட்டிருந்தாலும், அதன் அமைப்பு வலுவாக இருந்தது. அதற்குப் பல கிளைஅலுவலகங்கள் இருந்தன. நிர்வாகம், இராணுவம், நீதிபரிபாலனம், நிதித்துறை, பொதுத்தொடர்பு மையங்கள், சுகாதாரம், பொதுசேவை எனப் பல்வேறு துறைகளுக்கான அலுவலகங்கள் இருந்தன. அதுவே ஒரு கையடக்க அரசாங்கமாக விளங்கியது.

“உங்களிடம் ஓர் இரகசியம் சொல்லப்போகிறேன்,” என்று அஹ்மத் தொடர்ந்தான். என்னிடம்கூட ஒரு கட்டத்தில் தயக்கம் இருந்தது. ஆயுதம் ஏந்துவதில் எனக்கு உடன்பாடு இல்லையெனினும், அல் –நோஸ்ரா முன்னணியினரின் வாக்குறுதிகளில் ஓர் ஈர்ப்பு இருந்தது. ஏதோ ஒரு கவர்ச்சி அவர்களிடம் காணப்பட்டது. அவர்களது சொற்பொழிவுகள் மக்களைக் கவரும்வண்ணம் இருந்தன. அவர்கள் அல்கொய்தாவுடன் நெருக்கமானவர்கள் என்று கனவிலும் நினைக்கவில்லை. அவர்கள் எங்களுக்குத் தோள்கொடுத்து, புரட்சிக்கு வலு சேர்ப்பார்களென்று சிறுபிள்ளைத்தனமாக நினைத்தேன். எங்களுக்குள் பொதுவாக இருந்த குறிக்கோள் ஆட்சியை அகற்றுவதுதான் என்பதால் அந்த எண்ணம் ஏற்பட்டது. பின்னர்தான் அவர்களின் உண்மைமுகம் தெரியவந்தது. நாட்டின் மற்ற பகுதிகளில் நடந்தேறிய தற்கொலைப்படைத் தாக்குதல்கள், அவர்கள் கட்டுக்குள் கொண்டுவர விரும்பிய பகுதிகளில் கட்டவிழ்த்துவிட்ட வன்முறைக் கலாச்சாரம், சுதந்திரச் சிரிய இராணுவத்தினரைக் கடத்திச் சென்று கொலைசெய்தது போன்ற நிகழ்வுகள் எனக்கு அவர்களின் சுயவுருவைக் காட்டின. டாட்ச் ஜிகாடிஸ்ட்களுக்கு மாறாக அவர்களின் பயங்கரவாத நடவடிக்கைகள் சிரியாவின் எல்லைகளைத் தாண்டிச் செல்லவில்லையெனினும், அவர்களால் நாட்டுக்கு ஒரு கரும்புள்ளி ஏற்பட்டது. இஸ்லாமின் பெயரால் அவர்கள் கருத்துத்திணிப்பிலும், நாடுபிடிப்பதிலும் மும்முரமாக இருந்தனர்.

அதுவும் ஒரு வகையில் மக்களை அழிக்கும் செயல்தான், ஆனால் அது மதத்தின் பெயரால் நடந்தது. ஒற்றைச் சிந்தனைக்கு மக்களையும் நகரங்களையும் பலிகடாவாக்கும் ஒரு வில்லங்கமான நோக்கங்களில் அதுவும் ஒன்று.

“எங்கள் வளாகத்தின் சிறப்பு என்னவென்றால், ஆசாத்துக்கு எதிரானவர்களனைவரும் தராயா இளைஞர்கள்,” என்று அஹ்மத் தொடர்ந்தான். “பெரும்பாலும் தொழிலனுபவம் இல்லாத அவர்கள் தங்களை அரசின் துப்பாக்கிக்குண்டுகளிலிருந்து தற்காத்துக்கொள்ள முதன்முறையாக ஆயுதத்தைக் கையிலெடுத்தனர். மூன்றில் ஒரு பங்கினர், ஓமார் போன்ற முன்னாள் மாணவர்கள். இதில் கொடுமை என்னவென்றால், பாஷார் அல் –ஆசாத் வேற்றுநாட்டினரை ஊடுருவவைத்ததாக எங்களைக் குற்றம் சாட்டினார். ஆனால், அவர்கள் படைகளுக்குத்தான் ரஷ்ய இராணுவமும், ஈரானிய, ஈராக்கிய, ஆஃப்கான், பாகிஸ்தான் குடிப்படைவீரர்களும் மிச்சம் மீதி இருந்த எதிர்ப்பாளர்களை

ஒடுக்க உதவியாக இருந்தனர். பிரச்சார இயந்திரத்தை முடுக்கிவிட்டு, பாஷர் அல்–ஆசாத் தான்தான் டாட்சிற்கு எதிர்அரணாக இருப்பதாக மேற்கத்திய நாடுகளுக்கு ஒரு தோற்றத்தை உருவாக்கினார். உண்மை என்னவென்றால், டமாஸ்கஸின் மிருகத்தன ஆட்சிதான் எதிரிகளை அடிப்படைவாதத்தில் இறங்கச்செய்தது. களையெடுக்க வேண்டியதை ஆசாத் வளரவிட்டுக்கொண்டிருந்தார். பயங்கரவாதத்தை ஒழிக்க வேண்டுமானால், அரசு முதலில் ரக்கா மீது குண்டு போட்டிருக்க வேண்டும் – தராயா மீதல்ல.

அஹ்மத் பேசுவதை நிறுத்தினான். அரசியல்பற்றி அதிகமாகவே பேசிவிட்டான். மீண்டும் நூலகம்பற்றிய உரையாடலுக்குத் திரும்பினான்:

“நூல்கள் எங்களைக் காப்பாற்றிவிட்டன. அவை இருட்டடிப்பு வாதத்தை எதிர்கொள்ளக் கேடயமாகப் பயன்பட்டன. நல்ல எதிர்காலத்திற்கு உத்தரவாதமாகின. நாங்கள் பொறுமையை வளர்க்க வேண்டும். பிரான்சில் உங்களுக்கும் இந்த அனுபவம் உண்டு. புரட்சி ஒரே நாளில் நடந்துமுடிந்துவிடவில்லை. கொஞ்சநாளைக்குமுன் என் நண்பர்களோடு ‘லே மிசேராபிள்’ படம் பார்த்தேன். விக்தோர் உய்கோ வின் நாவலைத்தழுவி எடுக்கப்பட்ட அப்படத்தை இணையதளத்தில் பார்த்தேன். எவ்வளவு கஷ்டமாக இருந்தது தெரியுமா? ஆனால், அதே சமயம், எனக்குள் நான் சொல்லிக்கொண்டேன்: ஆண்டுகள் பல சென்றன. ஆனால், இறுதியில், பிரான்ஸ் தான் விரும்பியதை அடைந்துவிட்டது. அதாவது, சமூகநீதி, மக்களாட்சி, மனிதஉரிமை ஆகிய அனைத்தும் பிரான்ஸுக்குக் கிடைத்துவிட்டன. அதனால், மீண்டும் நம்பிக்கை பிறக்கிறது. *அமெலி புலேன்* எனும் எனக்குப் பிடித்தமான படத்தைப் பார்க்கும்போது பிறக்கும் அதே நம்பிக்கைதான் அது.”

நவம்பர் 13, 2015, வெள்ளிக்கிழமை. இங்கும் அங்கும் இருந்த நண்பர்களோடு, பாஸ்பரஸ் கடற்கரையில், என் பிறந்த நாளைக் கொண்டாடினேன். நடந்துகொண்டிருக்கும் அட்டூழியங்களிலிருந்து ஒரு சின்ன தற்காலிக ஓய்வு! முந்தைய நாள், பெய்ரூத்தில் இரண்டு தற்கொலைப்படைத் தாக்குதல்கள். அதற்கு முந்தைய மாதம், துருக்கித் தலைநகர் அங்காராவை இரண்டு கமிக்காஸ்கள் இரணகளமாக்கின. டமாஸ்கஸ் மிதவாத எதிராளிகள் மீது போர் நடத்திக் கொண்டிருக்குபோது, இராட்சஸ டாட்ச் இயக்கம் கொஞ்சம்கொஞ்சமாக முன்னேறி, ஈராக் – சிரியாவில் தானாக வரையறுத்துக் கொண்ட எல்லைகளையும் தாண்டிச்சென்றுகொண்டிருந்தது. சுற்றிலும் சோகம் சூழ்ந்திருந்தபோதும், இஸ்தான்புல் ஓர் உலக நகரமாக இருந்தது. அங்கு ஒரு மாலைப்பொழுதில், துருக்கி, லெபானான், சிரியா, ஆஃப்கானிஸ்தான், ஈரான், எகிப்து, பிரான்ஸ், அமெரிக்கா ஆகிய நாடுகளைச் சேர்ந்த நண்பர்கள் கூடிப்பேசும் வாய்ப்பு இருந்தது. பன்முகம் கொண்ட அந்த நகரத்தில் அனைவருக்கும் இடம் இருந்தது. அங்குப் புலம்பெயர்வினால் ஏற்பட்ட காயங்களை ஆற்றிக்கொள்ளலாம். திடீரென ஏற்பட்ட சோகத்தைத் தணித்துக்கொள்ளலாம்.

இரவு மணி 11.30. விருந்து முடிந்ததும் துருக்கிய நண்பனொருவன் என் காதில் வந்து, ‘பாரிசில் என்ன நடந்ததென்று தெரியுமா?’ என்றான். அவனை உற்றுப் பார்த்தேன். கையில் ஒரு ஸ்மார்ட் ஃபோன் இருந்தது. அவன் முகம் வெளிறிப்போய் இருந்தது. ஃபோனை என் கையில் கொடுத்தான். திரையில் சிகப்பு எச்சரிக்கைக் குறிகள் ‘மினுக் மினுக்’ என்று தெரிந்தன. ‘ஸ்தாத் தெ பிரான்ஸி’ல் வெடிகுண்டுச் சத்தம் கேட்டது. பத்தாவது, பதினோராவது நகரப்பகுதிகளில் துப்பாக்கிச்சூடுகள். ‘பத்தாகிளா’னிலும் துப்பாக்கிச்சூடுகள். என் பெற்றோர்களை, என் சகோதரியை, என் நண்பர்களைக் கூப்பிட்டேன். காதில் கைப்பேசியை வைத்துக்கொண்டு ‘ஒன்றுமில்லையே?’ என்று என்னையறியாமல் கேட்டுக் கொண்டேயிருந்தேன். அவர்கள் கேட்பதற்குப் பதில், இப்போது நான் கேட்டுக்கொண்டிருந்தேன். பதினெட்டு ஆண்டுகள் பல்வேறு அரபு – முஸ்லிம் நாடுகளில் வாழ்ந்த நான் இப்போது ‘அந்தக்’ கேள்வியைக் கேட்கிறேன்.

தொலைபேசி அழைப்புகளாலும், பகிர்ந்துகொண்ட பதற்றங்களாலும் இரவுநேரம் கவலையில் ஆழ்த்திக் கொண்டிருந்தது. எல்லாம் சரியாகப் போய்க்கொண்டிருந்தது என்பதுபோல், அல்லது நினைத்த அளவுக்குக் கெடுதல் எதுவும் நடக்கவில்லை என்பதுபோல் ஒருவருக்கொருவர் காதில் சொல்லிக்கொள்ளும் வார்த்தைகள் ஆறுதலாக இருக்கும். மறு நாள் பொழுது விடியும்போது ஏதோ ஒரு பயங்கரக் கனவிலிருந்து மீள்வது போலிருந்தது.

ஆனால் அந்தப் பயங்கர கனவு நிஜமாகிக்கொண்டிருந்தது.

தொலைக்காட்சியில் அதுபற்றிதான் பேசிக்கொண்டிருந்தனர். குறைந்தது நூற்று இருபத்தி எட்டு மரணங்கள்நிகழ்ந்திருக்கின்றன. நானூறு பேர் படுகாயமடைந்திருந்தனர். அத்துடன் "இழிவான நடத்தைக்கும் ஏறுமாறான போக்கிற்கும் தலைமை பீடமான இட"த்தையே குறிவைப்பதாக 'இஸ்லாமிய நாட்டுப் பேரமைப்பு' அறிக்கைவிட்டுக்கொண்டிருந்தது. ஜனவரியில் ஷார்லி –எப்தோ தாக்குதலுக்குப் பிறகு, பாரிஸின் மையப்பகுதி மீண்டும் தாக்குதலுக்குள்ளாக்கப்படுகிறது. பாரிஸ் காயமுற்றது. பாரிஸ் ரணமாகிக்கிடந்தது. நான் பிறந்த நகரமும் வன்முறையின் பிடியில் சிக்கியிருப்பது இடிவிழுந்தது போன்ற உணர்வை எனக்கு ஏற்படுத்தியது. இரண்டு உலகப்போர்களின்போதும், இரண்டு புரட்சிகளின்போதும், இரண்டு அரசியல் கிளர்ச்சிகளின்போதும் எல்லோர்க்கும் சரணாலயமாக விளங்கிய பாரிஸ் நகரத்தை யாரும் தகர்க்க முடியாது என்று நினைத்தோம். திடீரென எல்லாம் தலைகீழாக மாறியது. இங்கும் போர், அங்கும் போர், எங்கும் போர். வீட்டில் போர், தெருமுனையில் போர் என்று போருக்கு எல்லைகளில்லாமல் போயிற்று.

என் மகள் எழுந்திருக்கிறாள். அவளிடம் ஒன்றும் காட்டிக்கொள்ளக் கூடாது. சனிக்கிழமை. சுமார் 11 மணி. அது அவளுக்குக் கதை சொல்ல வேண்டிய நேரம். வழக்கத்தை மாற்றக் கூடாது. சமாராவும் நானும் காலைச் சிற்றுண்டியைத் தவிர்த்துவிட்டு, கோட்டுகளைப் போட்டுக் கொண்டு கிளம்பினோம். தெருவில் அவள் கையைப் பிடித்துக்கொண்டேன். 'சிமித்' விற்பவன் போய்க்கொண்டிருந்தான். பூனையொன்று போனது. அதனைத் தடவிவிட்டு நடந்தோம். பின்னர் தக்கிசிம் சதுக்கத்தையும் அங்குக் குழுமியிருந்த வெட்டிக்கும்பலையும் கடந்து சென்றோம்.

பிரெஞ்சு நிறுவனத்தில், பிரபல இஸ்திக்லால் சாலையின் தொடக்கத்தில், கொடி அரைக்கம்பத்தில் பறந்தது. தோட்டம் வெறிச்சோடிக் கிடந்தது. ஊடகமையத்தில், அரை டசன் குழந்தைகள் வந்திருந்தனர். அவர்களைத் துணிச்சலுடன் அழைத்துவந்திருந்த பெற்றோர்கள் முகங்களும் வாடியிருந்தன. கதை சொல்லும் மூய்லி எப்போதும்போல் அவள் இடத்தில் அமர்ந்திருந்தாள். அவளுடைய வெளிறிட்ட முகத்திலும் கவலையின் சாயல் படிந்திருந்தது.

நாங்கள் போய் உட்கார்ந்தோம். அங்கிருந்த சிறுவர், சிறுமியர் முன் மூய்லி நேராக நிமிர்ந்து நின்றாள். பொறுமையாக, தன் பையிலிருந்த புத்தகங்களில் ஏதோ ஒன்றை எடுத்துப் பக்கங்களைப் புரட்டினாள். முதல் சில வார்த்தைகளிலேயே அந்த இடத்தில் ஒரு பாதுகாப்புவளையம்

அமைத்துவிட்டாள். நல்லெண்ணம் கொண்ட ஒரு தேவதையாகச் சிறுவர் சிறுமியர்களுக்கு ஒரு கதை சொன்னாள். அதுபெரியவர்களுக்கும் விளங்கியது. துன்பத்தை மறக்கவைக்கும் கதை. தப்பித்துப் பிழைக்க வழி வகை சொல்லும் புத்தகக் கதை.

பார்வையைச் சுழலவிட்டேன். அலமாரிகளில் புத்தகங்களை ஒழுங்காக அடுக்கிவைத்திருந்தனர். நுழைவாயிலில் கோட்டுகள் வரிசையாக மாட்டிவைக்கப்பட்டிருந்தன. கதைச் சொல்லும் பெண்ணின் முன் சிறு சிறு பெஞ்சுகள் கச்சிதமாகப் போடப்பட்டிருந்தன. முதல் தடவையாக ஒரு விஷயம் என் கண்ணில் பட்டது. ஊடகமையம் இருந்த இடம் ஒரு சுரங்க அறை. ஒவ்வொரு சனிக்கிழமையும் அங்குப் போவதற்குப் படிகள் இறங்க வேண்டும். அதுவும் தராயாவில் இருப்பதுபோல் ஒரு பாதுகாப்புக் கவசம் என்று எண்ணத் தோன்றியது ...

வீட்டுக்குத் திரும்பிவந்து என்னுடைய கணினியைத் திறந்தேன். கெட்ட செய்திகளைத் தவிர்க்கும் ஆசை ஒரு பக்கமும், மேலும் செய்திகளைத் தெரிந்துகொள்ளும் ஆவல் ஒரு பக்கமும் என்னை ஆட்கொண்டன. மின்னஞ்சலை அலசும்போது அஹ்மதின் கடிதமொன்று என் கண்ணில் பட்டது. நான் பாரிசில் இருப்பதாக நினைத்துக்கொண்டு எழுதிய கடிதம் அது:

பிரான்சில் நடந்தேறிய சம்பவம் குறித்து நாங்கள் வருத்தத்தில் ஆழ்ந்துள்ளோம்.

தராயாவில் நாங்கள் உங்களோடு சேர்ந்து வன்முறையைக் கண்டிக்கின்றோம். எங்கள் துன்பம் இவ்வளவு ஆழமாக இல்லாதிருந் தாலும், இங்குப் பொழிகின்ற குண்டுகள் சற்று பலம் குறைந்தனவாக இருந்தாலும், நாங்கள் மெழுகுவர்த்தி ஏந்தி உங்களோடு கூட்டுணர்வைக் காண்பித்திருப்போம். துரதிர்ஷ்டவசமாக எங்களால் பெரிதாக ஒன்றும் செய்ய இயலவில்லை.

நீங்கள் நலமாக இருக்கிறீர்கள் என்றும், நீங்கள் வசிக்கும் இடத்தில் ஆபத்து எதுவும் இல்லை எனவும் நம்புகிறோம். எனினும், எங்கள் வருத்ததைத் தெரிவித்துக்கொள்கின்றோம். உங்களுக்கும், பிரெஞ்சு மக்களுக்கும் எங்கள் ஆழ்ந்த அனுதாபங்கள்.

ஒன்று எங்களுக்குத் தெரிகிறது. துரதிர்ஷ்டவசமாகத் தீவிரவாதம் பிரான்சில் சோகத்தை ஏற்படுத்தியிருப்பதற்குக் காரணம், அந்நாடு எங்கள் விடுதலையுணர்வுக்கு ஆதரவாக இருப்பதுதான்.

பிரெஞ்சு மக்களின் ஆதரவுக்கு நாங்கள் மிக்க நன்றியுடையவர்களாக இருகின்றோம்.

எங்கள் உளமார்ந்த நன்றி.

இப்படிப்பட்ட கடிதத்தைப் படித்துவிட்டு யாரால்தான் உணர்ச்சி வசப்படாமல் இருக்க முடியும்? அஹ்மத் குண்டுப்பொழிவுக்குக் கீழ் வாழ்கின்றான். எத்தனையோ நண்பர்களை இழந்திருக்கின்றான்.

நான்காண்டுகளாகத் தன் குடும்பத்தைப் பார்க்கவில்லை. தராயாவில் தொடர்ந்து அவசரநிலை. இருந்தும், நேரம் ஒதுக்கி இம் மடலை அனுப்பி, தன் பரிவைப் பகிர்ந்துகொண்டிருக்கிறான்.

ஒரு தீவிரவாதி என்றால் அவன் வருத்தம் தெரிவித்திருக்கமாட்டான்.

ஒரு தீவிரவாதி என்றால் அவன் இறந்தவர்களுக்காகக் கண்ணீர் சிந்தி இருக்கமாட்டான்.

ஒரு தீவிரவாதி என்றால் அவன் அமெலி புலேன், விக்தோர் உய்கோ பற்றியெல்லாம் பேசியிருக்க மாட்டான்.

டிசம்பர் 7, 2015. அஹ்மதிடமிருந்து ஒரு புதிய செய்தி. இந்தத் தடவை, அவனது வாக்கியம் ஒரு தோட்டாவின் சிதறல் போல் கிழித்தது. ஒரே வாக்கியம்தான்:

"நூலகத்தைத் தாக்கிவிட்டார்கள்."

மீண்டும் ஒரு முறை படித்தேன். ஒவ்வொரு சொல்லையும், ஒவ்வொரு அசையையும் ஊடுருவிப்பார்த்து இடையில் ஏதாவது உள்ளர்த்தம் இருக்கிறதா என்று பார்த்தேன்; பயனில்லை. உடனே என் கைப்பேசியை எடுத்து அவனை அழைத்தேன். மணியோசை கேட்டுக்கொண்டே இருந்தது; பதிலில்லை. ஸ்கைப்பைத் திறந்தேன். பலனில்லை. 'எப்படி இருக்கிறாய்?' என்று ஒரு குறுஞ்செய்தி மட்டும் அனுப்பினேன்.

நீண்ட நேரக் காத்திருப்புக்குப் பின், அவன் பதில் வந்தது.

விட்டுவிட்டு வரும் தொடர்புக்குப் பின் – வலுவற்ற கம்பிவடத்துக்குப் பின் – காயப்பட்டு, தொடமுடியாத தொலைவில் அவன் இருந்தான்.

அவன் அங்குதான் இருந்தான். பயங்கரத்திலிருந்து தப்பித்திருந்தான். பகல்வேளையில், ஒரு பீப்பாய் வெடிக்குண்டு நூலகம் இருந்த கட்டடத்தைத் தாக்கியது. ஐந்து அடுக்கில் இரண்டு அழிந்தன. வாசலில் மலைபோல் இடுபாடுகள் குவிந்திருந்தன. சுரங்கஅறையிலிருந்த காகிதக் கிடங்கில் புத்தகங்கள் சரிந்து விழுந்துகிடந்தன. அவை வெடியினால் சிதறடிக்கப்பட்டு மடங்கிப்போய், கசங்கிப்போய், குப்பைக் கூளங்களுடன் கலந்து தரையில் விழுந்துகிடந்தன. விழுந்ததால் பக்கங்கள் கிழிந்துவிட்டன. அட்டைகள் வளைந்து நெளிந்து விட்டன. மற்றவற்றிலெல்லாம் தூசியின் ராஜியம்தான். மேசைகள், சோபாக்களெல்லாவற்றிலும் அடர்த்தியான தூசிப் போர்வை படர்ந்திருந்தது. புத்தகங்கள், வாசகர் அட்டைகள் அனைத்தையும் மீண்டும் பிரித்தெடுக்க வேண்டும். உடைந்த சட்டங்களைப் பழுதுபார்க்க வேண்டும். ஆனாலும் கவலை வேண்டாம், எல்லாம் சரியாகப் போய்க்கொண்டிருக்கிறது என்று அஹ்மத் சொன்னான். யாரும் பாதிக்கப்படவில்லை. உயிர்ச் சேதம் எதுவுமில்லை. யாரும் காயமடையவில்லை. ஓர் அற்புதம் நிகழ்ந்திருக்கிறது! மேலும், வேலையைத்

தொடங்கிவிட்டார்கள். தூசி துடைக்கப்படுகின்றது. ஒவ்வொரு புத்தகமும் அதன் இடத்தில் வைக்கப்படுகின்றது. கிழிந்த பக்கங்கள் ஒட்டப்படுகின்றன. இப்படியே வாழ்க்கை தொடர்ந்து போய்க்கொண்டிருந்தது. தெருப் பக்கக் கதவு மட்டும் மூடப்பட்டுவிட்டது. நூலகத்தில் நுழைய இடதுபக்க மாகப் போகவேண்டும். அதற்காகச் சுவரில் ஒரு சாதாரண ஒட்டை போட்டிருந்தார்கள். ஆம், நூலகம் மீண்டும் செயல்படும். நாளை இல்லையென்றால், நாளை மறுநாள் அது நடக்கும். *இன்ஷா அல்லா.* அதுவரை எங்களது ஸ்மார்ட்ஃபோனில் பி.டி.எஃப் வடிவத்தில் படிக்கக் கூடியவை நிறைய இருந்தன.

இதையெல்லாம் அஹ்மத் தொடர்ச்சியாக இடைவிடாமல் எஸ்.எம். எஸ் செய்தியாக அனுப்பிக்கொண்டிருந்தான்… சில சமயங்களில் நேரம் வீணாவதைத் தடுக்க ஏற்கெனவே வாட்சாப் வழியே பதிவுசெய்யப்பட்டிருந்த செய்தியை இடையிடையே அனுப்பிக்கொண்டிருந்தான். போர் தொடங்கியதிலிருந்து அது மட்டுமே சிரியாவில் உள்ளிருந்தவர்களோடு தொடர்புகொள்ளும் ஒரே வழியாக இருந்தது – சற்றுத் தாமதம் ஏற்பட்டாலும்கூட! எங்கள் கேள்விகள் அனுப்பப்படும். அவர்களுக்கு நேரம் கிடைக்கும்போது, அல்லது தொடர்பு கிடைக்கும்போது பதில் வரும். அரசு கண்காணிப்புக்குத் தப்பக்கூடிய 4.0 பதிப்பு பயன்படுத்தபட்டது.

தாக்குதல் திட்டமிட்டு நடத்தப்பட்டதா என்றும், நூலகத்தை அரசு குறிவைத்துக்கொண்டிருந்ததா என்றும் கேட்டேன். பதில் சொல்லவில்லை. அவன் சிந்திக்கும்போது அப்படித்தான் பதில் சொல்லாமல் இருப்பான். விருப்புவெறுப்பின்றி சொல்வதற்கு, சொற்களை மிச்சம்பிடிப்பான். பின்னர், அவன் அவ்வளவாகத் தனக்குத் தெரியவில்லை என்று பதிலளித்தான். மேலும், ‘கீழை அலெப்’பில் உள்ள கிளர்ச்சிப் பகுதிகளிலும், வடமாகாணங்களிலும், அரசும் அரசுக்கு ஆதரவான ரஷ்யத் துருப்புகளும் திட்டமிட்டு மருத்துவமனைகளையும், மருத்துவர்களையும், ஆம்புலன்ஸ்களையுமே குறிவைத்தனர். திட்டமிட்ட அழிப்பு! ஐக்கிய நாட்டு சபையும் அதனைச் சுட்டிக்காட்டியது. ஆனால் தராயாவில் பயன்படுத்தப் பட்ட பீப்பாய்க் குண்டுகள் தாக்குதலைப் பொறுத்தவரையில், திட்டமிட்டதா, திட்டமிடாததா என்று முடிவுகட்டுவது கடினம். தாக்குதல் தாறுமாறாக நிகழும். குறிப்பிட்ட ஓர் இடத்தைத் தாக்காமல் வேறு இடத்தைத் தாக்கலாம். அதனால்தான் பயமும் அதிகம், மரணங்களும் அதிகம்.

“திட்டமிட்டதோ, திட்டமிடாததோ ஒன்று மட்டும் நிச்சயம். பஷார் அலி ஆசாதுக்கு எங்களைப் பிடிக்கவில்லை என்பதற்கு இது ஓர் ஆதாரமாகும். அவர் எங்களைத் தொலைத்துகட்ட நினைப்பது கண்கூடாகத் தெரிகிறது,” என்று அஹ்மத் கூறினான்.

கொஞ்சம் தாழ்ந்திருந்த அவன் குரல் மீண்டும் முன்பிருந்த ஆவேசத்தோடு ஒலித்தது. “எங்களை உயிரோடு கொளுத்த முடிந்தால் கொளுத்திவிடுவார்.”

இந்தத் தடவை நான்தான் மவுனம் காத்தேன்.

அமெரிக்க எழுத்தாளர் ரே பிரேட்பரி 1953ஆம் ஆண்டு எழுதிய ஃபாரனெய்ட் 451 என்ற நாவல்தான் என் நினைவுக்கு வந்தது. அதில் வெறி பிடித்த தீயணைப்புவீரர்கள் புத்தகங்களைக் கொளுத்திவிடுவார்கள். தடை செய்யப்பட்ட புத்தகங்களின் நினைவும், தடையை மீறுபவர்களைத் தண்டிக்க வந்த சிறப்புப் படையினரின் நினைவும் வந்தன.

அதில் வரும் தளபதி பீட்டி சொன்ன வார்த்தைகளைப்பற்றிச் சிந்தித்தேன்.

புத்தகம் அடுத்த வீட்டிலிருக்கும் தோட்டாக்கள் நிறைந்த துப்பாக்கி. அதனைக் கொளுத்துவோம். ஆயுதத்தைச் செயலிழக்கச் செய்வோம். மனிதச் சிந்தனையை அடித்துப்போடுவோம். பண்பாட்டுத் தாக்கம் பெற்ற மனிதனின் இலக்கு யாராக இருக்கும் என்று யாரால் சொல்ல முடியும்?

அதிக அளவில் கல்வியைப் பரப்பும் ஆயுதங்களாகிய புத்தகங்கள் எதேச்சதிகாரம் கொண்டவர்களை நடுங்கவைக்கும்.

ஒருநாள் அஹ்மதிடம் 20ஆம் நூற்றாண்டில் வெளிவந்த ஒரு நூலொன்றைப் படிக்கச் சொல்வேன். தொலைநோக்குப் பார்வை கொண்ட அந்த நாவல் அவன் படிக்கும் நாவல்கள் பட்டியலில் இடம் பெறட்டும்.

பின்வந்த நாட்களில், தராயா இன்னும் அதிக இருளில் மூழ்கிக் கொண்டிருந்தது. டமாஸ்கஸ் அதனுடைய தொடர்புகளைத் துண்டித்துவிட்டது. ஹெலிகாப்டர்கள் குண்டுமழை பொழிந்துகொண்டிருந்தன. தாக்குப் பிடிப்பதற்கு, நெருப்புக் கோழிபோல் தலையை இடிபாடுகளுக்கிடையே புதைத்துக் கொண்டிருக்கும் சூழ்நிலை ஏற்பட்டது. 2016ஆம் ஆண்டு தொடக்கத்தில், வான்வழித் தாக்குதல் அளவிற்குத் பனியும் தொடர்ந்து வாட்டிக்கொண்டிருந்தது. யூடியூபில் நகர ஆலோசனைக் குழு வெளியிட்ட வீடியோ வருத்தத்துடனும், கிண்டலுடனும் "தராயா சூரியனைத் தவறவிட்டு விட்டது" என்று குறிப்பிட்டது. டிசம்பர் மாதம் மட்டுமே தொள்ளாயிரத்துமுப்பத்துமூன்று பீப்பாய்க் குண்டுகள் தராயாமீது விழுந்ததென்று ஒரு கணக்கெடுப்பு குறிப்பிட்டது. சிரிய இராணுவம், திகில் ஏற்படுத்தும்பொருட்டு, மலிவானதும் எளிதில் செய்யக்கூடியதுமான வெடிப் பொருட்களைத் தேர்ந்தெடுப்பது வழக்கம். அதுதான் அஹ்மதின் மவுனத்துக்குக் காரணமா? நூலகத் தாக்குதலுக்குப் பிறகு, அவன் பேசுவதைக் குறைத்துக்கொண்டான். அவனுக்கு வேலை பளு அதிகமாக இருக்குமென்று யூகிக்கிறேன். அத்துடன் இன்னும் ஒரு துயரச் சம்பவம் டமாஸ்கஸின் புறநகரில் நிகழ்ந்துவிட்டது. பல தடவை முயன்று தோற்றபின், 2016 ஜனவரியில், அரசு தராயாவை அதற்கடுத்த மோட்மியாவிலிருந்து முற்றிலுமாகப் பிரித்துவிட்டது. அதனால், தராயாவுக்கு உணவுப்பொருள் வழங்க ஒரே ஆதாரமாக இருந்த ஒன்றும் முற்றிலுமாகத் துண்டிக்கப்பட்டுவிட்டது. தராயா வெளியுலகோடு தொடர்பு கொள்ள முடியாது. வழிகளெல்லம் அடைக்கப்பட்டுவிட்டன. சூழடைப்பு வலுவாக்கப்பட்டது. பயந்துபோன புதிய குடும்பங்கள் வயல்கள் வழியாக ஓட்டமெடுத்தனர். அதனால் பன்னிரண்டாயிரமாக இருந்த மக்கள்தொகை எட்டாயிரத்து முன்னூறாகக் குறைந்துவிட்டது.

2016 பெப்ரவரி மாதம், அஹ்மதின் நண்பன் ஒருவன் எனக்குச் செய்திகள் அனுப்பும் பொறுப்பை ஏற்றுக் கொண்டான். அவன்தான் அங்குள்ள பரபரப்பின் எதிரொலி களை அனுப்ப ஆரம்பித்தான். அவன் பெயர் ஷாதி. வயது 26. வட்டமான முகம். உடல் பருமனாக இருந்தாலும், குரலில் மட்டும் பயம் தொனித்தது. அஹ்மத் அளவுக்கு

வாசிப்பில் ஈடுபடுபவனில்லை. ஆனால் அவனோடு தராயா கதையின் இன்னொரு பக்கம் தொடங்குகின்றது. அவனால் போரைப் பற்றிய புகைப்படங்கள் பேச ஆரம்பித்தன. புரட்சியின் தொடக்கத்திலிருந்து அவன் பிடிவாதமாக அனைத்துப் புகைப்படங்களையும் சேகரித்துவைத்திருந்தான். அவற்றையெல்லாம் சமூக வலைத்தளங்களில் வெளியிட்டு உலகத்தைச் சாட்சியாக்கினான். அவன் கழுத்தில் புகைப்படக்கருவி எப்போதும் தொங்கிக்கொண்டே இருக்கும். ஷாதி எல்லாவற்றையும் புகைப்படம் எடுத்தான். படமாக எடுத்தான். நாள் முழுதும் துயரங்களுக்கிடையே நகரத்தைச் சுற்றிவந்து அங்கு நடக்கும் அநீதிகளைப் பதிவுசெய்தான்.

அவன் அன்றாட வாழ்க்கையைப்பற்றிச் சுருக்கமாகச் சொல்ல, காணொலி ஒன்றை எங்கள் செய்திப் பரிமாற்றத்தின் தொடக்கத்திலேயே போட்டுக் காட்டினான். ஒரு நிமிடம்கூட இருக்காது. 2014ஆண்டு எடுத்தது. அது அவனை ஓயாது வாட்டிக்கொண்டிருந்தது. என் கண்களை அகல விரித்துப் பார்க்கிறேன். கருத்த வானில், குறைந்த உயரத்தில், ஒரு ஹெலிகாப்டர் வட்டமடிக்கிறது. அதனுடைய இறக்கைகள் மிரட்டும் வகையில் செயல்பட்டன. திடீரென அந்த உலோகப்பறவை தன் வயிற்றைத் திறந்து, இறக்கைகள் கொண்ட ஒரு சிலிண்டரை வெளியேற்றுகிறது. அது முதலில் மெதுவாகவும், பின்னர் வேகமாகவும் இறங்கிவருகிறது. அதன் இலக்கு வரிசையாகக் கட்டப்பட்டிருந்த வீடுகளாகும். ஹெலிகாப்டரின் ஒலியினூடே ஷாதி "அல்லாஹு அக்பர், அல்லாஹு அக்..." என்று கூவுவது கேட்டது. முதல் வெடிப்பும், அதனைத் தொடர்ந்து இரண்டாவது வெடிப்பும் அவன் கத்தியதில் இரண்டாவது அசையை மூழ்கடித்துவிட்டது. வெடிப்பின் வேகத்தில் படம் கலங்கியது. புகைப்படக்கருவி நடுங்கியது. அது பால்கனியின் தடுப்புகளுக்குப் பின்னால் போய்விழுந்தது. இருந்தும் அது இயங்கியது. தூரத்தில் அடர்த்தியாகிக்கொண்டிருந்த இரண்டு கருமேகங்களைப் படம் பிடித்தது. பீப்பாய் வெடி ஷாதி நின்ற இடத்திற்கு வெகு அருகில் வீழ்ந்து, அழிக்கும் சக்தி வாய்ந்த உலோகத் தூள்களைக் கக்கிற்று. முகக்கவசக் கண்ணாடி வழியே இளைஞன் சுதாரித்துக் கொண்டான். "அல்லாஹு அக்பர், தராயா, ஜனவரி 12, 2014 [...]. பீப்பாய்க் குண்டை நான் படம்பிடித்துவிட்டேன் / அதனை என் கண்முன்னால் பார்த்தேன்." "நீ நிற்கிற இடத்தில் நான் நிற்க எனக்குத் துணிச்சல் போதாது," என்று தூரத்திலிருந்து ஒரு குரல் பதைபதைக்கச் சொன்னது.

துணிச்சல் இருந்தது, ஆனாலும், அவன் அதிர்ச்சியில் இருந்தான்.

"பின்வந்த நாட்களில், நான் நிலைகுலைந்து போயிருந்தேன். வெளியில் போகவில்லை. குண்டு அவ்வளவு அருகில் விழுந்தது, என்னை மலைத்துப் போகவைத்தது," என்றான் ஷாதி.

ஆனால் அது தொடக்கம்தான். தொடர்ந்து குண்டுகள் விழ ஆரம்பித்தன. அவற்றையெல்லாம் அவனையும் அறியாமல் அவன் ஆவணப்படுத்துபவனாக மாறிவிட்டான்.

"காலப்போக்கில், பயம் அடங்கிவிட்டது. மரணத்தின் அருகில் நின்று பழக்கப்பட்டதால், எனக்கு உணர்ச்சிகள் மரத்துவிட்டன."

ஷாதி பேசும்போது, அவன் பேச்சில் சின்னச் சின்னச் சிலைகளைச் செதுக்குபவனின் நுணுக்கம் இருந்தது. ஒலிகளும், படங்களும், உருவங்களும், பூவணிவேலைகளும் அவனை ஆட்டிப்படைத்ததால், வானத்திலிருந்து விழுந்து உயிரைப்பறிக்கக் கூடிய குண்டுகள் பற்றி அனைத்தும் தெரிந்தன.

"நாங்கள் கணக்கெடுத்ததில், மூன்றாண்டுக் காலத்தில் சுமார் ஆறாயிரம் பீப்பாய்க் குண்டுகள் வெடிக்கப்பட்டிருக்கின்றன. சில சமயங்களில் தினம் எண்பது குண்டுகள்வரை வீசப்படும். ஹெலிகாப்டர்கள் வானத்தைக் கிழித்துக்கொண்டு வருவதைக் கவனித்தவுடன் முன்னெச்சரிக்கையாக மிகவும் அருகிலுள்ள பதுங்குமிடத்துக்குச் சென்று தஞ்சமடைந்து விடுவோம். அது அவ்வளவு சுலபமான வேலையன்று. குண்டு விழுவதற்கு முப்பது வினாடிகள் போதும். ஓட்டம்பிடித்துப் பதுங்கிக் கொள்ள நேரம் போதாது. இரவானால் இன்னும் கடினம். இருளில் ஹெலிகாப்டர்களைக் கண்டுபிடித்துவிட முடியாது. பாதாளஅறை வைத்திருப்பவர்கள் அதில் தூங்குவதற்கு ஒரு மெத்தையைப் போட்டு வைத்திருப்பார்கள். மற்றவர்களுக்கு மறுநாள் உயிரோடு இருப்பதற்குக் கடவுளை வேண்டிக்கொள்வதைத் தவிர வேறு வழியில்லை.

2014 ஜனவரி காணொலி, அக்காலத்தில் யூட்யூபில் பிரபலமான பின்பு, ஷாதி, பீப்பாய்க் குண்டுகளால் நிகழ்ந்த நூற்றுக்கணக்கான சோகங்களைப் படமாக்கி ஆவணப் படுத்தியிருக்கிறான். உதாரணமாக, அதே ஆண்டின் இறுதியில் குண்டுவெடிப்பினால் அழிக்கப்பட்ட ஒரு குடும்பத்தை எவ்வாறு மறக்க இயலும்...

"குடும்பத்தலைவர் ஒருவர் தன் மனைவியையும், 12 வயதே ஆன தன் மகனையும் சம்மதிக்கவைத்து, குண்டுவீச்சு அதிகமில்லாத பகுதியில் கொண்டுபோய்த் தங்கவைத்தார். வைத்துவிட்டு உடனேயே சில அட்டைப் பெட்டிகளைத் தேடிப் போனார். அடுத்த நிமிடம் ஒரு பீப்பாய்க் குண்டு வெடித்தது. அவர் மனைவியும் மகனும் ஒரேயடியாய் இறந்துவிட்டனர். இடுபாடுகளுக்கிடையே அவர்கள் உடல்கள் சிக்கிக்கொண்டன. மனிதர் இடிந்துபோய்விட்டார்."

குண்டு வெடித்த பின் வந்த ஷாதி அன்றே எல்லாவற்றையும் படம்பிடித்துவிட்டான். வீடு அப்படியே சீட்டுக்கட்டுபோல் விழுந்து கிடந்ததைப் படம்பிடித்திருக்கிறான். கண்ணீர் மல்க நின்ற கணவனைப் படம்பிடித்திருக்கிறான். பொதுப்பாதுகாப்புத் தன்னார்வலர் கூடைகள் நிறைய ரோஜாமலர்களோடு நிற்பதைப் படம்பிடித்திருக்கிறான். இரண்டு சடலங்களையும் படம் பிடித்திருக்கின்றான்...

"அந்த மனிதர் குண்டுவெடிப்பிலிருந்து தன் குடுப்பத்தைக் காக்க விரும்பினார். நிகழ்ந்ததென்னவோ நேர்மாறாக! எங்கள் வாழ்க்கைக்கு எந்த மதிப்புமில்லை," என்று ஷாதி தொடர்ந்தான்.

அது அவனுக்கு நன்றாகவே தெரியும். ஏனெனில், மரணம் அவன் நெருங்கிய நண்பர்களை அடக்கம்செய்யும்போதும்கூட அவனைப் பின்தொடர்ந்ததுண்டு. அவன் நினைவில் ஒரு சம்பவம் கறுப்பு – வெள்ளைத் திரைப்படம்போல் பதிந்திருந்தது. ஒருநாள் அவனுடைய

இளவயது நண்பர்களிலொருவன் குண்டடிப்பட்டு இறந்துவிட்டான். அவனை அடக்கம் செய்த சம்பவம்தான் அது.

தொண்டை அடைக்க அவன் சொன்னான்: "2015 ஆகஸ்ட் மாதம். அந்த ஒரு தடவை மட்டும் நான் படம் பிடிக்கவில்லை. நாங்கள் அஹ்மத் மத்தர் என்ற ஒரு நெருங்கிய நண்பனை அடக்கம் செய்து கொண்டிருந்தோம். நாங்கள் தொழுதுகொண்டிருக்கையில், வானத்தில் 'கடகட'வென்ற சத்தம் காதைத் துளைத்தது. மின்னல் வேகத்தில் எங்கள் கால்களுக்குக் கீழ் பூமி நழுவுவதுபோல் இருந்தது. இரண்டு குண்டு வெடிப்புகள். என் காதுகள் அடைத்துக்கொண்டன. கண்களில் தூசிப் படலம். சிரசில் தீப்பொறிகள். சில நிமிடங்கள் கழித்துக் கண்களைத் திறந்து பார்த்தபோது, எதிரே இரண்டு நண்பர்களின் சடலங்கள்! ஒரே அடியில் வீழ்த்தப்பட்டிருந்தனர். பீப்பாய்க்குண்டுகள் எங்கும் தொடர்ந்து வந்தன, விடுவதாக இல்லை; கொஞ்சம்கூட நிம்மதியாக இருக்கவிடுவதில்லை."

ஆசாத்துக்கு எதிராகப் போராடும் போராளிகளில் பலரைப்போல் ஷாதியும் அனுபவத்தால்தான் காணொலி இயக்கக் கற்றுக்கொண்டான். அவன் ஒரு விவசாயி மகன். ஒரு போதும் அவன் தன் ஆசிரியர்களிடம் முறைத்துக்கொண்டதில்லை. ஆனால், பன்னிரண்டாம் வகுப்போடு படிப்பை நிறுத்திவிட்டு உணவு பதப்படுத்தும் தொழிற்சாலையில் பணியாற்ற ஆரம்பித்தவன்; 2011ஆம் ஆண்டு 'அரபு வசந்தம்' தொடக்கத்தில் ஏதோ ஒரு நம்பிக்கை பிறந்து அவன் கண்களைத் திறந்தது. அவன் சொன்னான்: "புரட்சிக்குமுன், உலகத்தை, எவ்விதக் கேள்விகளும் கேட்டுக்கொள்ளாமல், என் கண்ணாடி வழியாகப் பார்த்து ரசித்துக் கொண்டிருந்தேன்." எகிப்தியக் கிளர்ச்சிகள்தான் அவனிடம் மாற்றத்தை ஏற்படுத்தின. "ஆர்ப்பாட்டக்காரர்கள் கொடுத்த அழுத்ததால் முபாரக் வீழ்ச்சியடைந்ததைப்பார்த்து, நம்மாலும் அது முடியும் என்று எனக்கு நானே சொல்லிக்கொண்டேன். நம்முடைய நாட்டின் வரலாறு எப்போதோ எழுதப்பட்டுவிட்டது என்றும், அதனை எதனாலும் மாற்ற இயலாது என்றும் அது வரை நினைத்துக்கொண்டிருந்தேன். திடீரென நாங்கள் தெருவில் இறங்கி ஆர்ப்பாட்டம் செய்து, அதனை நாங்கள் எங்கள் சொற்களைக்கொண்டு எழுதும் உரிமையைக் கோரினோம்," என்று அவன் தொடர்ந்தான்.

புரட்சியானது போராக மாறியபோது, ஷாதி தராயாவின் உள்ளூர்ஆலோசனைக்குழுவின் ஊடகமையத்தில் இணைந்தான். வெளிநாட்டு ஊடகங்களுக்கு எட்டாத செய்திகளைப் பகிர்ந்தளிக்கும் இன்றியமையாத பல செய்தியாளர்களில் ஒருவனாகப் பணியாற்றினான். படங்களை வெளிக்கொண்டுவர தன் ஸ்மார்ட்ஃபோன் காமிராவை ஒரு புகைப்படக்கருவியாக மாற்றிக்கொண்டான். பின்னர் 2014 டிசம்பர் மாதம் டமாஸ்கசிலிருந்து ஒரு நண்பர் பணஉதவி தர முயன்றபோது, ஷாதி தயக்கமின்றி "எனக்குத் தேவை ஒரு 'கானன் டி70' தான்" என்று சொன்னான்.

அதனை அவனிடம் கொண்டுசேர்ப்பது மிகவும் ஆபத்து நிறைந்த சாதனைப் பயணமாகும். முற்றுகையிடப்பட்ட புறநகருக்குச் செல்ல, அரசு

அமைத்திருந்த பல சோதனைச் சாவடிகளைத் தாண்டிச் செல்ல வேண்டும். பின்னர் தராயாவின் கடைசி எல்லையை அடைய மொடாமியாவைக் கடக்க வேண்டும். இரண்டு ஊர்களையும் பிரிக்கும் விவசாய மண்டலமாகவிருந்த அந்த இரண்டு கிலோமீட்டர் தூரம் அரசுப் படைவீரர்களின் முக்கியக் கண்காணிப்புவளையத்தில் இருந்தது. மலைப்பகுதியிலிருந்து அவர்கள் எந்த நேரத்திலும் சுடுவார்கள். எப்போதும்போல், அது போன்ற போர்த்தடங்களில், பெண்களின் திறமையும், கண்ணுக்குத் தெரியாமல் செயலாற்றும்விதமும், இன்றியமையாததாகவிருக்கும். ஆகவே, சிரியப் பெண்மணி ஒருத்திதான் அதனைக் கொண்டுவந்து சேர்த்தாள். கருவியைத் தன்னுடைய முக்காட்டில் மறைத்துக்கொண்டு, இரவோடு இரவாக, பலபேர் சாவிற்குக் காரணமான அந்தச் சாலையைக் கடந்து வந்துவிட்டாள். ஒல்லியான அந்தப் பெண் மரங்களுக்கிடையே, வளைந்துநெளிந்து திராட்சை, ஆலிவ் பயிர்களைக் கடந்து வந்து அதனை கொடுத்துவிட்டு மீண்டும் டமாஸ்கஸ் புறப்பட்டுச் சென்றதை என்னால் கற்பனை செய்துகூடப் பார்க்க முடியவில்லை. ஷாதி அவளைச் சந்திக்கவில்லை, ஆனாலும் அவன் அவளுக்கு அதிக அளவில் கடன்பட்டிருக்கிறான்.

“என் கேமரா எனக்கு ஓர் அருமையான கூட்டாளியாகிவிட்டான்,” என்று பெருமைபட்டுக்கொண்டான். “அவன் என்னைவிட்டு ஒரு பொழுதும் பிரிவதில்லை.”

அன்றிலிருந்து ஷாதியும் அவனுடைய அபூர்வமான தொழில் உபகரணத்தைவிட்டுப் பிரிந்ததில்லை.

அதை வைத்துக்கொண்டு, ஒவ்வொன்றையும் அணுவணுவாய்ப் பதிவு செய்தான். சரமாரியாக விழும் ஏவுகணைகள், தோட்டாக்களால் காயப்படுத்தப்பட்ட வீட்டுமுகப்புகள், வளைந்துகிடக்கும் உத்தரங்கள், துருபிடித்த ஊஞ்சலொன்றின் உலோகப்பகுதிகள், போரின் தடயங்கள், சிதைந்த கற்கள் ஆகிய எல்லாவற்றையும் படமெடுத்திருந்தான்.

ஷாதி அனுப்பிய படங்களை வைத்து, அதில் தெரிந்த தெருக்களை வீடியோ விளையாட்டில் சுற்றுவதுபோல் சுற்றிவந்தேன். கைவிட்டுச் சென்ற வீடுகளிலெல்லாம் புகுந்து புறப்பட்டேன். வெடியோசை கேட்டுத் திடுக்கிட்டேன். ஆனால் இதெல்லாம் நிழலல்ல, நிஜம். என் கணினி மூலம் போரை நேரடியாக அவ்வப்போது பார்த்துக்கொண்டிருந்தேன்.

அவசர அவசரமாக எடுக்கப்பட்டதால், படங்கள் குலுங்கிக்கொண்டிருந்தன. அவையெல்லாம் நிலையற்ற தருணத்தின் சில நிமிடங்களைக் கைப்பற்றிச் சாட்சியாக, சான்றாகத் தரும் சின்னச் சின்னப் படங்கள். குண்டுமழை பொழியும்போது, கருவியானது ஆடும், அசையும், பின்னர் மீண்டும் சமநிலைக்கு வரும். சில முன்னதாகவும், சில பின்னதாகவும் பெரிதுபடுத்திக்காண்பிக்கும். ஷாதி ஒரு நிருபர் என்று சொல்ல முடியாது. அவன் ஒரு சாட்சி. அகலவிரிந்திருக்கும் ஒரு கண்.

எப்போதாவது சற்று அமைதி கிடைக்கும். காலம் ஓய்வெடுக்கும். மீண்டும் திறக்கப்பட்ட நூலகத்தில், தராயா போராளிகள் ஒருவரையொருவர் படம்பிடித்துக்கொள்வார்கள். நேர்காணல் நடத்திக்கொள்வார்கள்.

அவர்கள் பேசிக்கொள்வது சில சமயம் காதில் விழாது. ஒரு காணொலியில், அவர்களில் ஒருவன் கழுத்தைச் சுற்றி ஒலிப்பெருக்கி அணிந்திருப்பான். ஆனால் அது செயல்படாமலிருக்கும். இன்னொன்றில், உரையாடலைப் பெருமூச்சு மாதிரியான ஒன்று கேட்க முடியாமல் செய்யும். காணொலியின் தரம் முக்கியமன்று. ஷாதியும், அவன் நண்பர்களும் உண்மையைப் படம்பிடித்து ஊருக்கெல்லாம் காட்டவேண்டும், ஏனெனில், அரசு கேமிராக்கள் உண்மையை மறைப்பதில் குறியாகவிருக்கின்றன.

நேரடியாகப்பிடித்த அந்தப் படங்களில் ஒரு பெரிய சகோதர மனப்பான்மையும் மிளிர்ந்தது. அவ்விளைஞர்கள் ஒன்றுசேர்ந்தே எதிர்த்தார்கள். ஒன்றாகவே முதிர்ச்சியடைந்தார்கள் – வாழ்ந்தார்கள். ஊடகமையத்தில் பக்கத்துப்பக்கத்து அறைகளில் தங்கிஇருந்தார்கள். சிலசமயங்களில், நிகழ்ச்சித்தொகுப்பில் ஒரு பகுதி முடிந்தவுடன், கவித்துவம் நிறைந்த காட்சிகள் சில இடம்பெறும். உதாரணமாக, களைத்துப் போன போராளியொருவன் கால்களை சோபாவில் பரப்பிக்கொண்டு ஒய்யாரமாகப் படுத்திருப்பான். முகத்தில் ஒளிபாய்ந்துகொண்டிருக்கும். அமைதியான – ஆழ்ந்த தூக்கம் வெளிப்படும். அடுத்ததாக வரவிருக்கும் சூறாவளிக்கு முன் போராளியின் ஒரு சிறு ஓய்வு.

மேலும்மேலும் வந்துகொண்டிருந்த படங்களால் நூலகத்தின் அமைப்பு இன்னும் தெளிவாகிக்கொண்டிருந்தது. சுரங்கஅறைக்குச் செல்லும் வெள்ளை மாடிப்படிகள், வெளியில் கழற்றிவிடப்பட்ட விதவிதமான காலணிகள். நடுவில் பெரிய தூண். அதில் ஏ4 சைஸ் காகித்ததில் கொடுக்கப்பட்டிருந்த நிபந்தனைகள். அதற்கு வலதுபக்கத்தில் வாசகர்வெளி. இடதுபக்கத்தில் விவாதங்களுக்கும் சந்திப்புகளுக்கும் ஏற்பாடு செய்யப்பட்டிருந்த இடம். (ஷாதி அனுப்பிய படங்களிலிருந்து, இது ஒரு புதிய ஏற்பாடு என்று புரிந்துகொண்டேன்.) இவையெல்லாம் தெளிவாகின. காணொலி ஒன்றில், ஒமாரைக் கண்டுபிடித்தேன். மொத்தமான துணியணிந்திருந்த இபர் கல்தூன் அரசியல் பாடம் நடத்துவதற்காக ஒரு டீ ஷர்ட் போட்டிருந்தார். அவரைச் சுற்றி சுமார் இருபது மாணவர்கள் பிளாஸ்டிக் நாற்காலிகளில் அமர்ந்திருந்தனர்., பின்னாட்களில் பேராசிரியராகவிருந்த அவர் சொன்னவற்றையெல்லாம், காதுகளைத் தீட்டிக்கொண்டு, குறிப்பெடுத்துக்கொண்டிருந்தனர்.

ஷாதி சொன்னான்: “நகரத்திலிருந்த பெரும்பாலான அறிவு ஜீவிகள் இப்போது சிறையிலிருந்தார்கள். சிலர் செத்து மடிந்து விட்டார்கள். இன்னும் சிலர் நாடுகடத்தப்பட்டிருக்கிறார்கள். நகரத்தில் பண்பாட்டுப்படிநிலையைத் தூக்கிப்பிடிக்க, மாற்றுவழியொன்றைத் தேடவேண்டியிருந்தது. படிக்க நேரமில்லாதபோது, இளைஞர்களாகிய நாங்கள் ஒருவர் மாற்றி ஒருவர் எங்களுக்குத் தெரிந்ததை மற்றவருக்கு எடுத்துரைப்போம். வெகுவிரைவிலேயே, ஒமார் ஆசிரியர் என்ற வகையில் பிரபலமாகிவிட்டார். எல்லைமுகட்டிலிருந்து தப்பித்து வரும்போதெல்லாம், அவர் தன் மாணவர்களை வாரம் ஓரிரு முறை சந்தித்துவிடுவார்.

ஷாதி இன்னொரு காணொலியைக் காண்பித்தான். அதில் ஒருவன் ஆங்கிலப்பாடம் நடத்திக்கொண்டிருந்தான் ... அவர்தான் உஸ்தேஸ்!

தராயாவில் புகழ்பெற்ற ஆசிரியர் ஒருவரை நான் பாக்க முடிந்தது. வட்ட முகம், குறும்தாடி, போலோ சட்டை. நான் கற்பனை செய்து வைத்திருந்ததற்கும் நிஜத்துக்கும் அதிக வேறுபாடு இல்லை. கையில் ஒரு ஃபெல்ட் பேனா வைத்துக்கொண்டும் இருந்தான். வெள்ளைப்பலகையில் இடமிருந்து வலமாக சின்னச் சின்ன வரிகள் லத்தீன் எழுத்துக்களில் எழுதப்பட்டிருந்தன. திஸ் இஸ் லைப்ரரி என்று மாணவர்கள் முதல் வரியைத் திருப்பிச் சொல்லிக்கொண்டிருந்தார்கள். பின்னர் நடை முறைப் பயிற்சி வகுப்புக்கான நேரம். மாணவர்கள் மூன்று – நான்கு பேர்களாக வட்டமாக நின்று 'ஹவ் ஆர் யூ?' 'வாட் இஸ் யுவர் நேம்?' என்று கத்திக்கொண்டிருந்தனர். அடிக்கடி அவர்கள் உரையாடல்கள் பலத்த சிரிப்பில் போய் முடியும். அவ்வப்போது அரபு மொழியிலும் அவர்கள் உரையாடல்கள் தொடரும். அவர்கள் தாய்மொழித் தொடர்பை விடமுடியாததாகிவிடும்.

ஷாதி சொன்னான்: "புதிய மொழியொன்றைச் சரிவரக் கற்பது அவர்களுக்கு முக்கியமன்று. போரைத் தவிர வேறு ஏதாவதொன்றைப் பற்றிப் பேசுவதே முக்கியமாகப் பட்டது. கையில் பேனாவை வைத்துக்கொண்டு ஏதாவது கிறுக்கிக்கொண்டிருக்க வேண்டும் அதனால் இயல்பு நிலையில் இருப்பது போன்ற எண்ணம் வரவேண்டும். அது போன்ற அன்றாட இயல்பு வாழ்க்கைதான் எங்களுக்கு எட்டாக்கனியாகவிருந்தது."

"சமயங்களில் நாங்கள் இருந்த இடம் ஒரு நடனமேடையாகிவிடும்" என்று ஷாதி தொடர்ந்து சொன்னான்:

"மேசை, நாற்காலியெல்லாம் தள்ளிவைத்துவிட்டு, சமுக்காளத்தை விரித்துவிடுவோம். பின் அதன் மீது, எங்கள் ஆட்டம் பாட்டமெல்லாம் நடந்தேறும்."

ஒரு புதிய அத்தியாயம். காகிதச் சந்நிதானத்திற்கு இடதுபக்கமாக, ஒரு கூட்டம் நெருங்கிவருகிறது. பெரியவர்களும் சிறியவர்களுமாகப் பத்துபேர் கைகோர்த்துக்கொண்டு முதலில் தலையை அசைத்தார்கள். அடுத்ததாக, தோள்களை வலமிருந்துஇடமாகவும், பின்பு இடமிருந்துவலமாகவும் அசைத்தார்கள். தற்காலிகமாக அமைக்கப்பட்ட மேடையொன்றில், இரண்டு பாடகர்கள் பிரபலமான சில பாடல்களை ஒலிபெருக்கியில் பாடினார்கள். எல்லோரும் ஒன்றாகச்சேர்ந்து மகிழ்ச்சியான இசையொன்றை முணுமுணுத்தார்கள். 'ஜென்னா! ஜென்னா!' (சொர்க்கம்! சொர்க்கம்!) எனக்கு அந்த வரிகளைத் தெரியும். அது அவர்களின் புரட்சி கீதம். அதனை அவர்கள் சுரங்கஅறையில் மீண்டும் புதுப்பித்தனர். 'ஜென்னா! ஜென்னா!' என்று எல்லோரும் ஒன்றாகத் திருப்பிச் சொன்னார்கள். ஒரு நம்பிக்கையின் கூக்குரலாக அது புறப்பட்டது. நகரத்தின் அடிவயிற்றிலிருந்து எழுந்த அந்தப் பாடல் ஒரு வலிநிவாரணி.

ஷாதியிடம் நான் கண்ட இன்னொரு விஷயம், அவனுடைய கற்பனை ஆற்றலாகும். அவன் படிப்பதில்லை. நாவல்களில் அவன் திளைப்பதில்லை. இருப்பினும், அவன் தன்னை வெவ்வேறு தளத்தில் பொருத்திப் பார்ப்பதில் வல்லவனாக இருந்தான். "உங்களுக்குத் தெரியுமா? டமாஸ்கஸிலிருந்து பார்த்தால், தராயாவில் குண்டு போடுவது எப்படி

இருக்குமென்று கற்பனை செய்துபார்த்தேன். மேலும் என் நண்பர்களை அவர்களின் பெற்றோர்களில் சிலர் ஒவ்வொரு தடவையும் குண்டுகள் வீசப்படும்போது, அருகிலிருந்த ஷனாயா எனும் புறநகரிலிருந்து அலறி அடித்துக்கொண்டு அவர்களைக் கூப்பிடுவார்கள்," என்று அவன் தூரத்திலிருந்து ஒருநாள் பேச்சுவாக்கில் சொன்னான்.

தராயா சமவெளியைச் சுடுகாடாக்கும் தொடர்வன்முறை நடக்கும் இடம், நேர்க்கோட்டில் பார்த்தால், டமாஸ்கஸ் நகரிலிருந்தும், அங்கு சொகுசு விடுதியில் இயங்கும் ஐக்கிய நாட்டுச் சபையிலிருந்தும் ஒரு சில கிலோ மீட்டர் தூரத்தில்தான் இருக்கும். அதேபோல், ஒரு சில கிலோ மீட்டரில்தான் மெஸ்ஸே இராணுவத்தளம் இருக்கும் பாறைகள் இருந்தன. அங்குத்தான் விமானப்படையின் தகவல்மையமும், அவர்கள் சுடுவதற்குப் பயன்படுத்தும் இடமும், கொடிய சிறையும் இருந்தன.

இராணுவத்தினர் பார்வையில் படுவதற்கு ஷாதி தலையைத் தூக்கிப் பார்க்கக் கூடத் தேவையில்லை. பஷார் ஏற்பாடுசெய்திருந்த தானியங்கிக்கருவிகளின் இயக்கத்தால், ஷாதி தொடர்ந்து ஆபத்தின் பிடியில் இருந்துவந்தான். ஷாதி விவசாயி ஒருவரின் மகன். உண்மையை காணொலி படம் எடுப்பவன். விடுதலைக்காகப் போராடுபவன். அவர்கள் பார்வையில் அவன் ஒரு நிழலுருவம். எத்தனையோ நிழலுருவங்களில் அவனும் ஒருவன். மோசமான "தீவிரவாதி". அடித்துக்கொல்லப்பட வேண்டியவன். பீரங்கிமுனையில் இருக்கும் பயங்கரவாதி. ஒரு தோட்டா அல்லது ஒரு ஏவுகணை அல்லது ஒரு குண்டு அவனை ஒரே வினாடியில் இல்லாமல் செய்துவிடும். சாகப்பிறந்தவர்கள் மத்தியில் அவனும் ஒரு சாகப்பிறந்தவன் ...

அவன் சொன்னான்: "மரணம் தெருமுனையில் இருக்கிறது. அது நம்மைத் தேடி வரக்கூடிய ஆபத்து இருக்கிறது, நம் வீட்டுக்குள்ளேயே, நாம் தூங்கிக்கொண்டிருக்கும்போதே அது வரலாம். பள்ளிவாசலில் நாம் தொழுதுகொண்டிருக்கும்போதுகூட வரலாம். அது நம்மை விட்டு விலகுவதில்லை. பயமில்லை என்று பொய் சொல்ல விரும்பவில்லை."

குன்று ஒன்றின் மீது, சற்றுக் கிழக்குபக்கத்தில், குடியரசுத் தலைவரின் அரண்மனை இருக்கிறது. தராயா மக்கள் அதனை வெறும் கண்ணால் பார்க்க முடியும்.

நான் கேட்டேன்: "ஆசாத் எப்படி? அவரைக் கற்பனைசெய்து பார்த்தாயா? அவர் இடத்தில் உன்னை வைத்துப் பார்த்தாயா?"

ஷாதியின் பதில்: "ஆசாத். அவர் முகத்திரையொன்றைப் போட்டுக் கொண்டு நாங்கள் எப்படி இருக்கின்றோமோ அப்படியே எங்களைப் பார்க்க, ஏற்றுக்கொள்ள மறுக்கிறார். நாங்கள் இரு வேறு உலகங்களில் இருப்பதுபோலிருக்கிறது."

ஆசாத் கண்மருத்துவம் படித்துக்கொண்டிருந்த மாணவர். இன்று அவரே ஒரு விதத்தில் குருடாகிவிட்டார். இன்னும் வேடிக்கை என்னவென்றால், அவரும் புகைப்படக்கலையில் மிகுந்த ஆர்வமுடையவரென்று சொல்லக் கேட்டிருக்கிறான் ... ஷாதி. மரணங்களை

நேரடியாகப் படம் எடுத்துக்கொண்டிருக்கும்போது, டமாஸ்கஸின் தலைவர் இன்ஸ்டாகிராமை நிரப்பிக்கொண்டிருக்கிறார். அதில் அவருடைய செல்ஃபிக்களையும் அவர் நண்பர்களின் படங்களையும் பார்க்கலாம். போர்முனையில் நின்று அவர் 'போஸ்' கொடுத்துக்கொண்டிருப்பார். அல்லது அவர் மனைவி, குழந்தைகள் ஆகியோருடன் கச்சிதமான ஆடைகளில் காட்சியளிப்பார். சிரியாவின் தலைநகரில், அகழியால் சூழப்பட்ட சில சதுரகிலோமீட்டர்களில் இருந்துகொண்டு சூழ்ச்சி, சூழ்ச்சி என்று கத்துகிறார். மிதமான எதிர்ப்பைக்கூட ஏற்றுக்கொள்ள மறுக்கிறார். ஷாதி தாழ்வான குரலில் சொல்வதுபோல், அது ஒரு 'கிட்டத்துப் பார்வையின் அறிகுறி' அல்லது நிஜத்தின் உருமாற்றம். இருட்டறையில் 'ஆர்ஜெண்டிக் க்ளோரை'டை வைத்துப் பதப்படுத்தும் புகைப்படம் போன்ற காட்சி. அது போன்ற படங்களை ஒளி – நிழல் போன்றவற்றின் மாற்றத்தை வைத்துச் சுலபமாகக் கையாளலாம், விருப்பப்படி மாற்றலாம், மீண்டும் உருவாக்கலாம். அவருடைய கண்மூடித்தனத்தை அவர் சொற்பொழிவுகளிலிருந்தே கண்டுகொள்ளலாம். மக்களாட்சிக்காகப் போராடுபவர்களின் குரலுக்குச் செவிசாய்க்காமல், திருப்பித்திருப்பி, 'நான், இல்லையேல் ஒழுங்குச்சீர்கேடு' என்று சொல்லிக்கொண்டிருக்கிறார்.

ஷாதியுடனும் அவன் நண்பர்களுடனும், கற்பனையானது வார்த்தைகள் மூலமும் வெளிப்படும். அவர்கள் எழுதுவதும், கண்டுபிடிப்பதும் அவர்களின் வளமான அரபு மொழி வாயிலாக வெளிவரும். பாஷர் எல் – ஆசாத் 'ஃபாவ்டா' (ஒழுக்கச் சீர்கேடு) என்ற பண்டைய வார்த்தையைப் பயன்படுத்தும்போது, அவர்கள் கிண்டலாக 'கர்காபேத்' (குப்பைக் கூளம்) என்ற எல்லோருக்கும் பரிச்சயமான பதத்தைப் பயன்படுத்தினர். குண்டுகளால் நாசமடைந்த அவர்களின் அன்றாடவாழ்க்கை குப்பைக்கூளமாகிக்கொண்டிருந்தது. 2015 தொடக்கத்தில் அவர்கள் அதையே தலைப்பாக வைத்து, தங்களிடமிருந்த சொற்பப் பணத்தில் மாதமிருமுறை சஞ்சிகையொன்றைத் தொடங்கினர். அதில் சுமார் ஐநூறு நகல்கள் எடுக்கப்பட்டு விநியோகிக்கப்பட்டன. 'கர்காபேத்' வறுமையிலிருந்து மீள்வது பற்றிய கையேடு. எவ்வாறு பிளாஸ்டிக்கை எரித்து எரிபொருளாக மாற்றுவது? எவ்வாறு பழைய சன்னல்களை விறகாக மாற்றுவது? எவ்வாறு மழை நீரைச் சேகரித்துக் குடிநீராகப் பயன்படுத்துவது? எவ்வாறு பால்கனியில் தக்காளி பயிரிடுவது? இது போன்ற எல்லா விஷயங்களும் கறுப்பு –வெள்ளையாக, சிலசமயங்களில் படங்களுடனும் அல்லது சித்திரங்களுடனும் வெளியிடப்பட்டு போர்முனைக்கும், பொதுமக்களுக்கும் விநியோகிக்கப்படும்.

அப்பத்திரிகையில், அரசியல், விளையாட்டு, திரைப்படம், தத்துவம், இலக்கியம் குறித்த கட்டுரைகள் வெளியிடப்பட்டு, பெரிய புத்தகங்களைப் புரட்டிப் பார்க்க முடியாதவர்களுக்கு வழங்கப்படும். ஷாதி சொன்னான்: "அது மூளைக்கு ஒரு பொழுதுபோக்காக எங்கள் தலையில் ஓர் ஒழுங்கமைதியைத் தரும். ஷாதியும் மற்ற செயல்வீரர்களும் அந்தப் பத்திரிகையை ஆரம்பித்ததற்குக் காரணம், அவர்கள் ஒரு சமூகத்தொடர்பை ஏற்படுத்திக்கொண்டு, தங்களுடைய ஏமாற்றம் அடிப்படைவாதத்துக்குக் கொண்டுசெல்லாமல் பார்த்துக்கொள்வதுதான்.

இணையதளத்தில் போடப்பட்ட சில பக்கங்களைப் படித்துப் பார்த்தேன். வாசகர்களுக்கு அவர்கள் அளித்த "குப்பைக் கூளங்கள்" கருப்பொருள்வாரியாகத் தொகுக்கப்பட்டிருந்தன. முன்னாள் ஈராக்கியப் பிரிவினையாளர் அஹ்மத் மத்தருடைய கவிதைகளுடன் 14ஆம் நூற்றாண்டு மொரோக்கோ நாட்டு யாத்ரிகர் இபன் பத்துத்தாவுக்கும், நோபல் பரிசை ஏற்படுத்திய ஆல்ஃப்ரெட் நொபேலுக்கும், சிரிய நாட்டில் வழங்கிவந்த அத்தனை கொடிகளுக்கும்,

தராயாவிற்கு உயிர்தியாகம் செய்த அனைவருக்கும், துருக்கிக்கு நாடுகடத்தப்பட்டவர்களுக்கும் அர்ப்பணிக்கப்பட்ட வாசகங்கள் இணைக்கப்பட்டிருந்தன. அப்பட்டமான கதைகள்; ஆனால் நடுநிலைமையாகச் சொல்லப்பட்டவை. பொத்தாம்பொதுவான விமர்சனங்கள் கிடையாது. சார்புநிலை விமர்சனங்களும் கிடையாது. அரசுக்குச் சாதகமான ஊடகங்களில் காணப்படும் மிரட்டலும் அச்சமும் கலந்த சொற்கள் இடம்பெறாது. சமூக வலைத்தளங்களில் பல்வேறு மொழிகளில் வட்டமிடும் இஸ்லாமிய நாட்டு அமைப்பின் பரப்புரைகளையும் அதில் நிச்சயம் காண முடியாது. மரணதண்டனை அல்லது இரத்தம் வெள்ளத்தில் மிதக்கும் காட்சிகள் இடம் பெறவில்லை. 'கர்காபேத்'தில் வரும் கட்டுரைகளின் நடை எளிமையானது, யாரையும் சீண்டாது; வேண்டுமானால் அங்குமிங்கும் சில சுய நிந்தனைகள் இருக்கும்.

குறுக்கெழுத்துப் போட்டிகள் விழுந்துவிழுந்து ... சிரிக்கவைக்கும். காலிக் கட்டங்களில் வாசகர்கள் நிரப்பவேண்டிய சொற்கள் முற்றிலும் போர் சம்பந்தப்பட்டவையாகவே இருக்கும்: உதாரணமாக, முற்றுகை, குண்டுகள், இராணுவ வீரர்கள், உயிர்த்தியாகம் செய்தவர்கள் என்றிருக்கும். புதிதாகத் தொழிலுக்கு வந்திருக்கும் நிருபர்கள் பின்வரும் குறிப்பையும் சேர்த்திருப்பர்: "இந்த சொல்விளையாட்டில் பங்கு பெறுபவர்களுக்கு மாரடைப்போ வேறு அசவுகரியமோ வந்தால், அதற்குப் பத்திரிகை பொறுப்பன்று." நகரங்களின் இடிபாடுகளுக்கிடையே, அவர்கள் புதிதாக ஓர் அபத்தமொழியை உருவாக்கிக் கொண்டிருந்தார்கள். அதில் யதார்த்தம் இருக்கும். சோகமும், சுகமும் கலந்திருக்கும். இங்கு நேரடி அனுபவமே முதன்மை பெறும். உயிர்ப்பிழைக்கும் பொருட்டு, ஒரு நகரமே தன் சுயசரிதையைச் சொல்லிக்கொண்டிருந்தது. அதேசமயம் தன்னையே அது கேலி செய்துகொண்டுமிருக்கும். அப்படிச் செய்வதால், அது அன்றாடம் சந்திக்கும் அச்சங்களையும், இடர்பாடுகளையும் மேலும் சுலபமாக எதிர்கொள்ள முடிந்தது.

அடுத்த பக்கத்தில் அந்த வார இராசிபலன். வழக்கமான ஜோதிட உருவங்களுக்குப் பதில் அவர்களுக்கு மேலும் பரிச்சயமான உருவங்கள் இருக்கும். உதாரணமாக, ராக்கெட், சமையலறை, சமையல் எண்ணெய் போன்றவையே இடம்பெற்றிருக்கும். கிண்டலான ஜோதிட ஆலோசனைகள் அந்தப் பத்திரிகைக்குப் பொருத்தமானதாக இருந்தன. "உன் நண்பர்கள் உன்னை அவர்கள் வீட்டுக்குச் சாப்பிடக் கூப்பிட்டால், அங்குப் போவதற்கு முன்னால் சாப்பிட்டுவிட்டுப் போவது நல்லது. இல்லையென்றால் பசியால் இறக்க நேரிடும்": "இன்று நாள் நன்றாக இருக்கும் என்று எதிர்பார்க்காதே. அனைத்து வழித்தடங்களும் மூடப்பட்டிருக்கின்றன"; "நீ உன்னைப் பாதுகாத்துக்கொள்ள சுரங்கப்பாதையைத் தோண்டிக்கொண்டே இரு. அதிர்ஷ்டம் உன் கதவைத் தட்டலாம், ஏனென்றால் சுரங்கத்தில் ஒரு புதையல் கிடைக்கலாமல்லவா" ...

சற்றுக் கீழே கொடுக்கப்பட்டிருந்த ஆசிரியரின் 'எச்சரிக்கை' எனக்கு சிரிப்பை வரவழைத்தது: "இந்த ஜோதிடக் கணிப்பு முற்றிலும் எங்கள் கற்பனையில் உதித்தது. நிஜத்தோடு ஒத்துப்போனால் அது நிச்சயம் தற்செயலாக நிகழ்ந்ததுதான்."

சிரியாவில் தலைமறைவு நூலகம்

2016 பெப்ரவரி மாதத்தில் அதிகஅளவில் குண்டுகள் விழுந்துகொண்டிருக்கும்போது, அதிகஅளவில் சுரங்கவாழ்க்கையும் சரிசெய்யப்பட்டு வந்தது. போர்முனைக்குக் கூப்பிடு தூரத்தில் வெளியுலகுக்கு இணையாக வேறொரு சுரங்க உலகம் உருவாகிக்கொண்டிருந்தது. அதில் நூலகம், பள்ளிகள், உள்ளூர் ஆலோசனைக்குழு, ஊடகமையம், ஒதுங்குமிடம், சுரங்கப்பாதை ஆகியவை இருந்தன... ஒரு மருத்துவமனைகூட அங்கு இடம்பெற்றது. திரும்பவும் கணினித் திரைக்கு வந்துசேர்ந்த அஹ்மத் பேசினான்: "இப்போதெல்லாம், வான்வழித்தாக்குதல்கள் நடைபெறுவதால், எங்கள் நகரம் படுக்கைவாட்டத்தில் விரியடையாமல் நேர்குத்துவாட்டத்தில் விரிவடைகிறது. தராயா நிறைய வீடுகள் கொண்ட ஒரு ரிப்பன்போலன்று. அதனை மூன்று படிநிலைகளில் வைத்துப்பார்க்க முடியும். முதலாவதாக, வானமும் விண்மீன்களை விரட்டும் ஹெலிகாப்டர்களும்; அடுத்து, குண்டுகளால் சீரழிக்கப்பட்ட பூமி; கடைசியாக, பெருங்குழப்பத்தின் கீழ், இரகசியச் சுரங்கம். அடித்தளத்தில் அறை இல்லாதவர்கள், தங்களைக் காத்துக்கொள்ள கட்டடங்களுக்குக் கீழ்த் தற்காலிகமாகக் குழியமைத்துக்கொண்டு, வீட்டுச் சுவர்களில் துளைபோட்டுக்கொண்டார்கள். குழி தோண்டிக் கொள்வதுதான் ஆசாத்தை எதிர்த்தவர்களின் கதி. அது அவர்களுக்கு விதிக்கப்பட்ட வாழ்நாள் தண்டனை. கடுங்காவல் தண்டனையாக மாறக்கூடியது.

அஹ்மதோடும் ஷாதியோடும் சிதைந்துகிடந்த அந்த நகரின் உருக்குலைந்த படங்கள் வழியே அதன் சக்கர வியூகத்தில் தினம்தினம் நுழைந்துவந்தேன். விட்டுவிட்டு வரும் இணயதளத்தில் திட்டமிட்டுச் சிதறடிக்கப்பட்ட படங்கள் எனக்கு வந்துசேர்ந்தன. அவற்றைப் பார்த்துப் பழக்கப்பட்டுவிட்டேன். முற்றுகைக்குத் தப்பிய அச் சிறுசிறு காட்சிகளுக்குத் தலையுமில்லை வாலுமில்லை. ஒன்றோடொன்றை இணைத்து அங்கு இடம்பெறும் சோகக் காட்சியை – அலங்கோலத்தை – நம்பிக்கையைப் பதிவு செய்கிறோம்.

ஒவ்வொரு காணொலியும் ஒரு புதிய கண்டுபிடிப்பைக் காட்டியது. டமாஸ்கஸின் கட்டுப்பாட்டையும் மீறி, தராயாவின்

சந்துபொந்துகளைக் கண்டுபிடிக்க ஒரு திறவுகோல் கிடைத்தது போன்ற எண்ணத்தைத் தோற்றுவித்தது. காணொலியில் பல பகுதிகளைக் கடந்தபின், எனக்கு ஒன்று தெளிவாகியது. புத்தகக்கிடங்கு ஒரு விவாத மேடையாகச் செயல்பட்டது! விவாதத்தில் ஆர்ப்பாட்டக்காரர்களும், போராளிகளும் எந்த வேறுபாடுமின்றிப் பங்கேற்றனர். அன்றைய விவாதத்தில், புரட்சியின் சாதக பாதகங்களைப்பற்றிப் பேசினார்கள். ஆர்ப்பாட்டக்காரர்கள் தயார்நிலையில் இருக்கிறார்களா? மேலும் தங்கள் அமைப்பை அவர்களால் மேம்படுத்த முடியுமா? வன்முறை, பல்லாயிரக்கணக்கான சாவுகள், பெருகிக்கொண்டுபோகும் இடம்பெயர்ந்தோர் – நாடுகடத்தப் பட்டோர் எண்ணிக்கை ஆகியவற்றைத் தவிர்க்க முடியுமா? இது போன்ற கேள்விகள் எழுந்தன. போரின் கொடூரம் அதிகரித்தாலும், பங்கேற்றவர் எவரும் '2011 வசந்த'த்துக்குப் பின் வெளிப்பட்ட மாற்றத்திற்கான ஆவல் குறித்து வருத்தம் தெரிவிக்கவில்லை. விவாதத்தின் மத்தியில் 'உரிமை', 'சுதந்திரம்,' 'விழிப்புணர்ச்சி' முதலிய சொற்கள் எதிரொலித்துக்கொண்டே இருந்தன. இளைஞன் ஒருவன் எழுந்து சொன்னான்: "புரட்சி நம்மை சரியான பாதையில்தான் இட்டுச் செல்கிறது." இன்னொருவன் தான் "களைப்படைந்து" விட்டாலும் "வருத்தப்படவில்லை" என்று சொன்னான். தொடர்ந்து அவன் 'மக்களாட்சி'தான் தன் இலக்கு – "கருவில் வளரும் குறிக்கோள்," என்றான். மூன்றாவதாக ஒருவன் சுயவிமர்சனம் செய்துகொண்டான்: "சித்தாந்தபூர்வமாகவும், சமய அடிப்படையிலும் இந்த எதிர்ப்பை நாம் இன்னும் சிறப்பாகத் தயார் செய்துகொண்டிருக்கலாம். ஆயுதம் ஏந்தியவர்களுக்கும் அமைதிப் புரட்சி செய்தவர்களுக்கும் போதுமான காலஅவகாசம் கிடைக்கவில்லை. நான் தராயாவைப் பற்றி மட்டும் பேசவில்லை. போதுமான முன்னேற்பாடு இல்லாத காரணத்தால், நமக்கு வெளியிலிருந்தும், உள்ளேயிருந்தும் நெருக்கடி வந்தவண்ணமிருக்கின்றது." அவன் குறிப்பிட்டது அரசின் கண்மூடித்தனம் மட்டுமன்று. அவன் தன்னுடைய நாடு வேறுநாட்டுப் பிரச்சினைகளின் போர்க்களமானதையும் குறிப்பிட்டான். ஈரானுக்கும் சவுதி அரேபியாவுக்குமிடையேயும், அமெரிக்காவுக்கும் ரஷ்யாவுக்கும் இடையேயும் நடக்கும் போர்களாலும், அதேபோல், கத்தார் அல்லது துருக்கி போன்ற நாடுகள் அதில் கலந்து கொள்வதாலும் சிரியா ஒரு நிரந்தரப் போர்க்களமாகிவிட்டதை அவன் அடிக்கோடிட்டுக் காட்டினான்.

நான் கவனித்துப்பார்த்தேன். அவன் காக்கிச் சட்டை அணிந்திருந்தான். அவன் கால்சட்டையில் நிறைய பைகள் தைக்கப்பட்டிருந்தன. அவன் போட்டிருந்த சீருடை சுதந்திரச் சிரிய இராணுவத்தினுடையது. ஆசாத்துக்கு எதிரான அப்போர்வீரனுக்குப் புத்தகக்கிடங்குதான் அடைக்கலம் அளித்ததா? அல்லது ஒருவேளை நூலகத்தின் விசித்திரமான அமைப்பு விவாதத்துக்கும் கருத்துப்பரிமாற்றத்துக்கும் வசதியாக இருந்திருக்கலாம். டமாஸ்கஸ் எல்லாவற்றையும் கறுப்பு–வெள்ளையாகப் பார்த்துப் பழக்கப்பட் டிருக்கும்போது, அங்கு நடைபெற்ற விவாதங்கள் பல்வகையனவை ... ஆசாத்தின் படைவீரர்களுக்குப் பல கோணங்களில் சிந்திக்கத் தெரியுமா? அவர்கள் மெஸ்ஸே படைத்தளத்திலிருந்துகொண்டு எது பற்றிச் சிந்தித்துக்கொண்டிருக்கிறார்கள்? அவர்களுக்குக் கொடுக்கப்பட்ட

புத்தகங்களைத் தவிர அவர்களால் வேறுபுத்தகங்கள் படிப்பதற்கு உரிமையோ நேரமோ இருக்கின்றதா? அவர்களுக்கும் உரிமை இருந்தால் மாற்றத்தை விரும்பித் தேர்வு செய்வார்களா?

கணினியின் முன் தனியாக அமர்ந்து, காணொலியில் அந்தப் பகுதியைத் திரும்பிப் பார்க்கும்போது ஆஸ்கர் பொல்லாக் என்னும் நூலில் காஃப்காவின் வரி நினைவுக்கு வருகிறது. "புத்தகம் என்பது நம் மனத்தில் உறைந்திருக்கும் பனிக்கடலைப் பிளக்ககூடிய கோடரியாகச் செயல்படவேண்டும்."

பின்வந்த நாட்களில், நூலகத்தில் படிக்கும்நேரம் குறைவதைப் பார்த்தேன். தொடர்க் குண்டுவெடிப்புச் சத்தம்தான் அதற்குக் காரணம். காலைவேளைகளில் வானம் தொடர்ந்து அலைக்கழிக்கப்படும்போது, நூலகம் மூடப்பட்டிருக்கும். சிலசமயங்களில் சுற்றுப்புறத்திலிருந்த சிறுவர்களும் இளவயதினரும் அங்கு வந்து அடைக்கலமாகி இருப்பார்கள். அவர்களுடைய தற்காலிகத் தங்குமிடங்களிலிருந்து அவர்களுக்கு ஒரு போக்கிடம் தேவையாயிருந்தது. ஏனெனில், அவர் களில் பெரும்பாலானோரது குடும்பங்கள் தங்கி இருக்குமிடம் ஓர் எலிவளைபோல்தான் இருந்தது. அவர்களில் ஒருவனான அம்ஜத் தான் அந்த இடத்தைக் கண்டுபிடித்தான். அவனுடைய நண்பர்கள் அவனை 'நூலகர்' என்று பட்டப்பெயர் சொல்லி அழைத்தார்கள்.

கொஞ்ச நேரம் அமைதி திரும்பி, காகிதச் சுரங்கம் திறந்தவுடனேயே விவாதங்கள் தொடங்கிவிடும்.

இதோ ஒரு புதிய காணொலி. அதில் வருபவன் டீ ஷர்ட் அணிந்திருந்தான். அவன் விவாதத்தில் பங்கேற்பவர்களிடம் சிறுசிறு குழுக்களாகப் பிரியச் சொன்னான். பின்னர் அவர்களிடம் புதிர் போட்டிக்குத் தருவதுபோல் சிறுசிறு அட்டைத்துண்டுகளை விநியோகித்தான். "வார்த்தைகளை நாற்பத்தைந்து வினாடிகளில் கண்டுபிடிக்க வேண்டும்," என்றான். குறிப்பிட்ட நேரம் சென்றபின், ஒரே குழுதான் "கண்டுபிடித்துவிட்டோம்," என்று கத்தியது. நெறியாளர் முகத்தில் புன்னகையோடு சொன்னார்: "இயற்கைதான். அவர்கள்தான் தொடக்கத்திலேயே படிவத்தைப் புரிந்துகொண்டார்கள்." அவருடைய முடிவு: "உன்னுடைய மனதில் ஒரு தெளிவான திட்டம் இல்லாமல்இருந்தால். உன் கருத்துகள் குழப்பமாக இருக்கும். உன்னுடைய முன்னுரிமைகளை முன்கூட்டியே தெரிவுசெய்துவிட்டால், தோல்வியுறும் வாய்ப்பு குறைந்துவிடும்." அரங்கத்தில் நிசப்தம் நிலவியது. தொடர்ந்து அவர் சொன்னார்: "குழுவைக் கண்மூடித்தனமாக தொடராதே. புதிய இடங்களை – தளங்களைத் தேடிப்பார்." எதிரிடையான நகைச்சுவை. அந்த ஊர் முற்றுகையிடப்பட்டு, வெளியேறும் வழியில்லாமலிருந்ததைக் குறிப்பிடவேண்டும். அவன் மேலும் வலியுறுத்திச் சொன்னான்: "சிந்தனைதான் முக்கியம். உன்னை எவரும் தங்களுடைய நோக்கத்துக்காகப் பயன்படுத்திக்கொள்ள விடக்கூடாது." கூடியிருந்தோர் மத்தியில், எல்லோருக்கும் செய்தி நன்றாகப் புரிந்தது. அதாவது ஒற்றைச் சிந்தனையை – உன்னை முடமாக்கும் சிந்தனையைப் புறந்தள்ள வேண்டும். திரித்துக்கூறப்படும் உண்மைக்குப் பலியாகக்

கூடாது. கூட்டத்தில் பங்கேற்றவர்கள் குனிந்து அவரவர் கையேடுகளில் குறிப்பெடுத்துக்கொண்டு தலையசைத்தனர்.

திடீரென்று விளக்கு அணைந்தது. ஒரு மூலையில் முடங்கிக்கிடந்த ஒரு புரோஜெக்டர் வெளிச்சத்தை உமிழ்ந்து எதிரிலிருந்த வெள்ளைச் சுவரை வெண்திரையாக மாற்றியது. அந்தப் பல்நோக்கு நூலகத்தில் திரைப்படம்கூட பார்க்க முடிந்தது! அன்றைய குறும்படத்தின் தலைப்பு: 2+2=5. அதில் ஆசிரியர் ஒருவர் தன் மாணவர்களை அச்சுறுத்தி இப் பொய்யான கணக்கைத் திருப்பித் திருப்பிச் சொல்லச் செய்கிறார். இவ்வாறு வற்புறுத்திப் பொய்களைத் தயாரிப்பது ஜார்ஜ் ஆர்வெல் என்பவரின் 1984 எனும் பிரபல நாவலில் சொல்லப்படும் "பொய் சூத்திரம்" வழியாக வந்தது. நாடு கடத்தப்பட்ட ஈரானியப் பட தயாரிப்பாளர் பபாக் அமிரியின் இந்தப் படம் இணையதளத்திலிருந்து பதிவிறக்கம் செய்யப்பட்டது. அது நம்பிக்கைக்கான ஒரு செய்தியை வெளிப்படுத்து கிறது: கொடுக்கப்பட்ட உத்தரவை மீறி கணித வகுப்பின் இறுதியில், வகுப்பறையின் கடைசியில் இருந்த மாணவன் ஒருவன் எழுதுகோலால் மேற்சொன்ன எண்ணை அழித்துவிட்டு '4' என்று தன் பயிற்சிப் புத்தகத்தில் எழுதுகிறான். வகுப்பறையில் பலத்த கைத்தட்டல். கேட்காத ஓசையின் தாலாட்டினால் மெய்மறந்து "எல்லோரும் ஒன்றை நம்பினால், அது உடனே உண்மையாகிவிடுமா?" என்று வெள்ளை சுவரில் தோன்றிய அரபு மொழி வாசகத்தைப் படித்தேன்.

தராயா எனும் இருட்டறையில், அவ்விளைஞர்களின் வாய்ப்பு வளம் முடிவற்றதாக இருந்தது. இடிபாடுகளால் சூழப்பட்ட அந்தச் சன்னிதானத்தில், அவர்கள் தொடர்புகளை அதிகரித்துக்கொண்டுள்ளனர். புதிய கருத்துகளை பரிசீலித்துப்பார்த்தனர். இரவின் பிடியிலிருந்து அகல சிறுசிறு மெழுகுவர்த்திகளைக் கொளுத்திவைப்பதுபோல், ஒவ்வொரு நாளும் தங்களது பண்பாட்டுத் தளத்தை விரிவுபடுத்திக்கொண்டுவந்தனர். பாதாளத்தில் ஓர் இரகசிய வாழ்க்கை. அதில் மேலிருக்கும் சக்திகளால் ஏற்படுத்தப்பட்ட மவுனமும், கோபமும், மனஉறுதியும் நிறைந்த கூக்குரலாக வெடிக்கிறது. அவர்களை நான் கவனிக்கிறேன். அவர்கள் கடைசிவரையில் அடம்பிடிக்கும் மாணவர்கள்போல் எதிர்ப்பைக் காட்டிவந்தனர். திணிக்கப்பட்ட கருத்துகளுக்குச் சவால்விடுகின்றனர். பீரங்கிஒலியைக் கேட்டு அஞ்சாமல், போரின் சோகமான நிஜத்தை மேலும் முன்னேறுவதற்கான படிகளாகப் பாவித்துவருகின்றனர். ஒரு புத்தகத்தின் வாயிலாகவோ ஒரு காணொலி மூலமாகவோ அவர்கள் தங்கள் நாட்டின் வரலாற்றில் ஒரு புதிய பக்கத்தை எழுத முற்பட்டுக்கொண்டிருந்தனர்.

பாதை கரடுமுரடானது. அது அவர்களுக்குத் தெரியும். நாடுகடத்தப் பட்ட எதிர்ப்பாளர்களின் பெரும்பாலான தேவையற்ற விவாதங்களை ஒதுக்கிவிட்டும், ஜெனிவா மாளிகைகளைக் கண்டுகொள்ளாமலும், ஊழல்குற்றச்சாட்டுகளைத் தவிர்த்துவிட்டும் அவர்கள் மெல்லமெல்ல முன்னேறினார்கள். எதிர்காலத்தில் தங்கள் கொடியின் நிறம் பற்றியும், சமுதாயத்தில் இஸ்லாத்தின் இடம்பற்றியும், நாளைய சிரியாவில் 'கூர்த்' இனத்தவர் நிலையைப் பற்றியும் அவசர முடிவு எடுப்பதில் அவர்களுக்கு விருப்பமில்லை.

'அரபு வசந்தம்' தொடக்கத்தில் மிகவும் பிரபலமாகப் பேசப்பட்ட 'துருக்கிய மாதிரிப் படிவ'த்தையும் அவர்கள் ஆலோசிக்கத் தவறவில்லை. ஒரு கட்டத்தில் அவர்கள் எல்லோருமே அந்த மாதிரிப் படிவத்தில் "இஸ்லாமும், மக்களாட்சியும், வளர்ச்சியும்" இணைந்திருந்ததாக நினைத்தனர். இருப்பினும், அவர்களிடம் ஒரு விமர்சனப்பார்வை இருந்தது. "துருக்கிய மாதிரிப் படிவம் எல்லா நாடுகளுக்கும் பொருந்துமா?" என்று போராளியொருவர் காணொலி காட்சி ஒன்றில் வினவுகிறார். இபன் கல்தூம் தலைமையில், ஓமார் தெளிவாகப் பதிலளிக்கிறான்: "பொருந்தலாம். ஆனால் எர்டோகானின் தவறுகளிலிருந்தும் பாடம் கற்றுக்கொள்ள வேண்டும்." எப்போதும்போல் கேள்விகள் எழுப்பப்படுகின்றன. எதிர்ப்பைத் தொடர்ந்து என்ன செய்யவேண்டும்? நிலை மாற்றத்தை எவ்வாறு சமாளிப்பது? எவ்வித அரசாங்கம் தற்காலிகமாக அமைக்கப்படவேண்டும்? இஸ்லாம் அரசியல் மக்களாட்சியோடு கலக்க முடியுமா?

அவர்கள் அறிவுப்பசி எல்லையற்றதாகும். பெப்ரவரியில் ஒரு நாள் காலை அஹ்மத் சுரங்க அமைப்பில் இன்னுமொரு கருத்து தெரிவிப்புத் தளம் இருப்பதாக எனக்குத் தெரிவித்தான். 2015 இறுதியில் அது தொடங்கப்பட்டது. நூலகத்தின் நீள்வாட்டத்தைப் பயன்படுத்திக்கொண்டிருந்தார்கள். இரகசியமாகப் பாதுகாக்கப்பட்ட அந்த இடத்தில் ஓர் இரண்டாவது அறை இருந்தது. அதில் ஸ்கைப் மூலம் நகர மக்களுக்காக காணொலி சொற்பொழிவுகள் நடைபெற்றன. பிரமாண்டமான ஒரு திரை முன்பு அமரச் செய்து, அவர்கள் கண்முன் தோன்றும் பெராசிரியர்களிடமும், நாடுகடத்தப்பட்டிருக்கும் அதிருப்தியாளர்களிடமும் எப்படிப்பட்ட கேள்விகளையும் கேட்க அனுமதிக்கப்படுவர். அவர்கள் வாழ்ந்த சூழலைவிட வெளிப்படையானதும், சகிப்புத்தன்மை வாய்ந்ததுமான அரசியல் திட்டம் வகுக்கத் தேவையான படிக்கற்கள் அமைக்க அது ஒரு வாய்ப்பாக அமைந்தது.

"கடந்த வாரங்களில், மதச் சார்பற்ற எதிர்ப்பாளர் பர்ஹான் கலியூன், கிறித்துவ மதம் சார்ந்த அதிருப்தியாளர் ஜோர்ஜ் சப்ரா ஆகியோரை இங்கு வரவேற்றோம்," என்று சொன்னான் அஹ்மத். "ஹுத்தைஃபா அஸ்ஸாமைக்கூட சொற்பொழிவாற்றவைத்தோம். ஹுத்தைஃபா அஸ்ஸாம் பாலஸ்தீனம் சார்ந்த முன்னாள் ஜிகாடிஸ்ட் ஒருவரின் மகன். அவர் தன் தந்தை போதித்த வன்முறைக் கலாச்சாரத்தை உதறித்தள்ளிவிட்டு வந்தவர். நம் இளைஞர்கள் தீவிரவாதத்தை அனுமதிக்கக்கூடாது என்பதை வலியுறுத்தும் வகையில் இது அமைந்தது."

பாதுகாப்புக் காரணங்களுக்காக இரகசியமாக நடந்த இந்தச் சொற்பொழிவுகள் சம்பந்தப்பட்ட எந்த ஒரு படமும் வெளியில் போகாமல் பார்த்துக்கொண்டனர். அரசின் கவனத்தையும், அதிலும் குண்டுமழை பொழிந்துகொண்டிருக்கும் ஹெலிகாப்டர்களின் கவனத்தையும் ஈர்க்காமலிருக்க, அமைப்பாளர்கள் விவாதங்களின் தேதிகளை பண்டைய முறையில் செவிவழிச் செய்தியாகச் சொல்லிக்கொண்டனர்.

"இது நீண்ட நாள் கனவுகண்டுகொண்டிருந்த ஒரு பல்கலைக்கழக மாகும்," என்று அஹ்மத் விளக்கினான். "கட்டுப்பாட்டுக்கு அப்பால்,

திணிக்கப்பட்டிருந்த நிபந்தனைகளைத் தாண்டி, அனைத்தையும் உள்வாங்கி, கற்றலில் ஈடுபடலாம்."

எவரும் எளிதில் அடைய முடியாத அந்த இரகசியப் பல்கலைக்கழகம் வரம்புகள் மீறிச் செயலாற்றுமிடமாகும். கற்பதனால் ஏற்படும் வரம்பு மீறலை இங்குப் பார்க்கலாம். புதிதாக அமைக்கப்பட்ட தடுப்புச் சுவர்க் கரும்பலகையில், தராயா போராளிகள் அவர்கள் அமைத்துக் கொண்டிருக்கும் எதிர்காலத்தை நோக்கி பறந்துசெல்ல வழிகளை வரைந்து பார்க்கலாம். இருளின் மடியில், துயரத்தில் தவித்துக்கொண்டிருக்கும் ஒரு நகரம் இசைக்கும் ஒரு மெல்லிய கீதமாக அது விளங்கியது.

எல்லாக் கதவுகளும் மீண்டும் மூடிக்கொண்டபோது, ஒரு சிறு ஓட்டைகூட எதிர்பாராத விடுதலைக்கு வழி வகுக்கும். 2016ஆம் ஆண்டு பெப்ரவரி மாதம் நீண்டு கொண்டே போவதுபோலிருந்தது. தராயாவில் இதுவரை காணாத அளவுக்கு அதிகப் பிரபலமாகியிருந்த விசித்திரமான நூலொன்றைப் பற்றி அஹ்மத் என்னிடம் பேசினான்.

"ஏழு பழக்கங்கள் எனும் நூலைப் பற்றி உனக்குத் தெரியுமா?" என்று எங்கள் தகவல்பரிமாற்றத் திரைக்குப் பின்னிருந்து கேட்டான்.

திறமை வாய்ந்த மனிதர்களின் ஏழு பழக்கங்கள், எனும் ஸ்டீபன் கவே எழுதிய நூல்தானே!"

அதுபற்றி யதார்த்தமாகச் சொன்னான். அவனுடைய நாடு போரில் மடிந்துகொண்டிருந்தது. அவனுடைய நகரம் அதலபாதாளத்தில் சிக்கிச் சீரழிந்துகொண்டிருந்தது. தராயா வெடிகுண்டு ஓசையும் புகையுமாகக் காணப்பட்டது. இதுபோன்ற குழப்பமான சூழலில்போய் அஹ்மத் சுய வளர்ச்சிபற்றிய புத்தகமொன்றைப் பற்றிப் பேசினான். விசித்திரமாகவிருந்தது. குழுவைவிட தனிமனிதனை முன்னிறுத்தும் நம் மேலைநாடுகளில் அதிகம் பிரபலமான புத்தகம் அது! சர்வதேச அளவில் அதிகம் விற்பனையாகும் அந்தப் புத்தகத்தின் சுருக்கத்தை மட்டுமே படித்திருந்தேன். தனிமனிதத் திறமைக்கும், வெற்றிக்கும் வழிவகுக்கும் சுய நிர்ணயம்பற்றிப் பேசும் நூல் அது. பாரிஸ், லண்டன், நியூயார்க், துபாய் போன்ற இடங்களில் தொழில் முனைவோர் மத்தியில் அதற்கு அதிக வரவேற்பு இருந்தது; அரபு மொழியையும் சேர்த்து மொத்தம் முப்பத்தி எட்டு மொழிகளில் மொழிபெயர்க்கப்பட்டிருந்தது. ஆனாலும், அது தராயா நூலகத்தில் தென்பட்டது வியப்பாகத்தான் இருந்தது...

அஹ்மத் சொன்னான்: "அந்த நூல் எங்களுக்கு அரிதான நூல். அதுதான் எங்களுக்கு ஒரு திசைகாட்டி..."

தராயாவில் வாழ்க்கை இப்படித்தான் இருந்தது. டமாஸ்கஸ் அவ்விளைஞர்களை 'இறைவன் பெயரால், மனம் நிலையற்றுத் திரிபவர்கள்' என்று குறிப்பிட்டபோதிலும் அவர்கள் தங்களது 'சுய'த்தை ஒரு புதிய சமயத்தின் வழியாக உருவாக்கிக்கொண்டிருந்தனர். அரசு அவர்களை

இஸ்லாத்தினால் நிலைதடுமாறி இரத்தவெறி கொண்டு அலைபவர்களாகச் சித்திரித்துப் பரப்புரை செய்தபோதும், நேர்மாறாக அவர்கள் தங்களை நெறிபடுத்திக் கொண்டிருந்தார்கள். ஒரு கேள்வி. எவ்வாறு அந்த நூல் அவர்கள் கையில்போய் சிக்கியது?

“உஸ்தேஸ்தான் அதைப் பற்றி முதலில் சொன்னார்,” என்று அஹ்மத் சொன்னான்.

உஸ்தேஸ்; அவர்தான் தராயா சட்டமறுப்புப் போராட்டத்திற்குத் தளபதி. ஏராளமான விஷயங்கள் கற்றுத்தேர்ந்திருந்த பேராசிரியர்.

அஹ்மத் தொடர்ந்தான்: “சைத்நயா சிறையில் இருக்கும்போதுதான் அவர் முதன்முதலாக அதனைப் படித்தார். ஞானோதயம்! எதிர்ப்பு நிறைந்த இந்த உலகத்தில் துவண்டுவிடாமலிருப்பதற்கு, அவர் அதனை தன் வாழ்க்கை வழிகாட்டியாக ஏற்றுக்கொண்டார். அன்றிலிருந்து அவர் அந்தத் தத்துவத்தை தானும் ஏற்றுக்கொண்டு, எங்களுக்கும் போதித்தார்”.

ஒன்றன் பிடியிலிருந்து இன்னொன்றுக்குத்... தங்களுடைய குருவின் சிறைஅனுபவத்தின் உந்துதலால், இருளில் தங்கள் எதிர்ப்பைத் தெரிவித்துக் கொண்டிருந்த அவ்விளைஞர்கள் அமெரிக்க ‘சுய உதவி’ புத்தகத்தைத் தங்கள் தேவைக்குப் பயன்படுத்தினர். மேற்கத்திய நாடுகளில் தற்காலிகமாக ஏற்படும் பிரச்சினைகளுக்கு, அதனைப் புரட்டிப் பார்ப்பதுண்டு. அதாவது, விவாகரத்து, காதல்தோல்வி, பணிநீக்கம் போன்ற பிரச்சினைகள் எழும்போது அது பயன்பட்டது. பொதுவாக ஏற்படும் கஷ்டங்களுக்கு அதில் தெளிவான விளக்கங்கள் கிடைக்கும். தராயாவிலும், சிறையிலும் வசிக்கும் சிரிய வாசகர்கள் தங்கள் பிரச்சினைகளுக்கு அப்புத்தகத்தில் உடனடித் தீர்வுகளை எதிர்பார்க்கவில்லை, ஆனால் அசாதாரணமான சூழ்நிலை நிலவும் நேரத்தில், தங்களைக் காப்பாற்றிக்கொள்ள, சில உத்திகளைத் தேடினர். உளவியல் அறிஞர்கள் இல்லாதபோது அந்நூல்தான் உளவியல் அறிஞனாக – நிலையற்ற சூழலில் உற்சாகமூட்டும் நண்பனாகப் பயன்பட்டது. போரின் வன்முறை அவர்களின் மனவுறுதியைக் குலைத்துக் கொண்டிருந்தது. மேலும் ஒரு சின்ன இடத்தில் எல்லோரும் கூடி வாழ்வதனால் சின்னச் சின்னப் பிரச்சினைகளும் வந்தவண்ணம் இருந்தன. ஒரே இடத்தில் “முடங்கிக்கிடப்போர்” மத்தியில், சண்டை, மனக்கசப்பு, அரசியல் நிலைப்பாடுகளில் ஒவ்வாமை போன்ற பிரச்சினைகள் தராயாவில் அன்றாடம் உணரப்படும் போரபாயம் . . . இதற்கெல்லாம் அப்புத்தகம் அருமருந்தாக விளங்கியது.

“அந்தப் புத்தகம் என்னுடைய கருத்துகளை ஒழுங்குபடுத்த உதவியது. அத்துடன் மற்றவர்களுடன் சேர்ந்து வாழும் வாழ்க்கையைப் பற்றியும் கற்பித்தது. அதாவது, மற்றவரை எவ்வாறு அவர்களுடைய வேறுபாடு களுடன் ஏற்றுக்கொள்வது என்றும், எங்களுக்குள் எவ்வாறு ஓர் ஆரோக்கியமான போட்டிச்சூழலை ஏற்படுத்திக்கொள்வது என்றும் கற்றுத்தந்தது.

அப்புத்தகத்தைப் பொறுத்தவரை, தொடக்கத்தில் அவன் உஸ்தேஸ் அளித்த ஒரு சுருக்கத்தை மட்டும் படித்துவைத்திருந்தான்.

இடிபாடுகளிடையே கண்டெடுத்த புத்தகங்கள் பட்டியலில் அது இடம்பெறவில்லை. அதனை முழுமையாகப் படிக்க இணையதளமே இம்முறையும் வழிகாட்டியாகச் செயல்பட்டது. கூகிள் தேடல்களின் முடிவில், அவன் கணினித்திரையில் 'பிடியெஃப்' வடிவில் அது கிடைத்தது. உடனே அதனைப் பதிவிறக்கம் செய்து பதிப்பிக்க வேண்டியதுதான் வேலை. ஆனால், தராயா வெளியுலகத்தொடர்புகளின்றித் தவித்ததால், காகிதம் ஓர் அபூர்வப் பொருளாக ஆகிவிட்டது. அஹ்மதுக்கு ஓர் உத்தி தோன்றியது. அவன் ஏ4 சைசில் புத்தகத்தைப் பதிப்பித்தான். புரட்சிக்கு முன் மறைத்துமறைத்துத் துண்டுப் பிரசுரங்கள் வெளியிட்டதுபோல் பத்திகளை நெருக்கி, எறும்பு ஊர்வதுபோல் அச்சிட்டான்.

"கண்களைச் சுருக்கிக்கொண்டு படிக்க வேண்டியிருந்தபோதும், அனைவரும் அதனைப் போட்டிப்போட்டுக்கொண்டு படித்தார்கள். அதுவே அப்புத்தகம் வெற்றி பெற்றதற்குச் சான்றாகும். தேவை அதிகரிக்கவே, ஒருவாறாக இரண்டாவது பதிப்பும் வெளியிட்டார்கள். அதன் அடிப்படையில் இரண்டு சொற்பொழிவுகளுக்கும் ஏற்பாடு செய்தனர். முதலாவது சொற்பொழிவு, நூலகத்துக்குள்ளேயே நடந்தது. இரண்டாவது, விவாதங்களுக்காக ஒதுக்கப்பட்ட புதிய சுரங்க அறையில் நடந்தது. அரபு நாடுகளுக்கான சிறப்பு வல்லுநர் யாசர் அல் ஐத்திதான் அவற்றை ஸ்கைப் மூலம் அறிமுகப்படுத்தினார். அந்தப் புத்தகம் உண்மையில் ஒரு குறிப்பிடப்படும் அனுபவமாக அமைந்தது," என்று அஹ்மத் ஆர்வத்தோடு கூறினான்.

மடிந்தும், கிழிந்தும், சாயம் வெளுத்தும், அந்நூல் இடைவிடாமல் கைக்குக் கை மாறியது. அதனை ஒரு தடவை படித்தனர். மறுமுறையும் படித்தனர். கையில் அதனை இராசிக்காக வைத்திருப்பதுபோல் வைத்திருந்தனர். 2016ஆம் ஆண்டு பனிக்காலத்தில் மிதமிஞ்சிய குளிர் இருந்தது. அக்குளிரின்போது, அது ஏதோ ஒருவகையில் அவர்களுக்குத் துணிவைத் தந்தது. ஐந்து வருடமாக நடைபெற்றுவந்த போர் ஒரு நாள் முடிவுக்கு வந்துவிடும் என்ற நம்பிக்கையை ஏற்படுத்தியது. அதன் கருத்துகளால் கவரப்பட்டவர்களுக்குப் போர் தற்காலிகமானதாகத் தெரிந்தது. ஒருவித இயல்புக்குத் திரும்புவதுபோல் தோன்றியது. குண்டு வீச்சின் வன்முறையையும், ஒவ்வொரு நாளும் மரணத்தை எதிர்கொள்ள வேண்டியிருந்ததையும் தூரத்தில்வைத்துப் பார்த்தது போன்றிருந்தது. முற்றுகை நீண்டுகொண்டேபோகும் என்று எதிர்பார்க்காதவர்களின் துடிதுடிப்பைச் சற்று அடக்கியது. தொடர்ந்து உறுமிக்கொண்டிருக்கும் குண்டுகள் இலக்கிய நூல்களைப் படித்து, சிந்திக்க முடியாமல் போனபோது அன்றாட மொழியில் அடைக்கலம் தரும் புத்தகமாகவிருந்தது அதன் சிறப்பு அம்சமாகும். சித்திரவதைக்குள்ளாகும் உயிர்களுக்கு, அதல பாதாளத்துக்குள் அமைக்கப்பெற்ற ஒரு கற்பனைக் கட்டில் அது.

பெப்ரவரி 27, 2016. விழித்தெழும் நேரம். தராயா ஒரு வியக்கத்தக்க நிசப்தத்தில் மூழ்கியிருந்தது. வானில் வெடிமருந்துப் புகை இல்லை. வெடியோசை இல்லை. எச்சரிக்கைச் சங்கு அல்லது ஹெலிகாப்டர் ஒலிகூட இல்லை. முற்றுகையிடப்பட்ட நகரில் திடீரென ஓர் அமைதி – மனத்தைக் கலங்கவைக்கும் அமைதி. போர் நிறுத்தம் என்று பேசிக்கொண்டார்கள். சிலமணி நேரம் கழித்து அது உறுதிசெய்யப்பட்டது. நீண்ட நாட்கள் பேச்சு வார்த்தைக்குப் பின் வாஷிங்டனும், மாஸ்கோவும் சிரிய மண்ணில் ஆசாத்துக்கும் அவரை எதிர்ப்போர்க்கும் இடையே ஒரு போர்நிறுத்த ஒப்பந்தத்திற்கு ஏற்பாடு செய்திருந்தன. குண்டுகள் ஓய்வெடுத்தன. போர் அடைப்புக்குறிக்குள் வைக்கப்பட்டது – தற்காலிகமாகவேனும்! இது தராயாவின் புதிய அத்தியாயம் என்று எடுத்துக்கொள்ளலாமா?

அமைதி ஏற்பட்டவுடன், தராயா வளாகத்துக்குள் பேருக்கு ஒருவிதச் சகஜவாழ்க்கை திரும்பியது. இடிபாடுகளுக் கிடையே முளைத்தெழும் புல்பூண்டுகளைப்போல், காவு கொடுக்கப்பட்ட நகரின் சுரங்கப்பகுதியில் வாழ்ந்துகொண் டிருந்த மக்கள் வெளியில் வந்தனர். ஒருவர், இருவர், பின்னர் ஆயிரக்கணக்கானோர் வர ஆரம்பித்தனர்... குழிவிழுந்த கண்களோடும், வாடிய தோலோடும், களைப்பினால் தள்ளாடும் உடலோடும் அவர்கள் இயல்பான இயற்கைக் காற்றைச் சுவாசித்தனர். அமைதியைப் பற்றி ஆராய்ந்தனர். முரண்பாடு இருக்குமா என்று பார்த்தனர். எனக்கு அடுத்த முனையில் அஹ்மத் முகத்தில் புன்முறுவல் தோன்றியது. மகிழ்ச்சி நிறைந்த குரலில் வெடிமுழக்கம் இல்லாத அன்றாட வாழ்க்கையை வருணித்தான்.

எப்போதாவது சில பீரங்கிஓசைகள் கேட்கும். மற்றபடி, நகரில் எங்கும் அமைதியே நிலவியது. ஆர்வம் நிறைந்த குரலில், அவன் மூலைமுடுக்குகளில் கூடும் கூட்டங்களையும், சாலையோரத்தில் முளைத்திருக்கும் பதாகைகளையும், மீண்டும் ஒலிக்கும் குரல்களையும், புதுவாழ்க்கைத் தொடக்கத்தைக் குறிக்கும் கோஷங்களையும் விரிவாக எடுத்துச்சொன்னான். அவன் அனுப்பியிருந்த புகைப்படங்கள் என் ஈமெயில் பெட்டியை அடைத்துக்கொண்டிருந்தன. அதில் ஒன்றில் இளைஞன் ஒருவன் “இருளில் நான் ஒரு

மெழுகுவர்த்தியாக இருக்க விரும்புகிறேன்" என்ற பதாகையைத் தூக்கிப் பிடித்துக்கொண்டிருந்தான். அது பாலஸ்தீனிய கவிஞர் ஃபாயெக் ஒவெயிஸ் அரபு மொழியில் கையெழுத்துக் கவிதையாக வெளியிட்டது. இன்னொரு படத்தில், வெள்ளை முகத்திரை அணிந்திருந்த இளம்பெண் ஒருத்தியின் கையில் ஒரு துண்டுஅட்டை ஆடிக்கொண்டிருந்தது. அதில் நான் படித்த வாசகம்: "நான் அல் –நொஸ்ரா முன்னணியோ, டாட்ச்சோ அல்ல. தராயா முற்றுகையால் துன்புறும் ஓர் இளம்பெண்." திடீர்க் கவிதைகளுக்கும் அரசியல் துண்டுப் பிரசுரங்களுக்குமிடையே பதாதைகள் 'சுதந்திரம்' என்பதைப் பறைசாற்றிக்கொண்டிருந்தன. அஹ்மத் 'புரட்சிக் காற்று– தொடக்கத்தில் இருந்ததுபோல' என்று முணுமுணுத்தான். தொடக்கத்தில் இருந்ததுபோன்றுதான் சிலிர்ப்பும் இருந்தது.

தலைக்குமேல், வானத்தின் நீலவண்ணம் கதிரவனின் ஒளியால் சற்று வெண்மையாகவிருந்தது. வசந்தம் சற்று முன்கூட்டியே வரத் துடித்தது போல் தோன்றியது. பார்க்குமிடமெல்லாம், மகிழ்ச்சி மீண்டும் தலைதூக்கும் அறிகுறிகள் தென்பட்டன. சிறுவர்கள் உருக்குலைந்த ஊஞ்சலொன்றில் ஏறி விளையாடினர். காலியாகக்கிடந்த ஓர் இடத்தில் இளைஞர்கள் ஆக்கிரமித்தனர். பூனையொன்று போய்க்கொண்டிருந்தது. பிடுங்கிப் போட்ட தந்திக்கம்பி மீது பறவையொன்று இளைப்பாறிக் கொண்டிருந்தது. அஹ்மத் கூற்றின்படி, நூலகம் தன் வழக்கமான வாசகர்களை வரவேற்கத் தொடங்கிவிட்டது. புத்தகங்கள் அவர்கள் கையில் தாண்டவமாடிக் கொண்டிருந்தன. மூன்று வாரமாக மூடிக்கிடந்த பள்ளிகள் மீண்டும் திறக்கப்பட்டுவிட்டன. வகுப்பறைகளில், சிறுவர்கள் படிக்கவும் எழுதவும் தொடங்கிவிட்டார்கள். ஆண்பிள்ளைகள் சண்டை போட்டுக் கொண்டார்கள். பெண்பிள்ளைகள் எதைஎதையோவைத்து வளையல் செய்துகொண்டிருந்தார்கள். இன்னும் குளிர் இருந்தது. ஆனால், மனதில் இதமான கதகதப்பு இருந்தது, வழக்கமான நம்பிக்கையூட்டும் ஆரவாரத்திலும், சிரிப்பிலும் அது வெளிப்பட்டது. தொடர்ந்து முன்னோக்கிச்சென்று கல்வி கற்கும் ஆர்வத்தில் அது தெரிந்தது. உயிரோடிருப்பது மட்டுமே அவர்களுக்கு அந்த உணர்வைத் தந்தது. காது கொடுத்து உற்றுக் கேட்கும்போது, என்னால் எல்லாவற்றையும் கற்பனை செய்ய முடிந்தது. வகுப்பறையில் தூசி படர்ந்த மேசைகளுக்கு மேல் சின்ன விரல்கள் மேலெழுவதையும், ஆசிரியை அங்கு அமைதி நிலவ வைப்பதற்கு முயற்சி மேற்கொள்வதையும், கேள்விகள் பலதிசைகளிலிருந்து வருவதையும், அவை வெடிப்புவிட்டிருந்த சுவர்களில் எதிரொலிப்பதையும் என் கற்பனையில் காண முடிந்தது. அது உண்மையான பள்ளிக்கூடம். அங்கு இரண்டும் இரண்டும் நான்கு என்றுதான் சொல்லித்தந்தார்கள். தலையீடு எதுவுமில்லை. குறுகிய கிட்டத்துப்பார்வைக்கு இடமில்லை.

இதுவரை "கண்களுக்குத் தெரியாமல்" இருந்த பெண்கள் தெருவில் நடக்க ஆரம்பித்தார்கள். இருளிலிருந்து தப்பித்த நிழலுருவங்களாக விருந்தவர்கள், இப்போது வீட்டிலிருந்து வெளியில் வரத் துணிந்தனர். வெளியில் வருவது முன்புபோல் ஒரு பிரச்சினையாக இல்லை. இரும்புஆயுதங்கள் எழுப்பும் ஓசையற்ற காற்றை அவர்களால் சுவாசிக்க முடிந்தது. அன்றாட வாழ்க்கையில் ஏற்படும் சிறுசிறு பிரச்சினைகளை

மற்ற பெண்களுடம் உரையாடும் சுகம் அவர்களுக்கு மீண்டும் கிடைத்தது. தூங்காத இரவுகள் இனிமேலும் இல்லை. தூக்கம் வரும்போது மறுநாள் காலை விழித்தெழுவோமா என்ற கேள்வி அவர்களுக்கில்லை. பிள்ளைகள் அச்சத்தில் பிடியில் சிக்கிக் கண்ணீர் சிந்தும் காட்சியுமில்லை. குண்டு வெடிப்பின்போது குழந்தைகளுக்குப் பால் கொடுக்க முடியாமல் தவித்த இளம்தாய்மார்களின் மார்பில் மீண்டும் பால் பெருக்கெடுத்தது. அதிகத் துணிவுமிக்க தாய்மார்கள், துருபிடித்த கைவண்டிகளை தூசி தட்டிவிட்டுத் தங்கள் பிஞ்சுக்குழந்தைகளை அவற்றில் கிடத்தித் அவர்களைத் தங்கள் வெற்றிச் சின்னமாக உலகத்துக்குக் காட்டினர். முற்றுகையின் தொடக்கத்திலிருந்து அறுநூறு குழந்தைகள் பிறந்திருந்தன. இருட்டுக்குகையில் முடங்கிக் கிடந்த அக்குழந்தைகள் இப்போதுதான் முதல்முறையாக இயற்கை வெளிச்சத்தைச் சந்தித்தன. அழுதன, கத்தின, மழலையில் பேசின. குழந்தையின் வாயிலிருந்துதான் உண்மை வரும் என்பார்கள். தராயாவில் சாதாரணக் குடிமக்கள் எவருமில்லை என்று சொல்லிவந்த அரசின் கூற்றை மறுக்க இதைவிட வேறு சான்று தேவையில்லை…

பல மாதங்கள் நரகவாழ்க்கை வாழ்ந்தபின், தராயாவின் அடிபணியாத வீரர்கள் தலைநிமிர்ந்து நடந்தார்கள். கிடப்பில் போட்டிருந்த கனவுகளைத் தேடிஎடுத்தனர். எதிர்கால வாழ்க்கை, திருமணம் போன்ற திட்டங்களைத் தீட்டினர். அஹ்மத் ஒவ்வொருவரைப் பற்றியும் எப்போதும்போல் துல்லியமாகத் தகவல் தந்தான். உஸ்தேஸ், இந்தச் சமயத்தைப் பயன்படுத்திக்கொண்டு புதிதாக ஒரு கருத்தரங்கு நடத்தி திருமணம் அல்லது திருமண நிச்சயம் போன்றவற்றைத் திட்டமிடுபவர்களுக்காகத் தாம்பத்தியவாழ்க்கை குறித்து ஆலோசனை வழங்கினார். ஓமார் மீண்டும் தன் நூலகத்திற்கு வந்துவிட்டான். ஒரு சின்ன இடைவேளைக்குப் பின், நிறைய படித்ததோடல்லாமல், மேலும் பல சொற்பொழிவுகளாற்றினான். அறிவுப்பசியும், படித்ததைப் பகிர்ந்துகொள்ளும் ஆர்வமும் அவனோடு ஒட்டிப் பிறந்திருந்தன. அவனுக்குத் தான் அடக்கிவைத்திருக்கும் உணர்ச்சிகளுக்கு வடிகாலும் தேவைபட்டது. இடிபாடுகளுக்கு மத்தியில் ஒரு கால்பந்துமைதானம் முளைத்தது. அவசரஅவசரமாக, குழிகள் மூடப்பட்டன. தரை சமப்படுத்தப் பட்டது. குப்பைக் கூளங்கள் பெருக்கித் தள்ளப்பட்டன. பத்து பேர்வீதம் எட்டு குழுக்கள் நியமிக்கப்பட்டன. ஒவ்வொரு குழுவிலும் போர்வீரர்கள், செயல்வீரர்கள், பார்வையாளர்கள் என்று பலரும் இருந்தனர். நட்பு அடிப்படையில் போட்டிகள் நடந்தன. விளையாடுபவர்கள் டிஷர்ட் அணிந்திருந்தனர். பார்வையாளர் தற்காலிகமாகப் போடப்பட்ட படிக்கட்டிலிருந்து ரசித்தனர். திடீரென, எல்லாம் சாத்தியமாகும் காலம் வந்துவிட்டதுபோலிருந்தது. எதிர்காலம்பற்றிய சந்தேகங்கள் மறைந்தன. நிகழ்காலத்தில் வாழ்வதற்கு ஒரு புதிய அர்த்தம் கிடைத்துவிட்டது. உடுத்தும் விதத்தில்கூட வசந்தத்தின் வாசம் தவழ்ந்தது.

சுவர்களும்கூட புதுமையைப் போற்றிநின்றன. ஒரு தெருவின் திருப்பத்தில், அல்லது உடைந்துகிடக்கும் சாலையோரத்தில், அல்லது நொறுங்கிக்கிடக்கும் சில வீட்டுமுகப்போரத்தில் கவிதைகள் பூத்துக் குலுங்கும்; அலங்கார விண்மீன்களும், சொல்கேடயங்களும் கண்களில்

படும்... அபூ மாலெக் அல் – சாமி என்பவர் அக்குழுவின் வரைகலைஞர். ட்யூப்களில் வண்ணங்களை எடுத்துக்கொண்டு நகரைச் சுற்றி வந்தார். வண்ணங்களால் நம்பிக்கையைச் சித்திரமாக வரைந்தார். குண்டுவெடிப்பில் பிளவுபட்டிருந்த வீட்டுமுகப்பொன்றில் 4 அல்லது 5 வயதிருக்கும் பெண்ணுருவத்தை நீலம் – மஞ்சள் கவுனில் வரைந்திருந்தார். இறந்தவர் தலைகள் குன்றுபோல் குவிந்திருக்க, அதன் மீதமர்ந்திருந்த அந்தப் பெண் தன் சதைப்பற்றான கரத்தால் 'ஹோப்' (நம்பிக்கை) என்று பெரிய எழுத்தில் எழுதிக்கொண்டிருந்தாள். அந்தச் சுவர்ச் சித்திரம் நன்னம்பிக்கையைப் போதித்துக்கொண்டிருந்தது. போரைத் துச்சமென மதிக்கும் மனப்பான்மைக்கு அது ஒரு சான்றாகும்.

அஹ்மத் படம்பிடித்த இன்னொரு சுவர்ச் சித்திரம் என் கவனத்தை ஈர்த்தது. அது ஒரு வகுப்பறை. அதன் சன்னல்களெல்லாம் பிளவு பட்டிருந்தன. தரையில், உடைந்த நாற்காலிகள் எலும்புக்கூடுகள் போலிருந்தன. மேசைகள் பிரேதங்கள் போல் காட்சியளித்தன. கடைசியில், ஒரு கரும்பலகை. அதில் அபூ மாலெக் அல் – சாமி வலமிருந்து இடமாக 'சாக்' கட்டியால் எழுதினான். அரபு மொழியில் எழுதியிருந்ததை என்னால் கண்டுபிடிக்க முடிந்தது. "இதற்கு முன்பெல்லாம் பள்ளிகள் இடிக்கப்படவேண்டுமென்று சொல்வார்கள். இப்போது அவை இடிந்து கிடக்கின்றன." இவ்வாசகம் ஒரு சுயவிமர்சனப் பார்வை. தற்காத்துக் கொள்ள உதவும் இன்னொரு கவசம். என் பார்வை இடதுபக்கமாக நகர்ந்தது. அங்கு விளக்கத்தின் தொடர்ச்சி காணப்பட்டது. கந்தல் துணி உடுத்தி, காலில் செருப்பில்லாமலிருந்த ஒரு பையன், முதுகில் ஒரு பையை வைத்துக்கொண்டு 'தராயா' என்ற பெயரை இரத்தச் சிவப்பில் எழுதிக்கொண்டிருந்தான். அப்போது எனக்கு இன்னொரு வரைகலைஞர் மஜீத் மொஹதாமானி நினைவுக்கு வந்தார். அஹ்மத் அண்மையில்தான் அவரைப்பற்றிப் பேசியிருந்தான். அவர் பெப்ரவரி 19, 2016இல் இராணுவ பீரங்கியிலிருந்து ஏவப்பட்ட குண்டால் மடிந்து விட்டார். தவிர்க்க முடியாதபடி தெரா நகர் இளைஞர்களும் நினைவுக்கு வந்தனர். அவர்கள் ஆசாத்துக்கு எதிராகச் சில வாசகங்கள் எழுதியதற்காக கைது செய்யப்பட்டனர். அதனால் 2011ஆம் ஆண்டு ஒரு கடும் எதிர்ப்பு அலை உருவாகியது.

இந்தப்படம் அவர்களுக்கான ஓர் அர்ப்பணிப்பு.

"நாங்கள் நின்றவண்ணம் இருக்கிறோம்," என்று சொல்ல வேண்டிய ஆவலும் அதில் வெளிப்படுகின்றது. இதுபோன்ற நிறமாற்றங்களிருந்தும், தராயாநகர் வாழ்க்கையைக் கொண்டாட முயற்சி மேற்கொள்கிறது.

2016 மார்ச் 19, சனிக்கிழமை. இஸ்மிரில் ஒரு செய்தித்திரட்டை முடித்துவிட்டுத் திரும்பிக்கொண்டிருந்தேன். இஸ்மிர் துருக்கியிலுள்ள ஒரு கோடைச் சுற்றுலாத்தலம். அங்கிருந்து ஏராளமான சிரிய அகதிகள் பாழடைந்த கப்பல்களில் பயணம் மேற்கோள்வார்கள். அவற்றில் பெரும்பாலானவை கடலில் மூழ்கிவிடும். நூற்றுக்கணக்கான பிணங்களை அலைகள் விழுங்குவது போரின் கண்ணுக்குத் தெரியாத இன்னொரு கொடூர முகமாகும். என்னுடைய 4 வயதுப் பெண் இருகரம் நீட்டி என்னை வரவேற்க இஸ்தான்புல்லில் காத்திருந்தாள். என் மனம் பாரமாகயிருந்தது. அவள் வயது சிறுவர்கள் எத்தனையோ பேர் கடலுக்குள் மூழ்கிக் கொண்டிருந்தனர். எப்போதும்போல், சமாரா என்னுடைய செய்தித்திரட்டைப் பற்றி எல்லா விவரங்களையும் கேட்பாள். 4 வயதில் வாழ்க்கை ஒரு கேள்விகளின் பட்டியல் போலும். என் ஸ்மார்ட்ஃபோனில், அவளுக்கு 'ஹெல்லோ கிட்டி' முகம் கொண்ட தற்காப்பு அங்கிகளைக் காண்பித்தேன். கிரீஸ் நாட்டுக்குத் தப்பிப்போகும் –ஆபத்து நிறைந்த – இரகசியப் பயணங்களின்போது சிறுவர்களுக்கு அது போன்ற அங்கிகளை விற்பார்கள். இயல்பாகவே, நான் அவளுக்குக் கடலில் மூழ்குவதைப் பற்றியும், இறப்பதைப் பற்றியும் கூறுவதில்லை. அவளுக்குப் பிடித்தமான பூனைக்குட்டியைக் காட்டுவதோடு நிறுத்திக்கொண்டேன். அவள் முகத்தில் புன்னகை. அன்று சனிக்கிழமை. அவள் 11 மணிக்கு பிரெஞ்சு நிறுவனத்தில் நடக்கும் கதைச் சொல்லும் நிகழ்ச்சி இருப்பதை நினைவு படுத்தினாள். அது எங்களுக்கு அரிய ஒன்று. எங்களுக்கு மட்டுமே உரியது. வானிலைஅறிக்கை மழைவரும் என்று தெரிவித்ததால், தெருவில் இறங்குமுன், அதற்கான உடையையும் காலணிகளையும் போட்டுக்கொண்டோம். அவள் கையைப் பற்றிக்கொண்டு தக்ஸிம் சாலைகளில் நடைபோட்டோம். சதுக்கத்தைக் கடக்கும்போது, பழைய சிகப்பு டிராம்வே பக்கத்தில் 'சிமித்' விற்கும் ஒருவன் எங்கள் கண்ணில்பட்டான். பிரெஞ்சுச் சுற்றுலாப் பயணிகள் தங்களை 'செல்ஃபி' எடுத்துக்கொண்டிருந்தனர். இரானிய யாத்ரிகர் ஒருவர் வழிகேட்டுக்கொண்டிருந்தார். கறுப்புத் துணி போர்த்தியிருந்த

சவுதி அரேபியப் பெண்கள் ஒரு டாக்ஸியைக் கூப்பிட்டுக்கொண்டிருந்தனர். மற்றொரு பக்கத்தில், இஸ்டிக்லால் வீதி முனையில், சிரியா நாட்டு பிச்சைக்காரன் ஒருவன் ஒரு பழைய பாடலொன்றைப் பாடிக் காசு வாங்கிக்கொண்டிருந்தான். அவன் காலடியில், புறாக்கள் ரொட்டித் துண்டுகளைப் பொறுக்கிக்கொண்டிருந்தன.

மணி 10.57. இன்னும் மூன்று நிமிடங்களில் கதை சொல்வது தொடங்கும். இஸ்டிக்லாலுக்கு வந்ததும், பிரெஞ்சு நிறுவனத்தின் முதல் படியில் கால் வைத்தேன். எனக்குப் பின்னால் சமாரா மெதுவான குரலில் "என்ன அருமையான நாள்!" என்று முணுமுணுத்துக்கொண்டு வந்தாள். வாசலில் என் கைப்பையைப் பாதுகாப்புஅலுவலரிடம் நீட்டினேன். அவருக்கு அதனைத் திறந்து பார்க்க நேரமில்லை. அதற்குள் திடீரென வானத்தைக் கிழித்துக்கொண்டு உலோகஒலியொன்று வந்தது. தடுத்து நிறுத்த முடியாத பயங்கரம். ஆடிப்போய் நான் திரும்பிப் பார்த்தேன். வீதி எங்கும் பீதியில் உறைந்தது. தக்சீம் சதுக்கம் நோக்கித் தலை தெறிக்க ஓடினார்கள். கூட்டம் நிலைகுலைந்தது. குண்டுவெடிப்பை யாரும் எதிர்பார்க்கவில்லை. அது பத்து மீட்டர், அல்லது அதற்கும் குறைவான தூரத்தில் நிகழ்ந்தது. நான் ஆடாமல்அசையாமல் நின்றேன். சமாரா என்னைக் கட்டிப்பிடித்துக்கொண்டு நின்றாள். பிரெஞ்சு நிறுவனக் காவலாளி எங்களனைவரையும் உள்ளே தள்ளினார். தள்ளியபின் கதவைச் சாத்தினார். வெளியில் ஒரே சத்தம். அச்சமும், அறியாமையும் கலந்த பேரொலி. சாலைகளில் குழப்பம்.

சமாரா என் சட்டையைப் பிடித்திழுத்து "இது என்ன?" என்று கேட்டாள். அவளை எப்படியாவது சமாதானப்படுத்த வேண்டும். பதில் சொல்லாமல் நழுவ வேண்டும். காப்பாற்றிக் கொண்ட வாழ்க்கையைப் பற்றி நினைக்க வேண்டும். எங்கோ சுவரில் எழுதப்பட்ட 'நம்பிக்கை' என்ற சொல்லை கெட்டியாகப் பிடித்துக்கொள்ளவேண்டும். வாணவேடிக்கையை நினைவுபடுத்த வேண்டும். 11 மணி கதை சொல்லும் நேரம் என்று அவளுக்கு நினைவுபடுத்த வேண்டும். அவள் கையைப் பிடித்துக் கொண்டு தோட்டத்தைக் கடந்து ஊடகமையத்தை அடையவேண்டும். படிகள் வழியாக இறங்கி கண்ணாடிக் கதவைத் திறந்து புத்தகங்கள் இருந்த இடத்திற்குப் போக வேண்டும். கீழே இருந்தவர்களுக்குக் குண்டுச் சத்தம் கேட்கவில்லை. அது புத்தகங்களாலான மதில்சுவர். காகிதத்தால் ஆன கோட்டை. மணி 11.05. கதை சொல்லும் ஜூலியின் காதில் மெல்லிய குரலில் நடந்ததை 'குண்டு' என்ற சொல்லால் சொன்னேன். புருவத்தைச் சுருக்கினாள். சிலிர்த்துக்கொண்டாள். உடனேயே கைகளைத் தட்டி "கதை தொடங்கப்போகிறது," என்றாள். அவளுடைய துணிவு ஓர் எடுத்துக்காட்டு. பெஞ்சுகளில் சிறுவர்கள் அமைதியாக இருந்தனர். கதை சொல்லும் நேரம். இன்று 'அல்ஃபிரேத் – நாற்றமடிக்கும் நாய்' கதை. கதை நேரம் தொடங்கிவிட்டது. அதே நேரம் வெளியில் ஆம்புலன்ஸ்களின் சத்தம் காதைப் பிளந்தது. அல்ஃப்ரேத், சளைக்காமல், எலும்பைத் தின்னும் நாய். கதைச் சொல்லும் நேரத்தில் என் ஸ்மார்ட்ஃபோனில் மனதை உலுக்கும் செய்திகள் வந்து விழுந்துகொண்டே இருந்தன. கொலைவெறித் தாக்குதல் உறுதியானது. ஒரு ஜப்பானிய வகைத் தாக்குதல்.

சாவுகளின் எண்ணிக்கை, குறைந்தது நான்காவது இருக்கும். சுமார் பத்துபேர் காயமடைந்தனர். டாட்ச்தான் தாக்குதலுக்குக் காரணம். கதையில் வரும் அல்ஃபிரேத் குரைப்பதுபோலிருந்தது. சைரன்ஒலி முழங்கிக்கொண்டிருந்தது. ஜூலி கதை சொல்வதை நிறுத்தவில்லை. ஹெலிகாப்டர்கள் மேலே பறந்துகொண்டிருக்கும்போது, ஜூலி பக்கங்களைப் புரட்டிக்கொண்டிருந்தாள். சிறுவர்கள் சிரித்தனர். அல்ஃபிரேத் ஒரு மாயாஜால நாய். சிறுவர்கள் முகத்தை மலரவைத்துக் கொண்டிருந்த நாய். புத்தகச் சுவர்களுக்குப் பின்னால், இஸ்தான்புல் நகரம் நெஞ்சில் காயம்பட்டு இரத்தம் சிந்திக்கொண்டிருந்தது. கதையில் விண்மீன்கள்! நிஜத்தில் தீப்பொறிகள்!

மணி 11.45. கதை நேரம் முடியப்போனது. அப்புறம் என்ன செய்வது? மேல்தளத்துக்கு ஏறிப்போகவேண்டாம் என்று மனம் பிடிவாதம்பிடித்தது. இடையில் கிடைத்த இந்த அமைதியை அதிக நேரம் பயன்படுத்திக் கொள்ளும் ஆவல் அதிகரித்தது. அந்தக் குகைக்குள் இருந்து இன்னும் சில கதைகளைக் கேட்டுக்கொண்டிருக்கலாம்போல் இருந்தது – நாய், பூனை, நத்தை, பேன் கதைகள்! காகிதத்தின் மீது வெறி. கையருகிலிருந்த அனைத்துப் புத்தகங்களையும் இரவு வரும் வரை படிக்க வேண்டிய தேவை. வெளியில் யாராவது சைரன் சத்தத்தை அணைப்பார்களா? காவல்துறையினர் கத்துவதை யாராவது தடுப்பார்களா? யாராவது என் பதிப்பகத்தாரிடம் போய் இன்றைய செய்தித்திரட்டு தாமதமாகும் என்று சொல்ல முடியுமா? இது போன்ற கேள்விகள் என்னுள் எழுந்துகொண்டிருந்தன. இந்த இடத்தைவிட்டு இப்போதே கிளம்ப முடியாது. குழந்தைகளிடம் இப்போதே உலகின் நிஜ முகத்தைக் காட்ட முடியாது. அவர்களின் கனவு காணும் உரிமையைப் பறிக்கக் கூடாது!

பாதுகாப்புஅலுவலருக்கோ கடமைகள் வேறாக இருந்தன. அவருக்கு நூலகத்திலிருப்போரை வெளியேற்ற உத்தரவு! "சீக்கிரம். சீக்கிரம். என்னைத் தொடர்ந்து வாருங்கள் –சுவரைஒட்டி ஒருவர் பின்னால் ஒருவராக வாருங்கள். தோட்டத்தின் முடிவிலுள்ள பின்பக்கக் கதவு வழியாக நழுவிவிடுங்கள்," என்று எங்களைத் துரிதப்படுத்தினார். கடைசியில் "நல்லவிதமாகப் போய்ச்சேருங்கள்," என்றார்.

மணி 12. கடற்பறவைகள் சிலவற்றைத் தவிர தக்ஸிம் சதுக்கம் பாலைவனம்போல் காட்சியளித்தது. அதனைக் கடக்க இதுவரை அவ்வளவு நேரம் பிடித்ததில்லை போலிருந்தது. என் கையைப் பிடித்துக் கொண்டு நடந்த சமாரா "இப்போதுதான் முதல் தடவையாக ஒரு குண்டுவெடிப்பைக் கேட்கிறேன்," என்று மெதுவாகச் சொன்னாள். என்ன பதில் சொல்வது? ஒரு பதிலும் சொல்லவில்லை. சொன்னாலும் மேலே பறந்துகொண்டிருந்த ஹெலிகாப்டர் சத்தத்தில் அது காதில் விழாது. அவள் மீண்டும், "அவை ஏன் வானத்தை மறைக்கின்றன," என்றாள். "புயல்தான் காரணம்... இன்று காலை, நினைவிருக்கிறதா? நீ பூட்ஸ் போட்டுக்கொண்டாயல்லவா?" இப்படி ஏதேதோ சொன்னேன். அதுபோல் எனக்கும் பொய்தான் சொல்லத்தெரிந்தது. எப்படியும், அது கதைச் சொல்லும் நேரமல்லவா?

வீட்டுக்குவந்ததும் முதல் வேலையாக அவர்களை —அஹ்மத், ஷாதி, அபு எல் —எஸ், ஓமார் ஆகியோரைக் —கூப்பிட்டுச் சொல்லவேண்டுமென்று துடித்தேன். அவர்களிடம் நடந்ததைச் சொல்ல வேண்டும். வன்முறை எங்களிடம் மேலும் நெருக்கத்தை ஏற்படுத்திவிட்டது. அவர்களிடம் மரணபயத்தைப் பற்றியும் புத்தகங்களின் அரவணைப்புப் பற்றியும், புனைக்கதை தப்பித்தலுக்கு வழி செய்வது பற்றியும், காகிதம் தரும் அடைக்கலம் பற்றியும், சொல்லியாக வேண்டும். மூன்று ஆண்டுகளாக, ஒவ்வொரு நாளும், ஒவ்வொரு மணியும், ஒவ்வொரு நிமிடமும் அவர்கள் அனுபவித்ததை என்னால் உணர முடிந்தது என்று சொல்ல வேண்டும். ஆனால், பயன் என்ன? தராயா நகரத்தோடு ஒப்பிட்டுப் பார்த்தால் இஸ்திக்லால் தாக்குதல் ஒரு சாதாரணச் சம்பவம்தான்.

இரண்டு வாரம் கழித்து, ஏப்ரல் 5ஆம் தேதி, தராயாவிலிருந்து இன்னொரு கடிதம் வந்தது. அது கூட்டாக எழுதிய கடிதம். நாற்பத்தி ஏழு பெண்கள் கையெழுத்திட்டு அனுப்பிய அபயக் குரல்.

> நாங்கள் சிரியாவில் முற்றுகையிடப்பட்ட நகரமாகிய தராயாவைச் சேர்ந்த பெண்கள். எங்கள் நகரத்தைக் காப்பதற்காக உங்களுக்கு ஓர் அவசரஅழைப்பு விடுக்கிறோம். சிரிய சோகநாடகத்தின் தொடர்ச்சியாகக் இடைவிடாத குண்டுவெடிப்பும், அழிப்பும், கொடூரமான முற்றுகைக் காட்சியும் நிகழ்ந்துகொண்டிருக்கின்றன. தொடர்ந்து மூன்று ஆண்டுகளாக, எங்கள் நகரம் துயரத்தின் உச்சகட்ட வேதனையை அனுபவித்துக் கொண்டிருக்கிறது. பஞ்சத்தைக் கோட்பாடாகக் கடைபிடிப்பதால், பொதுமக்கள்தான் அதற்கான விலை கொடுக்க வேண்டி இருக்கிறது. எங்கும் எதுவும் கிடைப்பதில்லை. சாதாரண உப்பு போன்ற அடிப்படை உணவுப்பொருள் தொடங்கி போக்குவரத்து போன்ற சற்று பிரச்சினையான விஷயங்கள்வரை எங்களுக்கு எதுவும் கிடைப்பதில்லை.
>
> தராயா நகரத்திற்கும் மொடாமியாவுக்கும் இடையிலான தொடர்பு அறுபட்டவுடன் நிலைமை இன்னும் மோசமாகிவிட்டது. சாதாரண மக்கள் தப்பித்துப்போக முடியாமல், நகரம் முழுக் கட்டுப்பாட்டுக்குள் வந்திருக்கிறது. நாங்கள், எங்களைப் போன்ற எட்டாயிரம் பேரோடு தனியாகச் சமாளிக்க வேண்டி இருக்கிறது. அண்மைக்காலத்தில், குண்டு வெடிக்கும் அச்சத்தில் நாங்கள் சுரங்கங்களில் வசிக்க வேண்டியிருக்கிறது.
>
> சமீபத்தில் ஏற்பட்ட சமாதானத்திற்குப் பிறகு, மீண்டும் அமைதி திரும்பியிருக்கிறது. இருந்தும், நாங்கள் தற்காலிக வீடுகளில்தான் வாழவேண்டி இருக்கிறது, ஏனெனில், அனைத்துக் கட்டடங்களும் பயங்கர அழிவுக்கு உள்ளாகி விட்டன.

இதை அருகிலிருந்தோ, தூரத்திலிருந்தோ பார்ப்பவர்களுக்கு நாங்கள் ஒரு வேண்டுகோள் விடுக்கிறோம். எங்களுக்கு உடனடியாக உதவி தேவைப்படுகிறது.

தராயாவில் உணவு கிடையாது. பல பேருக்கு ஊட்டச்சத்துக் குறைவு ஏற்பட்டுள்ளது. எங்கள் பசியைப் போக்க வெறும் பலசரக்கு சூப்பை உட்கொள்கிறோம். இதில் கையெழுத்திட்டிருக்கும் சிலர் சாப்பிட்டு இரண்டு நாள் ஆகின்றது – அதற்கு மேலும்கூட ஆகி இருக்கலாம்.

குழந்தைகளுக்கு பவுடர் பால் இல்லை. ஊட்டச் சத்துக் குறைவால் தாய்மார்கள் குழந்தைகளுக்குப் பாலூட்ட முடியவில்லை. அடிப்படைத் தேவைகளில் ஒன்றான பாத்திரம் கழுவும் திரவம் கிடைப்பதில்லை. வீட்டைச் சுகாதாரமாக வைத்திருக்கவும், தொற்று நோய் பரவாமல் தடுக்க வும் தேவைப்படும் பொருட்களுக்குத் தட்டுப்பாடு ஏற்பட்டுவிட்டது.

தராயாவில் வாழும் பெண்களாகிய நாங்கள் கேட்பது இதுதான்:

- நகரத்தின் எல்லாப் பக்கத்திலிருந்தும் முற்றுகை அகற்றப்பட வேண்டும்.

- சாலைகளைத் திறந்துவிட்டு அத்தியாவசியப் பொருட்கள் வந்து சேர வேண்டும். உணவுப்பொருட்கள், மருந்துகள் தொடங்கி, குடிநீர், ஆடைகள், காலணிகள், பராமரிப்புச் சாதனங்கள் உட்பட அனைத்தும் வேண்டும்.

  ஐக்கிய நாட்டுச் சபையும் மற்ற மனிதாபிமான அமைப்புகளும் உடனடியாக நகரத்துக்கு வந்து பாதிக்கப்பட்டவர்களுக்கு நிவாரணம் வழங்க வேண்டும்.

  தராயாவைப் பற்றி எழுதி, எங்கள் நகரத்தில் கடும் பஞ்சம் நிலைத்திருக்காதவாறு செய்ய அதன் மீது கவனத்தைத் திருப்புமாறு செய்தியாளர்களைக் கெஞ்சிக் கேட்டுக்கொள்கிறோம். பசியினால் வெகு சீக்கிரமே மரணங்கள் சம்பவிக்கப்போகின்றன. கைக்குழந்தைகளும் வயதானவர்களும் முதலில் மரணத்தை சந்திப்பார்கள். ஆகவே அதிகம் தாமதிக்காமல் ஆவன செய்யுமாறு உங்களிடம் மன்றாடிக் கேட்டுக்கொள்கிறோம்.

கடிதத்தின் முடிவில் காணப்பட்ட ஒவ்வொரு கையெழுத்தையும் ஆராய்ந்துபார்த்தேன்: சாஸன், கடிஜா, அஜீஜா, ரூனா, இக்ரம், சமர், நஜா, அமல், மாலக், அமானி, கினாஜ், சமீரா, ரமா, ஹைஃபா, ஃபாதெமா, மஹா, மெர்சாத், நூர், ஜுமானா, அஃப்ரா, கதா, குலூத், வர்தா, லூப்னா, அமேனா, ஆயத்... ஒரு நீண்ட பெயர்ப் பட்டியல் இரத்தத்தால் எழுதப்பட்டு உலகத்துக்கு விடுக்கப்பட்ட உச்சகட்ட வேண்டுகோளாகத் தோன்றியது.

எனக்குத் தெரிந்து இதுதான் முதல்தடவையாக "கண்ணில் படாமலிருந்தவர்கள்" மவுனத்தைக் கலைத்திருக்கிறார்கள். அவர்கள்

88 தெல்ஃபின் மினூய்

அப்படி அனாமதேயத்திலிருந்து வெளிவருவது அரசின் கறுப்புப் பட்டியலில் சேர்க்கப்படும் அபாயத்தை எதிர்நோக்கியிருந்தது.

அவர்களின் வழக்கமான விவேகம் நிறைந்த மவுனத்தைக் கலைத்துக் கொண்டார்களென்றால், அவர்களுடைய மனக்கசப்பின் ஆழம் எவ்வளவு இருந்திருக்கும் என்று எனக்குக் கற்பனை செய்யக்கூடத் துணிவில்லை.

அவர்களின் கடிதம் எளிமையானது. அதில் மற்றவர்கள் அழகையோ, கவர்ச்சியையோ, ஏமாற்றும் மனப்பான்மையையோ பார்க்க இயலாது.

அவர்களைப் பற்றி எனக்கு எதுவும் தெரியாது. அவர்களை நான் பார்த்ததில்லை. ஆனால், அவர்கள் சொல்வது காதில் விழுகிறது. அவர்கள் எப்படி இருப்பார்கள் என்று யூகிக்கிறேன். அவர்கள் இல்லத்தரசிகளாகவோ, ஆசிரியைகளாகவோ, செவிலிகளாகவோ, சமூகச் சேவகிகளாகவோ இருக்கலாம். அவர்களுடைய அன்றாடத் துயரத்தை யூகிக்கமுடிகிறது. அவர்களது களைப்பு, கருச்சிதைவு, குறைப்பிரசவம் முதலியவற்றை யூகிக்க முடிகிறது. அச்சத்தில் படுக்கையிலேயே சிறுநீர் கழிக்கும் பிள்ளைகள், அதிகமாக அலைக்கழிக்கப்பட்டுத் தூக்கத்தைத் தொலைத்தவர்கள், இருளில் கண்ணீர் சிந்திக்கொண்டிருப்பவர்கள் ஆகியோரின் நிலையையும் யூகிக்க முடிகிறது. வெளியில் சொல்லாத இந்தத் துயரங்கள் போரின் பேரொலியால் நசுக்கப்பட்டிருந்தன. போர் போராளிகளின் துணிவைப் போற்றலாம். ஆனால், ஆண்களின் வெற்றிக்குப் பின்னால், பெண்களின் துயரமும் இருக்கின்றது.

ஒவ்வொரு போரின்போதும் பெண்களின் பங்களிப்பு மறைக்கப் படுகின்றது... அந்தக் கூட்டுக் கடிதம் கிடைத்த சில நாட்கள் கழித்து, தராயா இளைஞர் கூட்டத்தின் இன்னுமொரு தூணான ஹுஸ்ஸாம் ஆயாஷ் எனக்கு அறிமுகமானான். புத்தகங்களின் உதவியோடு அவன் ஆங்கிலத்தில் புலமை பெற்றிருந்தான். அவன்தான் நகர ஆலோசனைக்குழுக் கூட்டத்தைக் கண்காணித்துவந்தான். அறிக்கைகள் வெளியிடுவது, கடிதங்களை மொழிபெயர்ப்பது, வெளிநாட்டுச் செய்தியாளர்களின் கேள்விகளுக்குப் பதில் சொல்வது போன்ற பொறுப்புக்களெல்லாம் அவன் கையிலிருந்தன. ஸ்கைப்பின் மறுபக்கம் அவன் உடல் அவனுடைய அதிதாஸ் டி–ஷர்ட்டில் காணாமல்போய்விட்டது. “மூன்று ஆண்டுகளில் என்னுடைய எடை பதினெட்டு கிலோ குறைந்துவிட்டது,” என்றான். வயது 32. உயரம் 1மீ 80 செ.மீ. ஆனால் எடையோ 62 கிலோ! ஆனால், பசியாலும், களைப்பினாலும் கண்கள் பஞ்சடைந்திருந்தபோதும், அவனது வெற்றிப் புன்னகை திரையை மிளிரச் செய்தது.

“ மனச்சோர்வு அடையும் நாட்களில், நான் எதிர்காலத்தை நோக்குவேன்,” என்றான் ஆர்வத்தோடு.

அவனுடைய எதிர்காலத்தின் பெயர் ஸெய்னா. மொடாமியாவைச் சேர்ந்த சிரிய நாட்டு இளம்பெண். அவள் இப்போது இஸ்தான்புலில் தஞ்சமடைந்திருந்தாள். அவளை அவன் 2015ஆம் ஆண்டு இறுதியில் தராயா சுற்றிவளைக்கப் பட்டதற்கு முன்பாகச் சந்தித்துள்ளான். கண்டதும் காதல். சில வாரங்கள் கழித்து, காதலர்கள் இருவரும் இரண்டு கிளர்ச்சிநகரங்களுக்கிடையே திருமணநிச்சயம் செய்துகொண்டார்கள். ஒருவருக்கொருவர் உறுதுணையாக இருப்போம் என்று உறுதிபூண்டார்கள். ஆனால், ஒவ்வொரு சந்திப்பும் ஓர் ஆபத்தான சாதனைதான். ஹுஸ்ஸாம் மொடாமியாவரை திருட்டுத்தனமாகப் போகவேண்டும். அந்த இரண்டு நகரங்களுக்கிடையே நிகழ்ந்த போக்குவரத்துக்களை, ஒரு குன்றிலிருந்து ஆசாத்தின் போர்வீரர்கள் கண்காணித்து வந்ததால் அவர்களின் பீரங்கிக்குண்டுகளுக்குச் சவால் விட்டுச் செல்லவேண்டியதாயிற்று. மறுபக்கத்தில் முகத்திரையணிந்து ஸெய்னா இதயத்துடிப்புடன் காத்திருப்பாள். திருட்டுத்தனமாகச் சந்திப்பு நடக்கும். நாணத்துடன் கைகுலுக்கிக்கொண்டு ஒரு

சில காதல் வார்த்தைகள் சொல்லிக்கொள்வார்கள். அதைத் தவிர வேறொன்றுமில்லை. தராயாவில் பஞ்சம் நிலவியதால் அவ்விளைஞனால் தன் காதலிக்கு எவ்விதப் பரிசுப்பொருளும் வாங்கித்தரும் மகிழ்ச்சியை அனுபவிக்க முடியவில்லை. ஹுஸ்ஸாம் சொன்னான்: "பரிசுப்பொருட்கள் பரிமாறிக் கொள்வதில்லையென்று எங்களுக்குள் ஒரு விதியை வகுத்துக் கொண்டோம்." மூன்றாவது சந்திப்பின்போது, ஸெய்னா அந்த விதியை மீறினாள்.

"அன்று, அவள் எனக்கு எதிர்பாராதவிதமாக இரண்டு புத்தகங்கள் பரிசளித்தாள்," என்று ஹுஸ்ஸாம் சொன்னான்.

அவன் அரிய பொக்கிஷமாக வைத்திருந்த புத்தகங்களில் ஒன்றைக் காண்பித்தான். தலைப்பை என்னால் புரிந்துகொள்ள முடிந்தது. அது ஜூலியா பெர்க்மான் எழுதிய உளவியலும் நீங்களும். எதிர்வருவதை யுணர்த்தும் பரிசுப்பொருளா?

இது நடந்தது இரண்டு நகரங்களுக்கிடையே இருந்த கடைசித் தொடர்பு மூடப்படுவதற்கு முந்தைய நாள். அதே நாளில்தான் ஸெய்னா தன் பெற்றோர்களின் வற்புறுத்தலின்பேரில் அவர்களோடு துருக்கிக்குப் புறப்பட்டுப்போனாள்.

அப்படி அவசரமாக அவள் புறப்பட்டுப்போனபின் காதல் பறவைகளிரண்டும் சந்தித்துக்கொள்ளவில்லை. ஆனால், அவள் கொடுத்துவிட்டுப் போன அந்த நூல் அன்பின் அடையாளமாக அவனை விட்டுப் பிரியாமலிருந்தது. முடிவில்லாப் போருக்கு மத்தியில் அது ஓர் ஆரோக்கியமான மனஆறுதல். அதுவே அவர்களுக்கிடையே நீண்ட கடிதப்போக்குவரத்துக்குத் தூண்டுகோலாகவும் அமைந்தது. அக்கடிதங்கள் எப்போதும் அவர்கள் படித்ததைப் பற்றியே இருக்கும்.

"புத்தகங்கள்தான் எங்களை இணைக்கும் பாலங்களாகச் செயல்பட்டன. ஒருவரோடொருவர் இணைய முடியாமல் போகும்போது, ஒவ்வொருவரும் தனித்தனியே புத்தகங்களுக்காக அலைந்துகொண்டிருப்போம். வாட்ஸ் ஆப்பிலோ, ஸ்கைப்பிலோ தொடர்பு கிடைத்தால் நாங்கள் படித்ததைப் பற்றிக் கருத்துகள் பரிமாறிக்கொள்வோம். புத்தகங்கள் எங்களுக்குள் ஒரு நெருக்கத்தை ஏற்படுத்தின. எங்களிடையே ஒரு பாலத்தை ஏற்படுத்தின."

இரண்டு காதலர்களும் ஒருவரையொருவர் நன்கு அறிந்தவர்களில்லை. அவர்களுக்கிடையே வேறுபாடுகள் நிறைய இருந்தன – இலக்கியத் தெரிவுகளிலும்கூட!

"ஸெய்னாவிற்குக் காதல் காவியங்கள் பிடிக்கும். அவற்றைத் தேடித் தேடி அலைவாள். எனக்கோ, மனித உறவுகள் குறித்த புத்தகங்களே அதிகம் பிடிக்கும். இருப்பினும், இவ்வாறு அவசரகதியில் காதலிப்பதிலும், என்ன நடக்குமோ என்று தெரியாத நிலையில் உறவாடுவதிலும் ஓர் இனம்புரியாத சுகம் இருந்தது. எதிர்காலம் நிச்சயமற்றதாகிவிட்டபோதும், அவர்கள் இருவருமாகச் சேர்ந்து கனவுக் கோட்டையைக் கட்டிக்கொண்டிருந்தனர். உஸ்தேஸ் அறிவுரையின்பேரில், ஹுஸ்ஸாம் நூலகத்தில் இரவல் வாங்கி, அமெரிக்க எழுத்தாளர் ஜான் கிரே எழுதிய ஆண்கள் செவ்வாய்

கிரகத்திலிருந்தும் பெண்கள் வெள்ளி கிரகத்திலிருந்தும் வந்தனர் என்ற புத்தகத்தை ஒரே மூச்சில் படித்துவிட்டு தன் காதலியையும் படிக்க வைத்தான்.

“எங்கள் இருவருடைய வேறுபாடுகளைப் புரிந்துகொள்ளவும், தூரத்திலிருந்து காதலித்துக்கொண்டிருந்த எங்கள் காதலின் சிக்கல்களைச் சமாளிக்கவும் உதவியாக இருந்தது அந்தப் புத்தகம்.”

இருப்பினும் போரினால் ஏற்பட்ட மனஉளைச்சலுக்குத் தங்களைத் தயார்படுத்திக்கொள்ளவேண்டிய கட்டாயம் இருந்தது. அதிலும் ஸெய்மா துருக்கியில் புலம்பெயர்ந்திருந்ததால், அவளுடைய கவலை அதிகரித்துக் கொண்டேபோனது.

“வெகுதூரத்திலிருந்து போரைப் பார்க்கும்போது, அது எவ்வளவு பயங்கரமாகத் தெரியும் என்பது புரிந்தது. ஆனால், என்னைப் பொறுத்தவரை, போரானது அன்றாட வாழ்க்கையின் ஒரு பகுதியாகி விட்டது. போர்தான் எனக்கு அன்றாட வாழ்க்கை. அதனை நானாகத் தெரிவுசெய்துகொண்டு ஏற்றுக்கொண்டிருக்கிறேன். உண்மையைச் சொன்னால், எனக்கு அச்சம் என்னும் சொல் பொருளற்றதாகிவிட்டது.”

இதைச் சொல்லி முடித்தும், ஒரு நிமிடம் அமைதியாக இருந்துவிட்டு, உடனே உரத்த குரலில் சிரிக்கத் தொடங்கினான். அவன் சிரிப்பொலியால் என்னுடைய அலுவலகச் சுவர்களெல்லாம் அதிர்ந்தன. அவனைப் பார்த்தேன். அவன் தொண்டை கிழியச் சிரித்தான். வாழ்க்கையின் விளிம்பில் மனக்கசப்புடன் ஒட்டிக்கொண்டிருப்பவன் சிரிக்கும் சிரிப்பு அது. மரணத்தைப் பற்றிக் கவலைபடாத ஒருவனின் சிரிப்பு. ஹுஸ்ஸாமிடம் என்னைக் கவர்ந்த அம்சம் என்னவென்றால், அவன் சுலபமாக தன் துன்பஅனுபவத்தைப் புறம்தள்ளிவிடுவதுதான். வாழ்க்கையின் அபத்தத்தை ஏற்றுக்கொண்டான். சிலசமயங்களில் அதனைப் பார்த்துக் கேலிசெய்தான். அவனிடம் முதிர்ந்த ஞானியின் தோற்றம் இருப்பதாகச் சொன்னபோது அவன் அதனைப் பெரிதாக எடுத்துக்கொள்ளாமல் சொன்னான்:

“அப்படியா? நான் 1984ஆம் ஆண்டில் பிறந்தேன் – ஜார்ஜ் ஆர்வெல் நாவலின் ஆண்டு. என் வாழ்க்கை கரடுமுரடாகத்தான் இருக்கும். நான்கு ஆண்டுகளில் எனக்குக் குறைந்தது நாற்பது ஆண்டுகளானதுபோல் ஆகிவிட்டது …”

ஹுஸ்ஸாம் மீண்டும் ஒரு முறை மவுனமானான். அவனைக் கவனித்துப் பார்த்தேன். அவன் முகத்தில் கண்ணுக்குச் சுலபமாகத் தெரியாத சிறு சிறு சுருக்கங்கள் விழுந்திருந்தன. அவன் முகமே வரலாற்றின் ஒரு பக்கமாகும். நான்கு ஆண்டுகளில் புரட்சியின் முதல் சலசலப்பு, இராணுவச் சேவையின்போது எதிர்ப்பாளர்களைச் சுட மறுத்ததால் சிறைவாசம், 2013ஆம் ஆண்டு கோடைக்காலத்தில் சரீன் வாயுத் தாக்குதலால் அவன் உயிர் பறிக்கப்பட இருந்த நிலை – இதுபோல் அவன் எவ்வளவோ அனுபவித்திருக்கிறான். அவன் பெயர்கூட ஒரு புனைப் பெயர். அதுவும்கூட வரலாற்றின் ஓர் அத்தியாயம். 2011ஆம் ஆண்டு கலவரத்தைத் தொடக்கிவைத்த தேரா என்ற பிரபல நகரில்

முதல் உயிர் தியாகம் செய்த ஹுஸ்ஸம் ஆயாஷ்தான் அவனுக்குப் புனைப்பெயரானது.

“சில சமயம் நான் உணர்ச்சியற்றுவிட்டதாக எண்ணத் தோன்றுகிறது. நல்லவேளை ஸெய்னா அங்கிருந்து இயல்புநிலைக்குத் திரும்பவைப்பாள்,” என்றான் ஹுஸ்ஸாம்.

ஸெய்னா அவனுக்குத் திரைமறைவிலிருந்து உந்துதல் அளிக்கும் ஒரு தேவதை. போர் அவனது உணர்வுகளை விழுங்க முயற்சிக்கும்போது, அவனிடம் மனிதஉணர்வுகளைக் காப்பாற்றி இயல்புநிலைக்குத் திருப்பிக் கொண்டிருந்தாள். அவள் அவனின் ஒரு பாதி. அவன் கண்ணில் கவலையின் உச்சத்தில் நலிந்துவிடும்போது வழியும் கண்ணீர்கூட வற்றிவிடும்போது, கம்பிகளின் வழியே எப்போதாவது கிடைக்கும் தொடர்பின்போது ‘நான் உன்னைக் காதலிக்கிறேன்’ என்று சொல்லி அவன் கண்ணில் கண்ணீர் வரச்செய்வாள். அவளுக்கு அவன்தான் முக்கியம் என்பாள். அவர்களுக்குள் அவ்வப்போது மனவருத்தமும் சண்டையும் ஏற்பட்டபோதும்கூட, தான் அவனுக்காக எவ்வளவு காலம் வேண்டுமானாலும் காத்திருப்பேன் என்றுரைப்பாள்.

“அவளை நான் தொடர்ந்து தொடர்புகொள்ள முடியவில்லையென்றால், அது எனக்குப் பெரும் இழப்புதான்,” என்று சொல்லிச் சிரிப்பான். ஸெய்னாவிடம் என்னை இயல்புநிலையில் நிற்கவைக்கும் ஆற்றல் உள்ளது. நாங்கள் தொடர்புகொள்ள முடியாதபோது, புத்தகங்கள் இருக்கவே இருக்கின்றன. அவற்றைப் படிக்கும்போது நான் மீண்டும் மாணவனாகி விடுவேன். உலகெங்கும் இருக்கும் எல்லா இளைஞர்களையும் போல் மாறிவிடுவேன். உருமாறிக்கிடக்கும் என் வாழ்க்கையைவிட்டு அவை கொஞ்ச நேரம் என்னை விலகச் செய்யும்.

பார்க்க இயலாத அழகுப்பெண்கள் நிறைந்த அந்த நகரில், பிம்பமாகத் தெரியும் ஒரு பெண்தான் போரைச் சமாளிக்க அவனுக்கு உதவினாள். ஸெய்னா மீது கொண்ட காதல் அவனுக்கு ஒரு குறிக்கோள் தந்தது. எல்லைகளுக்கு அப்பால் அதுதான் நோக்கத்தை வரைந்துகாட்டியது. போர்ச்சுவரின் மறுபக்கம் இருவராக வாழும் ஒரு கனவு மலர்ந்தது.

“வணக்கம், எப்படி இருக்கறே”

“வணக்கம், அஹ்மத். என்ன செய்தி?”

“கண்டுபிடி, பார்க்கலாம் . . . ஒருவாறாக ஐக்கிய நாட்டுச் சபையிலிருந்தும் செஞ்சிலுவையிலிருந்தும் ஒரு மனிதாபிமானக் குழு தராயாவுக்கு வரப்போகிறது!”

“நிஜமாகவா?”

“ஆம், எந்த நேரத்திலும் வரலாம். சில மணி நேரத்தில், அல்லது சில நாட்களில் அது நடக்கத்தான் போகிறது...”

“நல்ல சேதி! தராயாவின் கூக்குரலுக்குப் பலன் கிடைத்திருக்கிறது!”

“ஆமாம். ஆனால், உணவுப்பண்டங்கள் வராதாம். சுகாதாரத்துக்குத் தேவையான பொருட்கள், கருத்தடைச் சாமான்கள், சர்க்கரை அளவு பார்க்கும் சாதனங்கள் . . . இவை மட்டுமே வரும். ஆனால், சர்க்கரைதான் எங்களுக்கு அத்தியாவசியத் தேவை.”

2016, மே மாதம் 11ஆம் தேதி. காலையில் வாட்ஸ் ஆப் செய்திப்பரிமாற்றத்தில் தொடர்ந்து குழப்பம் ஏற்பட்டுக் கொண்டிருந்தபோது, மீண்டும் தராயா நரகத்தில் தள்ளப்படவிருந்தது உறுதியானது. இருப்பத்திநான்கு மணி நேரக் காத்திருப்புக்குப் பின், மூன்றரை ஆண்டுகளில் முதன்முறையாக மனிதாபிமானக்குழு முற்றுகையிடப்பட்ட நகரை நெருங்கியது. தொடர்ந்துகொண்டேயிருந்த பேச்சு வார்த்தைகளுக்குப் பின், அரசு பச்சைக் கொடி காட்டியது, ஆனால் சில கட்டுப்பாடுகளுடன்: குழந்தைகளுக்குப் பால்பவுடரைத்தவிர உணவுப்பொருள் வழங்கக் கூடாது. கடைசி நிமிடத்தில் இராணுவத்தினரும் சில நிபந்தனைகள் விதித்தனர். ஊசிமருந்துகள் மட்டும் அனுமதிக்கப்பட்டன. ஐக்கிய நாட்டுச் சபை அவர்களது பூச்சாண்டிஅரசியலை ஏற்றுக்கொள்ளாமல் திரும்பிப்போய்விட்டது.

சில நிமிடங்கள் கழித்து, இந்தச் சோகநாடகம் மேலும் சோகமாக மாறியது. ஒன்பது பீரங்கிக்குண்டுகள் உதவிக் குழு வருகைக்குக் காத்திருந்த தராயா மக்கள் கூட்டத்தை நோக்கிப் பாய்ந்தன

“உணவுப்பொருள் வருமென்று காத்திருந்த எங்களுக்கு குண்டடிகள்தான் பரிசு!” என்று அஹ்மத் கோபத்தோடு சொன்னான்.

இரவு ஒன்பது மணி. மேமாதம் 12ஆம் தேதி. தாக்குதல் உயிர்ச் சேதம் விளைவித்தது. தந்தை ஒருவரும் அவருடைய மகனும் அடிபட்டு இறந்தார்கள். கடைசி மூச்சுவரை அவர்களுக்கு அவமானம்தான். வயிற்றை நிரப்பிக் கொள்ளலாம் என்று கனவு கண்டதற்கு மரணமே வெகுமானம்.

சில நாட்கள் கழித்து அஹ்மத் சுதாரித்துக்கொள்கிறான். அபத்தமான கோர நாடகத்துக்குப் பலியான அந்நகரத்தைப் பார்த்தபோது அவனுக்கு ஒரு யோசனை தோன்றியது. ஒரு வீடியோ க்ளிப் தயாரித்து அதனை எனக்கு மே 16ஆம் தேதி இ–மெயிலில் அனுப்பிவைத்தான். அதில், என் பெண் சமாராவைவிட சற்றே வயதில் பெரியவர்களான சிறுவர்கள் அவர்கள் படுக்கையின் மீது மண்ணைப் பிசைந்துகொண்டிருந்தார்கள். புகைப்படக் கருவிக்குப் பின்னால் அஹ்மதின் குரல் கேட்கிறது. “என்ன தயாரிக்கிறீர்கள்?” ஒரு சிறுமி சொன்னாள்: “கேக் தயாரிக்கிறோம்.” மீண்டும் அஹ்மத் “எவ்வாறு அதைச் சுடப்போகிறீர்கள்?” என்று கேட்டான். அதற்கு இன்னொரு சிறுமி “அதுவா? சூரியவெப்பத்தில் காயவைப்போம்,” என்றாள். பின்னர், அவர்கள் பிஞ்சுக்கைகளால் மாவை அச்சுக்களில் உற்றி, அதன் மேல் அலங்காரமாக பிளாஸ்டிக் பூக்களைச் செருகினார்கள். கோதுமைமாவு கிடைக்காததால், அவர்கள் ‘அழகுப் பொருள்கள்’ செய்ய ஆரம்பித்து துன்பத்துக்குச் சவால்விட்டுக்கொண்டிருந்தனர்.

என்னுடைய வியப்பைப் பார்த்து, அஹ்மத் திட்டவட்டமாகக் கூறினான்:

“எங்கள் கற்பனைவளத்தை எதற்காகப் பறைசாற்றுகின்றோம் என்று தெரியுமா? ஏதாவதொரு வழியில் எங்கள் செய்தியை அகில உலக மக்களுக்குக் கொண்டுசேர்த்து, அவர்கள் எங்களுக்குச் செவிசாய்க்க வேண்டும் என்பதுதான் எங்கள் நோக்கம். என்னை விட்டால், நான் தொடர்ந்து ஒரு வாரம் தூங்கிவிடுவேன் ...”

தூக்கம் என்பது ஓர் ஆடம்பரப் பொருள்போல் அரிதாகி விட்டது. தராயா மக்களுக்கு உணவுக் கட்டுப்பாடு இருந்ததுபோல், உறக்கக் கட்டுப்பாடும் வந்துவிட்டது. ஓய்வு கிடைத்தது. பதினைந்து நாள் கழித்து, மே 2016இல் அமைதி சுக்குநூறாக நொறுங்கிவிட்டது. தராயாவிற்கு மேல், வானம் மீண்டும் அலைக்கழிக்கப்பட்டது. பீப்பாய் குண்டுகள் மேகங்களைக் கிழித்தன. சில குண்டுகள் அனைத்தையும் உடைத்து நொறுக்கின. அவற்றின் சிதறல்கள் மக்கள் மத்தியில் மரணத்தை விதைத்தன. தலைக்கு மேல் ஹெலிகாப்டர்கள் எந்தக் காரணமுமின்றி பறந்தன. மீதமிருந்த ஆயுதங்களைக் கொட்டித்தீர்த்தன. நகரின் மூலை முடுக்குகளை யெல்லாம் மிரளச்செய்தன.

“ஆசாத் நம்மையெல்லாம் பைத்தியமாக்க விரும்புகிறான்,” என்று அஹ்மத் தொண்டை கிழியக் கத்தினான். பல தடவை முயன்று முடியாமல், கடைசியில் ஒருவாறாக அஹ்மதை ஸ்கைப்பில் தொடர்புகொண்டேன். சோர்வினால் அவன் கண்களைச் சுற்றி கருவட்டங்கள் தென்பட்டன.

குண்டு மழை மீண்டும் பொழிய ஆரம்பித்ததிலிருந்து அவன் கண்களை மூடவில்லை. இதுவரை அவனை அந்த அளவுக்குச் சுணக்கமாகப் பார்த்ததில்லை. குண்டு வெடிப்புகளுக்கிடையே, அவன் கோரக்காட்சிகளை நேரடியாக எனக்கு விவரித்தான். மக்கள் இடிபாடுக்கிடையே புதையுண்டார்கள். தன்னார்வத் தொண்டர்களின் கைகளில் அவசரச் சிகிச்சை பெறவேண்டியவர்களின் எண்ணிக்கை அதிகரித்துக்கொண்டே போனது. அத்துடன் மயக்க மருந்துப் பற்றாக் குறை வேறு. இதெல்லாம் இதற்கு முன் நடந்ததுதான். பயங்கரக் கனவு மீண்டும் பற்றிக் கொண்டது. இம்முறை அது மேலும் பயங்கரமாகிவிட்டது.

அஹ்மத் கல்லறையின் புகைப்படங்களை அனுப்பினான். உயிர்த்தியாகம் செய்தவர்களின் நீண்ட சதுக்கத்தில், தொடர்ந்து சடலங்களைப் புதைத்துக் கொண்டிருந்தனர். புதைக்கப்பட்டவர்களுக்குப் பிரார்த்தனை கிடையாது. நினைவுக்கல்லும் கிடையாது. அவர்களைப் புதைத்திருப்பதற்கு அடையாளமாக ஒரு மண்மேடு மட்டும் குவிக்கப்பட்டிருக்கும். அத்துடன் ஓர் அட்டையில் அடக்கம் செய்யப்பட்டவர் பெயர் பொறிக்கப்பட்டிருக்கும். பிணத்தை மூடும் துணிக்குப் பற்றாக்குறை இருந்தது. ஆகையால், அவசரகதியில் போர்வைகளைக் கொண்டும், திரைச்சீலைகளைக் கொண்டும், மேசைவிரிப்புகளைக் கொண்டும் அவற்றைத் தயாரித்தனர். “சில சமயங்களில் சடலங்களைத் துணியெதுவும் போர்த்தாமலேயே அடக்கம் செய்வோம்,” என்று அஹ்மத் மெதுவாகச் சொன்னான்.

தராயாவில் 90% மக்கள் அழிந்துவிட்ட நிலையில், கவுரவமாக இறப்பதற்குக்கூட வழியில்லாமல் இருந்தது.

நகரம் நரகப்படுகுழியில் மீண்டும் இறங்கிக் கொண்டிருந்தபோது, பஞ்சம் பரவிக்கொண்டிருந்தது. 2012ஆம் ஆண்டிலிருந்து, நீரில்லை, மின்சாரமில்லை. மக்களுக்கு எரிபொருள், உணவுப்பொருள், டாய்லட் பேப்பர் முதலியன முற்றிலுமாக அற்றுப்போய்விட்டன. சாக்குப் பைகளுக்கும், எரியெண்ணெய் தயாரிக்கப் பயன்படுத்தப்படும் பிளாஸ்டிக் குடங்களுக்கும்கூடத் தட்டுப்பாடு ஏற்பட்டுவிட்டது. மேலும் மக்கள் உணவின்றித் தவிக்கும் பொருட்டு, அரசு இன்னும் ஒரு படி மேலேபோய் அருகிலுள்ள நிலங்களிலிருந்த விளைச்சலை எரிகுண்டு போட்டுப் பாழடித்தது.

“முற்றுகைக்குப் பிறகு பிறந்த குழந்தைகளுக்கு ஆப்பிள் பழம் என்றால் எப்படி இருக்கும் என்று தெரியாது,” என்று அஹ்மத் தெரியப்படுத்தினான்.

ஒரு நிமிடம் மவுனம். மயானஅமைதி. பின்னர், எங்கிருந்தோ பேசுவதுபோல், அவன் அங்குள்ளப் பிரச்சினைகளை ஒவ்வொன்றாகச் சொன்னான் . ஊட்டச்சத்துக்குறைவு, அதனால் குழந்தைகளின் வளர்ச்சி தடைபட்டு , மனிதஇனத்துக்கு ஏற்படவிருந்த பேராபத்து முதலியவற்றை விவரித்தான். உயிர்த்தியாகம் செய்துகொண்டிருந்த அந்நகரம் மதாயா வின் கதிக்குத் தள்ளப்படுகிறது. மதாயாவில்தான், 2015ஆம் ஆண்டு, சுமார் முப்பது பேர் பசியால் மாண்டுபோயினர். புகைப்படக் கருவிகள் புகமுடியாத, இன்னும் பதினேழு சிறிய புறநகர்கள் அரசுப் படைகளால்

96 தெல்ஃபின் மினூய்

சூழப்பட்டு, தராயா போலவே தவித்துக்கொண்டிருந்தன. அவற்றில் பதினைந்து முற்றுகையிடப்பட்டிருந்தன. மற்ற இரண்டும், அல்-நொஸ்ரா முன்னணியால் முற்றுகையிடப்பட்டிருந்தன. பசி ஒரு போர் ஆயுதமாகிவிட்டது. அதுவும் மிகமிக சக்தி வாய்ந்த ஆயுதம்! அது வெளியில் தெரியாமல் மனிதஉடலுக்குள் புகுந்து மெல்லமெல்ல சாகடிக்க கூடியது. அழிப்பதற்கான ஒரு யுக்தி. மனிதனை வயிறால் கட்டுப்படுத்தும் யுக்தி.

2016 ஜூன் முதல் தேதி. தராயாவிற்கு முதல் தவணையாக மனிதாபிமான உதவி வந்தடைந்தது.

"அப்பாடா!" என்று ஒரு குறுஞ்செய்தி அனுப்பியிருந்தான் அஹ்மத்.

ஆனால், மகிழ்ச்சி நிலைக்கவில்லை. உணவுப்பொருளுக்குக் அவ்வளவு ஆவலோடு காத்திருந்தவர்களுக்கு, பெருத்த ஏமாற்றம். ஐந்து லாரிகளிலும் ஷாம்பு, கொசுவலை, சில தள்ளுநாற்களில், மருந்துப்பொருட்கள், குழந்தைகளுக்கான புட்டிப்பால் ஆகியவை மட்டுமே இருந்தன. இதனால், ஐக்கிய நாட்டுச் சபையின் பெயர் கெட்டுப்போய்விட்டது. அரசு ஒத்துழைக்காததால், ஐக்கிய நாட்டுச் சபை தன் கையாலாகத் தன்மையை வெளிப்படுத்தி, மிச்சம் மீதி இருந்த நம்பகத்தன்மையையும் இழந்துவிட்டது.

இதுபோன்று ஏற்பட்ட பல நிகழ்வுகளைச் சர்வதேசச் சமுதாயம் பட்டும்படாமலே கண்டித்ததைப் பார்த்து, அஹ்மத் காத்திருப்பதை நிறுத்தி விட்டான். வாழ்க்கையை நேருக்கு நேர் – எவ்வித நம்பிக்கையுமின்றி – சந்திக்கத் தொடங்கினா.

"நாங்கள் எங்களை மட்டுமே நம்பி இருக்க வேண்டும். உலகம் எங்களை கைவிட்டுவிட்டது," என்றான்.

எங்கும் அபத்தம் சூழும்போது எப்படி உயிர்வாழ்வது? பசியை எவ்வாறு தவிர்ப்பது? மனஉளைச்சலையும், சோர்வையும் எவ்வாறு தவிர்க்க இயலும்? வாழ்க்கையின் ஒவ்வொரு திருப்பத்திலும் வன்முறை வெடிக்கும்போது, எவ்வாறு அதனைச் சமாளிப்பது? துவண்டுவிடாமலிருக்க, ஒவ்வொருவரும் ஒவ்வொரு வழியைத் தேடிக்கொண்டனர் என்று அஹ்மத் விளக்கினான். இரண்டு குண்டுவெடிப்புகளுக்கு நடுவே, ஹுஸ்ஸாம் கற்பதில் மூழ்கிவிடுவான். கணினி முன்னால் அமர்ந்து, நிலையற்ற எதிர்காலத்தைப் பற்றி யோசித்துக்கொண்டிருப்பான். ரோஷ்த் பல்கலைக்கழகத்தில் தொலைதூரக்கல்வியில் பதிவு செய்துகொண்டுள்ளான். ஷாதி குண்டுகள் பின்னால் ஓடிக்கொண்டிருந்தான். அரசு செய்யும் சட்டவிரோதச் செயல்களை நேரடியாகப் படம் பிடித்துப் பதிவுசெய்து உலகுக்கு எடுத்துக் கூறுவதற்குத்தான் முழுமூச்சாக அவன் அந்த வேலையில் இறங்கியிருந்தான். “நான் மறைந்தாலும், நான் விட்டுச் சென்ற சில தடயங்கள் இருக்கும்,” என்று அவன் தனக்குள் சொல்லிக்கொள்வான். அந்நகர ஆலோசனைக்குழுவுடன் கலந்துபேசி, உயிர்த்தியாகம் செய்தோரின் கல்லறையைப் பற்றி ஒரு வரைபடம் தயாரித்திருந்தான். கல்லறைகள் குண்டுவெடிப்பினால் சேதமானால், ஒவ்வொரு நினைவுச் சின்னத்தையும் அடையாளம் காண்பதற்கு அது உதவுமென்பது அவன் எண்ணம். போர் அனைத்தைப் பற்றியும் சிந்திக்க வைத்திருந்தது.

நூலகம் என்னவாயிற்று? அது தன் எளிமையான சுரங்கஅறையில், படம் காட்டும் கருவியோடும், புத்தக அலமாரிகளோடும், பூக்களாலான மேற்கட்டோடும், அங்கேயே இருந்து பொதுமக்களுக்கு அவ்வப்போது தன் கதவுகளைத் திறந்துவிட்டது. ஆனால் ஒமார் போர்முனைக்குப் போய்விட்ட பின் அங்கு ஒரு வெற்றிடம் ஏற்பட்டுவிட்டது. போர்முனையில் ஆசாத் எதிர்ப்பாளர்களுக்குப் பலத்த சேதம் விளைந்துவிட்டது. போர்க்கருவிகள் அரிதாகிவிட்டன. ஒரு நிமிடம்கூடப் போர்ப்பகுதியைவிட்டு வெளியில் செல்ல முடியாத நிலை. எப்போதாவது அரிதாகக் கிடைக்கும் இடைவெளியின்போது ஒரு கோப்பை சுடச்சுட டீயின் முன் அமர்ந்து இபன் கல்தூன், நிஸர்கபானி ஆகியோரின் நூல்களைப் படித்துக்கொண்டிருப்பான். தராயாவில் அவன்

மட்டுமே அரசியல் கட்டுரைகளைப் படிப்பவனாக இருந்தான். மற்ற வாசகர்களுக்குப் போதுமான கருத்தூன்றல் கிடையாது. போதுமான ஆர்வம் கிடையாது. மிகவும் பிரபலமான சுய உதவிப் (*'Self-help'*) புத்தகங்கள்கூட அவர்களிடம் அவ்வளவாக வெற்றிபெறவில்லை.

அஹ்மத் என்னிடம் ஒன்றை ஒப்புக்கொண்டான். எல்லையற்ற மனவுளைச்சல் ஏற்படும் நேரங்களில், அவர்கள் அனுபவித்த துன்பத்தை ஏற்கெனவே அனுபவித்திருந்தவர்கள் சொல்வதுதான் அவர்கள்மீது ஓரளவு தாக்கத்தை ஏற்படுத்தியது. நண்பர்கள் சிலரோடு சேர்ந்து, நூலகக் கிடங்கிலிருந்து 'சரயேவோ முற்றுகை' பற்றிய புத்தகங்கள் சிலவற்றைத் தேடிப்பிடித்திருந்தான். 1992–1996 ஆண்டுகளில் செர்பிய இராணுவம் பொஸ்னி –ஹெர்செகொவின் தலைநகரை முற்றுகையிட்டபோது, அவர்கள் மிகவும் இளவயதினராக இருந்தார்கள். ஆகவே, இப்போது, அதுபற்றிய கதைகளை வியப்புமிகுதியுடன் படித்தனர். நான்கு ஆண்டுகளாகத் தொடர்க் குண்டுவெடிப்புகளையும், பசி – பட்டினியையும், பயங்கரவாதத்தையும் அந்தப் பள்ளப்பிரதேசத்தில் மாட்டிக்கொண்ட மூன்று லட்சத்து ஐம்பதினாயிரம் மக்கள் அனுபவித்தனர். நான்கு ஆண்டுகளாகத் தொடர்ந்த கண்மூடித்தனமான பயங்கரவாதத்தால் பதினோராயிரத்து ஐந்நூறு மக்கள் மாண்டனர். நகரம் சுக்குநூறாக்கப்பட்டிருந்தது. கட்டடங்கள் உடைத் தெறியப்பட்டிருந்தன. சின்னங்கள் சீரழிக்கப்பட்டிருந்தன. அங்கிருந்த பெரிய நூலகத்தில் புத்தகங்கள் பத்துலட்சத்துஐம்பதினாயிரத்துக்கு மேல் தீக்கிரையாக்கப்பட்டிருந்தன. எரிகணைகளால் தகர்க்கப்பட்ட அந் நூல்நிலையம் சரயேவோ கலாச்சாரப் பாரம்பரியத்தின் அடித்தளம், அதன் வரலாற்றின் நேர்காணல் –கண்ணாடி –சோகம் – துன்பம் ஆகியவற்றின் வெளிப்பாடு. விடுதலைக்காக அவர்கள் வெளிப்படுத்திய துணிவுக்கும், எதிர்ப்புக்குமான சின்னம்.

"சரயேவோ பற்றிப் படிக்கும்போது, நமது தனிமையுணர்வு சற்றுக் குறைகிறது. வேறொரு நாட்டில், வேறொரு பின்புலத்தில், வேறொரு மக்கள் நம்மைப்போல் துன்பப்பட்டிருக்கிறார்கள் என்று எங்களுக்குள் சொல்லிக் கொள்ளலாம். அவர்கள் வரலாற்றால், நாங்களும் சளைத்தவர்களில்லை என்ற எண்ணம் ஏற்படுகிறது. உள்ளுக்குள் எனக்கு ஒரு தெம்பு ஏற்படுகிறது," என்று அஹ்மத் விளக்கினான்.

அப்புத்தகங்களால் ஏற்படும் காகிதநினைவுகளோடு நேரடி நினைவுகளைப் பகிர்ந்துகொள்ளும் வாய்ப்பும் கிடைத்தது. பேராசிரியர் முஹமத் ஷிஹாதே என்பவர் பிரபல அமெரிக்கப் போர்நிருபர். அவர் பணியாற்றிய அந்நகரிலிருந்து வெளியேறிவர்களோடு அவர் இன்னும் தொடர்பிலிருந்தார். உலகமே தராயாபக்கம் தலைவைப்பதை நிறுத்தி விட்டபோது, அவருக்கான வாட்ஸ் ஆப் குழுவின் மூலம் அவ்வப்போது மறுவாழ்வுக்கு ஒரு வழி, அல்லது ஒரு கிளைக்கதை, அல்லது ஓர் ஆதரவு பரிமாறிக்கொள்ளப்படும்.

ஆனால், அஹ்மதுக்கு மிகப்பெரிய ஆதரவாக இருந்தவர் மஹ்முத் தார்விச் எனும் பாலஸ்தீனியக் கவிஞர். 2008இல் மறைந்த அக்கவிஞர் 1982ஆம் ஆண்டு வெளியிட்ட பெய்ரூத் முற்றுகைபற்றிய கவிதை, 2002ஆம்

ஆண்டு வெளியிட்ட ரமல்லா பற்றிய கவிதை ஆகியவற்றைப் படித்திருந்தான். வேறு பிரச்சினைகள் காரணமாக, புரட்சிக்குமுன், அவற்றை அவனால் படிக்க முடியாமல் போயிற்று. தராயா முற்றுகை இறுகியபின், அந்த இரண்டு சிறப்பு மிக்க கவிதைகள் திடீரென முக்கியத்துவம் பெற்றுவிட்டன. அவற்றின் பல பகுதிகளை மனப்பாடம் பண்ணிவிட்டான். அக் கவிஞர் யூ ட்யூபில் பதிவு செய்திருந்ததை ஒலிநாடா ஒன்றில் ஏற்றித் தினம்தினம் காலையில் கேட்பதை வழக்கமாக வைத்திருந்தான்.

"எடுத்துரைக்க முடியாத ஒன்றைக் காதில் சொல்வதுபோல் அக்கவிதைகள் இருந்ததால், அவற்றை நான் விரும்பிக் கேட்பதுண்டு. பாடமுடியாத ஒன்றைப் பாடுவதுபோலிருக்கும். ஒவ்வொரு வார்த்தையிலும், ஒவ்வொரு வரியிலும் நான் என்னை வைத்துப்பார்ப்பேன். கவிஞரின் ஒவ்வொரு அனுபவத்தோடும் என்னைப் பொருத்திப்பார்ப்பேன். குண்டு விழும் என்ற எதிர்பார்ப்பிலும், காலமானது இடப்பரிமாணம் எடுப்பதிலும், மறக்க முடியாத உயிர்த் தியாகங்களிலும் என்னை வைத்துக் கற்பனைசெய்துபார்ப்பேன். அவருடைய வரிகளைக் கேட்கும்போது, 'இதைத்தான் நானும் உணருகிறேன்' என்று எனக்குள் நான் சொல்லிக் கொள்வேன்.

அஹ்மத் பேசுவதை நிறுத்தினான். அவன் உணர்ச்சிவசப்படுவது என் அறையின், என்னுடைய கணினித்திரையைத் தாண்டி எங்கும் பரவியது. மஹ்முத் தார்விச் கவிதைகளில் ஏதாவதொன்றைத் தேர்ந்தெடுக்க வேண்டுமானால், அவர் அண்மையில் எழுதிய 'முற்றுகை நிலை' என்ற கவிதையைத்தான் அவன் தேர்ந்தெடுப்பான். அது பாலஸ்தீனிய நகரான ரமல்லாவில் இஸ்ரேலியப் படைகள் திணித்த முற்றுகையை விவரிக்கிறது. அதில் அவனுக்குப் பிடித்த பகுதி என்னவென்று கேட்டேன்.

"தொடக்கம்தான்," என்று தயங்காமல் சொன்னான்.

பின்னர், உணர்ச்சிவசப்பட்ட குரலில் அதனைப் படித்துக்காட்டவும் தொடங்கினான்:

இங்கு, குன்றுகளின் சரிவில்,
குடதிசையை நோக்கியும்
வெறிச்சோடிக் கிடக்கும் காலத்தை நோக்கியும்,
பழமரங்களின் பாதி வெளிச்சத்தில்
கைதிகள் போலவும்
வேலை கிடைக்காமல் தவிப்பவர் போலவும்
நாங்கள் நம்பிக்கையைப் பயிர் செய்கிறோம்.

அஹ்மத் திரையை நோக்கித் தலையைத் தூக்கினான். அவன் உதடுகள் நெளிந்தன. எல்லாம் அதில் சொல்லப்பட்டிருந்தன. அழகான அந்த வரிகள் காலத்திற்கும், போருக்கும் சவால்விட்டன. தெளிவான, உயிர்த்துடிப்பு மிக்க வரிகள். அவருக்காக, சொற்கள் பேசின; தராயாவுக்காகவும் அவை பேசின.

நம்பிக்கை. எங்கும் எப்போதும் நம்பிக்கை. வீட்டுத்தளத்தின் ஒரு மூலையில் தோட்டம் அமைத்துப் பயிரிடும்போது வளரும் நம்பிக்கை. வறண்டு அசுத்தமான நிலத்தில் தப்பித்து வளர்ந்த சூரியகாந்திப் பூக்களில் நம்பிக்கை. எரிகணை வீழ்ந்து பள்ளமாகிய இடத்தில் நடப்பட்ட செடியில் நம்பிக்கை. தராயாவிலிருந்து என் செய்தித்தொடர்பாளர்கள் அனுப்பிய புதிய படங்களை ஒவ்வொன்றாகப் பார்க்கிறேன். தற்காலிகச் சோகத்தையும் தாண்டி, அவையனைத்தும் கவித்துவம் நிறைந்தவையாக இருக்கின்றன. அவர்கள் எதிர்த்துப் போராடுவதற்கு உதவும் ‘அக ஆற்றலும்’, அசாத்திய திறமையும் அவற்றில் வெளிப்பட்டன. பசியால் மடிந்துவிடாமலிருக்க, வீட்டின் பின்புறமிருக்கும் கொல்லையில் அவர்கள் தேவையானவற்றைப் பயிரிட்டனர். லெட்டுய்ஸ், பாலக்கீரை, தக்காளி, உருளை முதலியவற்றை அறுவடை செய்துகொண்டனர். நகரத்தில் மிச்சம் மீதி இருந்த ‘புல்கர்’ கோதுமையும் மேற்சொன்ன காய்கறிகளும் அவர்களின் உணவுக்கு அடிப்படையாக அமைந்தன. சில சமயம், அவர்கள் விவசாயம் பொய்த்துவிட்டால், அவர்களிடமிருந்த பழைய அடுப்பொன்றைப் பயன்படுத்தி இலைகளையும், வேர்களையும் வேகவைத்து, சூப் தயாரித்துச் சாப்பிட்டு விடுவார்கள்.

“சகிக்காது,” என்று ஹுஸ்ஸாம் ஸ்கைப்பில் முகச் சுளிப்போடு சொன்னான்.

கிண்டலாக அவன் சிரிக்கும் சிரிப்பு தினசரி அவன் சந்திக்கும் கொடூரத்திலிருந்து காத்துக்கொள்ளும் கேடயம் என்று எனக்குத் தெரியும். ஸெய்மா பற்றி அவன் என்னிடம் சொன்னது முதல், நாங்கள் அடிக்கடி வாட்ஸ்ஆப்பில் விவாதிப்போம். அவனுக்குத் தெரிந்த அழகான ஆங்கிலத்தில், அவனுடைய காதலைப் பற்றியும், காதலியுடன் கொண்ட பிணக்குபற்றியும், அவனுடைய எதிர்காலம்பற்றியும் என்னிடம் பேசுவான். அந்நியர் அவனிடம் பேசுவதால் அவனுக்குத் தேவையான நடுநிலைமை கிடைத்தது. ஒவ்வொரு தடவையும் அவனுடன் பேசும்போதும் நான் சாப்பிட்டுக்

கொண்டிருக்கும் காபியையும் பிஸ்கோத்தையும் வெட்காம் கண்ணில் படாத தூரத்தில் விலக்கிவைப்பேன். ஆனால், அன்று விடாப்பிடியாக அவன்தான் சமையல்பற்றிய பேச்சை தொடங்கிவைத்தான்: "என் அகோரப் பசியை அடக்கிக்கொள்ள," என்றான்.

"எனக்கு இப்போது மிகவும் தேவையானது எது தெரியுமா?" பின் சிரித்துக்கொண்டே "வறுத்த கோழிக்கறி" என்றான்.

அவனுக்கு மிகவும் பிடித்த அந்தப் பறவையைப் பற்றி, அவன் ஒன்று விடாமல் ஒரு பிரசங்கமே செய்தான்: அதன் தோலைக் கடிக்கும்போது ஏற்படும் சுகம், அதன் தொடையை மிருதுவாக்கும் குழம்பு, அதன் காலின் சுவை ஆகிய எல்லாவற்றையும் சுவாரசியமாக வருணித்தான்...

"பசியைப் பற்றிப் பேசிக்கொண்டிருக்கும் இவ்வேளை மதியஉணவு வேளை," என்று குறிப்பிட்டான். சோகநினைவுகளைத் துரத்தியடிக்கும் தன்மை அவனிடம் இயல்பாகிவிட்டது.

திரையில் தராயாவிலிருக்கும் ஹுஸ்ஸாம் எழுந்திருப்பது தெரிகிறது. தலைபாகம் தெரியவில்லை. அவனுடைய குச்சிகுச்சியான கால்கள் தெரிகின்றன. கணினியைத் திருப்பி அவன் வசிக்கும் எளிமையான இடத்தைக் காண்பிக்கிறான். கையை அசைத்து, அவன் படுத்துறங்கும் சோபாவைக் காட்டினான். பின்னர் காகிதக்குவியலாக இருந்த அலமாரியைக் காட்டினான். ஒரு காஸ் சிலிண்டரைக் காட்டப்போகும்போது, தொடர்பு அறுந்துபோய் அவன் படம் சிறிது நேரம் உறைந்துநின்றது. அப்போது பாத்திரங்கள் மீது என் பார்வை பரவியது. வாஷ் பேசினில் சாமான்கள் நிரம்பிவழிந்தன. அந்த இடம் சமையலறையாகத்தான் இருக்க வேண்டும்.

"நீ சாப்பிட வருகிறாயா?" என்று கிண்டலாகக் கேட்டான்.

மாடத்தில் அஞ்சறைப்பெட்டிகள் காலியாகக் கிடந்தன. ஒரு சின்னப் பையில் கொஞ்சம் கோதுமை மட்டும் இருந்தது.

"இன்றைக்கு இதுதான் எனக்கு விருந்து," என்று சொல்லிக்கொண்டே தண்ணீரைக் கொதிக்கவைத்தான்.

இப்படித்தான் பல வாரங்களாக ஹுஸ்ஸாம் தன்னிடம் இருப்பதை வைத்துக்கொண்டு தன் ஒரு வேளைச் சாப்பாட்டைப் பல மாதங்கள்வரை தாக்குப்பிடிக்கும்விதம் கவனமாகத் திட்டமிட்டு வாழ்ந்துவந்தான்.

"நன்றாகச் சாப்பிடு," என்று நானும் வஞ்சப் புகழ்ச்சியுடன் சொன்னேன்.

சமையலறையில் புகை சூழ்ந்ததால், அவனுடைய கணினித் திரையில் மங்கலான சிறுசிறு திட்டுகள் தெரிந்தன. ஹுஸ்ஸாம் மீண்டும் மறைந்தான். பின்பு மீண்டும் தெரிந்தபோது, அவன் கையில் ஒரு தட்டு காணப்பட்டது. அதில் பழுப்புநிறத்தில் ஒருவிதக் கூழ் இருந்தது. உணவைத் தொடுமுன் அவன் நினைவுகளை அசை போட்டு இன்னும் சில தகவல்களைப் பகிர்ந்தான்.

“பசிக்குச் சவால்விடும் பொருட்டு, சில சமயங்களில் நாங்கள் யாராவது ஒருவர் வீட்டில் ஒன்றுகூடி மாலைவேளை முழுவதும் உணவைப்பற்றியே பேசுவோம். ஒவ்வொருவரும் தனக்குப் பிடித்த உணவைப்பற்றி விவரிப்போம். பாட்டி சுடும் சுக்கினி போண்டா, கறிக்குழம்பு, பிடித்தமான பலசரக்கு, அத்துடன் பிஸ்தா பலகாரம் – இவையெல்லாம் எங்கள் உரையாடலில் இடம்பெறும்.

“இன்னொரு தந்திரமும் செய்வோம். ஒரு கோப்பை சூப் செய்து, அதனைச் சுற்றி எல்லோரும் அமர்ந்து ஒவ்வொரு கரண்டியாய்ச் சுவைப்பதுபோல் பாவனைசெய்து, கடைசியில் ஒரு பெரிய விருந்து சாப்பிட்டதுபோல் கடைசிக்கரண்டி சூப்பைப் பருகுவோம். ரொட்டித்துண்டு இல்லாமல், அந்த விளையாட்டு முற்றுப் பெற்றதாக இருக்காது. 2013ஆம் ஆண்டிலிருந்து, தராயாவில் ஒரு துண்டு ரொட்டியைக்கூடப் பார்த்ததில்லை. அந்தத் தேதிவரையிலும் உள்ளூர் ஆலோசனைக் குழு இன்னும் குண்டுகளால் தகர்க்கப்படாமலிருந்த ஒரு ரொட்டிக்கடை தொடர்ந்து இயங்கிவரும்படி பார்த்துக்கொண்டது. ஆனால், அதற்கு வேண்டிய மாவு தீர்ந்துபோய்விட்டதால், அதுவும் இயங்காமல் போயிற்று. ஆனால், அவர்கள் தொடர்ந்து உயிர்வாழ்வது நகைச்சுவை உணர்வால்தான். சிரியர்கள் விரும்பியுண்ணும் உணவு அவர்களுக்குக் கிட்டாதபோது, ஹுஸ்ஸாமும் அவன் நண்பர்களும் உலகில் வசதியாக வாழும் மற்றவர்களைப் பற்றிப் பரிகாசமாகப் பேசிக்கொள்வார்கள். அது போன்றவர்கள் இந்த ரொட்டி சாப்பிடுவோமா? அந்த ரொட்டி சாப்பிடுவோமா? அல்லது சிறுதானியம் சாப்பிடுவோமா? என்றெல்லாம் சிந்தித்து நேரத்தை வீணடித்துக்கொண்டிருக்கிறார்கள் என்று அவர்கள் கிண்டல் செய்வார்கள்.”

“எங்களுக்கு அந்தக் கவலையெல்லாம் இல்லை,” என்று முகத்தில் புன்னகையோடு சொன்னான்.

பின்னர் 2016 ஜூன் 9ஆம் தேதி, ரமதான் நோன்பின் நாலாவது நாள், நம்பிக்கை, உண்மையான நம்பிக்கை வந்து தராயாவின் கதவைத் தட்டியது –அடைக்கப்பட்ட நகரின் சுவரைத் தாண்டிவந்தது. நாற்பத்தெட்டு மணிநேரக் குறுகியகால அமைதிஒப்பந்தத்தின்படி, ஒன்பது லாரிகள் முற்றுகையிடப்பட்ட நகருக்குள் நுழைந்தன. அவை மாவு மூட்டைகளுடனும், பதப்படுத்தப்பட்ட உணவுப்பொட்டலங்களோடும், மருந்துமாத்திரைகளோடும் வந்திருந்தன. விநியோகம் முழுமையானதென்று சொல்ல முடியாது. ஆனால், முற்றுகையில் சிக்கித்தவித்த எட்டாயிரம் மக்களுக்கு, ஓர் அற்புதம் நிகழ்ந்தது போன்ற உணர்வு ஏற்பட்டது.

எனக்கு நேரடியாகச் செய்தியனுப்பும்போது அஹ்மத் ஆர்வத்துடன், “எங்களால் நம்பவே முடியவில்லை,” என்று சொன்னான்.

துரதிர்ஷ்டவசமாக, வலைப்பொறி எவ்வளவு சீக்கிரம் திறந்ததோ, அதே சீக்கிரத்தில் மூடிக்கொண்டது. மறுநாளே செய்திவிளம்பரத்துறை மூலம் எனக்குச் செய்தி வந்தது. அரசு விமானங்கள் மீண்டும் விறுவிறுப்போடு வானில் வட்டமிட ஆரம்பித்துவிட்டன. அவை இவ்வளவு நாள்

காத்திருந்த உணவுப் பொருள் விநியோகத்தைத் தடுத்துநிறுத்தின. வெளி நாடுகளில் டமாஸ்கஸின் போலித்தனத்தைக் கண்டித்து எதிர்ப்புக்குரல்கள் எழுந்தன. ஆனால், வானிலிருந்து விழும் குண்டுகள் அவற்றையெல்லாம் எள்ளி நகையாடின. தராயா சவப்பெட்டியை மூடும் கடைசி ஆணியும் அடிக்கப்பட்டுவிட்டது.

வருத்தத்தோடு அஹ்மதை அழைத்தேன். எப்படி இருக்கிறான்? ஓரளவு பாதுகாப்பான புகலிடம் அவனுக்குக் கிடைத்ததா? இப்புதிய திருப்பத்தை எவ்வாறு சமாளிக்கின்றான்? அடுத்தமுனையில், அவனால் பேச முடியவில்லை. அவனுடைய குரல் எழ மறுத்தது. அவனுடைய தொண்டை வறண்டுவிட்டது. அவன் மனஅழுத்தத்தினால் துவண்டுவிட்டான். இணையதளத்தில் அவனைத் தொடரந்து தொடர்புகொள்ளும்போது, அவன் என்ன சொன்னான் என்பதை யூகிக்க முடிந்தது. அவன் பதில் என்னவாக இருக்கும் என்று உணர முடிந்தது. அவனுடைய மவுன மொழி விளங்கியது. அவனுடைய மவுனம் வழக்கமானதொன்றில்லை. முதல்தடவையாக, தராயாவைப்பற்றிப் பேச அவனுக்கு வார்த்தைகள் கிடைக்கவில்லை.

அவனுடைய உணர்வுகளுக்கு ஓசையில்லை.

அவன் நகரம் ஆபத்தை எதிர்நோக்கிஇருந்தது.

அவனுடைய நம்பிக்கைகள் தகர்த்தெறியப்பட்டுவிட்டன.

2016 ஜூன் 12. காலை மணி ஐந்து. உறக்கம் வராமல் கஷ்டப்பட்டேன். இணையதளத்தில் தராயாவிலிருந்து ஏதாவது அறிகுறி வருகிறதா என்று தேடிக்கொண்டிருந்தேன். அஹ்மத் என்னுடைய அழைப்புகளுக்குப் பதில் சொல்லவில்லை. வாட்ஸாப் மூலம் அனுப்பிய செய்திகளெல்லாம் அப்படியே பதிலில்லாமல் இருந்தன. அவற்றை அவன் படிக்கவில்லை. ஒழுங்காகப் பெற்றுக்கொண்டதற்கான 'டபுள் டிக்' வரவில்லை. என்னுடைய ஸ்மார்ட்ஃபோனில் மற்ற தொடர்பாளர்கள் பெயர் பட்டியலை அலசினேன். ஹூஸ்ஸாம், இல்லை. ஷாதி, இல்லை. ஒமார், இல்லை. ஒன்றும் எழுதாத வெள்ளைத்தாளைப்போல், நிசப்தம். உறுதியின்மையைப் பறைசாற்றும் கணினித்திரை, முழுமையாக அவர்களைத் தொலைத்துவிட்டோம் என்ற பயத்தை ஏற்படுத்தியது. இணையதளமில்லாமல், உலகம் அகண்டுவிட்டது. அப்பாவித்தனமாக நான் நினைத்த தூரம் அகன்றுவிட்டது. வலைப்பின்னல் மூலம் நான் அளித்துக்கொண்டிருந்த பாதுகாப்பு அவர்களைச் சுற்றி இறுகிக் கொண்டிருந்த மதில் மீது ஒரு சின்ன இடைவெளியை ஏற்படுத்தியிருந்தது. அந்த வலைப்பின்னல் அவர்களின் நம்பிக்கையை வைத்து மூடிவிட்டது. அவர்கள் கூக்குரலுக்கும் உயிர் தப்பித்தோர் தனிமையில் பாடும் பாட்டுக்களுக்கும் இனிமேல் உலகம் செவி சாய்க்காது. எங்களுக்கும் அவர்களுக்கு மிடையே இருள் கவிந்து விட்டது. முடிவில்லா அந்த இருள் எங்கள் கடைசி வார்த்தைகளை விழுங்கிவிட்டது.

ஆசாத்தின் மிரட்டல் துணிவைத் துச்சமாக்கியது. பீப்பாய்க் குண்டுகளாலும், அவற்றைவிடச் சற்றுத் தரம் குறைந்த குண்டுகளாலும் சேதப்பட்ட தராயா கல்லறையிலிருந்து சில மைல்களுக்கப்பால், ஒலிப்பெருக்கிகள் "பயங்கரவாதிகளைப்" பூண்டோடு அழித்துவிட்டதாக அறிவித்துக்கொண்டிருந்தன. கண்மருத்துவரான ஆசாத் தன் கண்அடப்பத்தை வலுப்படுத்திக் கொண்டு, தன் போர்வீரர்களை எழுச்சி செய்த புறநகருக்கு அனுப்பி, மிச்சம்மீதியிருந்த உணவையும் தின்றுதீர்க்க வைத்தான். உலகத்தின் கண்களுக்குத் தெரியாதவண்ணம், வலைப்பொறி இறுகியது. சாட்சியெதுவும் இல்லாததால், நிலைமை இன்னும் மோசமாக இருக்குமென்று என்னால் கற்பனை செய்ய முடிந்தது. மிகப்பெரிய அளவிலான அடக்குமுறை! கொலைவெறித் தாக்குதல்! 1982ஆம் ஆண்டு, சமூகவலைத்தளங்கள் தோன்றாத காலத்தில், ஹமாவில்

நடந்தது போன்ற கமுக்கமான படுகொலை அரங்கேறிக்கொண்டிருந்தது. அஹ்மத்பற்றியும், அவன் நண்பர்கள்பற்றியும் என்னால் நினைக்காமல் இருக்க முடியவில்லை. அவர்கள் இரண்டு விதத்தில் பாதிக்கப்பட்டிருந்தனர். ஒன்று, குண்டுகளின் பாதிப்பு. மற்றொன்று, அவர்கள் மடிவதைச் சர்வதேசச் சமூகம் எதுவும் செய்யாமல் பார்த்துக்கொண்டிருப்பதின் பாதிப்பு.

அவர்களிடமிருந்து செய்தியெதுவும் வராததால் முகநூல், வாட்ஸாப், யூ டியூப் ஆகியவற்றை அலசிப்பார்த்தேன். ஒரு சிறு தடயமாவது கிடைக்குமா என்று தேடினேன். ஒரு படம் – ஒரு வார்த்தை – இப்படி எதுவுமே கிடைக்கவில்லை. அந்த அரையிருளில், மனக்கலக்கலக்கத்தோடு, அவர்கள் இன்ஸ்டாகிராம் கணக்கைப் பார்த்தேன். பலமாதங்களாகவே, அஹ்மதின் கணக்கு செயல்படாமலிருந்தது. கடைசியாக அனுப்பிய படம் கண்ணீர்விடவைத்தது. கழுத்தில் ஒரு வெள்ளைத்துண்டு அணிந்திருந்த ஒரு தாய் தன் மகனை அடக்கம்செய்த காட்சி அது. தராயா உயிர்த்தியாகிகளின் பட்டியலில் அவனும் ஒருவன். பின்னோக்கிச்செல்கிறேன். கடந்த காலத்தை நோக்கிச் செல்கிறேன். ஒவ்வொரு படமாக ஆய்வு செய்கிறேன் – அவனுடைய அன்றாட வாழ்க்கையின் பல்வேறு பக்கங்களைத் திருப்பு கிறேன். சிவப்புரோஜா வண்ண புகைப்படம் ஒன்றில் “காதல் செய்யுங்கள், போர் செய்யாதீர்கள்,” என்ற வாசகம் எழுதப்பட்டிருந்தது. இன்னொரு படத்தைப் பார்க்கிறேன். அதில் போராளியொருவன் கையில் ஒரு பூனைக்குட்டி இருந்தது. பின்னர், கறுப்பு –வெள்ளை செல்ஃபியில், அஹ்மத், ஹூஸ்ஸாம், ஷாதி ஆகியோரின் இளமை ததும்பும் முகங்கள் என் கண்ணில்பட்டன. நகரின் இடிபாடுகளுக்கிடையே அவர்கள் காட்சி தந்தார்கள். பெரும்பாலான புகைப்படங்களுக்கு அதே பின்புலம்தான்! வண்ணப்படம் ஒன்றில் அவர்கள் ஒரு ஹாலில் விரிக்கப்பட்டிருந்த கம்பளத்தின்மீது அமர்ந்திருந்தனர். பெருங்குழப்பத்துக்கிடையே அவர்கள் திருடிக்கொண்ட அபூர்வமான சில நிமிடங்கள். அப்போது என் சிந்தனையை ஆட்கொண்டது போரின் அபத்தம் –இல்லை, இல்லை, அபத்தத்துக்குள் ஒடுங்கிக்கிடந்த இயல்புநிலை.

மீண்டும் இரகசிய நூலகம் என் நினைவுக்கு வந்தது. அது ஒரு காகிதப்புரட்சி. ஓமாரின் கையெழுத்துப்பிரதிகள், அபூ எல்–எஸ்ஸின் காயங்கள், “ஜென்னா! ஜென்னா!” என்றொலித்த நம்பிக்கை நாதம், புரட்சியின் ரோஜாக்கள், பாட்டில்கள், தீப்பொறி பறக்கும் கண்கள், சின்னச் சின்ன அட்டைகளில் அமைதிபற்றிய கோஷங்கள், உயிர்த்தியாகங்களில் முடிந்த அவ்வார்த்தைகள் ஆகியவை எல்லாம் என் மனக்கண் முன் தோன்றின. அந்தப் படங்களைவிட்டு என்னுடைய பார்வையைத் திருப்புவது கடினமாக இருந்தது. போரானது அவர்கள் முகத்தில் வயது முதிர்ந்தவர்களின் கண்களைப் புதைத்துவிட்டது. மீண்டும் படச்சுருளைப் பார்த்தேன். எதனால் இப்படியாகிவிட்டது? ஆசாத் மூளையில் எந்த அரக்கன் போய்த் தொற்றிக் கொண்டான்? அதேபோல் எந்த அரக்கன் ரஷ்யா, ஈரான் ஆகிய நாடுகளை ஆட்டிப்படைக்கின்றான்? ஆசாத்திற்குக் கண்மூடித்தனமான ஆதரவு தரும் விதம் இது போன்ற சர்வாதிகாரிகளை எந்த அரக்கன் தூண்டிவிடுகிறான்? தராயாவின் மரணத்தை அறிவிக்க என்ன வாசகம் பொருத்தமாக இருக்கும் என்று எண்ண எனக்குத் துணிவில்லை. அதிகாரத் தாகத்திற்கு பலியான நகரம் என்பதா? மனிதனை விழுங்குகின்ற பேராசையால் அழிந்த கனவு

என்பதா? சிரிய நாட்டு வரைபடத்திலிருந்து ஒரு சிறு நம்பிக்கைமையம் விலக்கப்பட்டது என்று சொல்வதா? மதாயா, ஹோம்ஸ், கிழக்கு அலேப் போன்று முற்றுகைக்குப் பலியான நகரம் என்பதா?

இஸ்தான்புலில், என் அலுவலகத்தில், நான் குட்டி ஈன்ற பூனைபோல், சுற்றிசுற்றி வந்தேன். மவுனத்தைக் கலைக்க, அவர்கள் சம்பந்தப்பட்ட பொருட்களைப் பற்றிக்கொண்டேன்.: *ஆல்கெமிஸ்ட், லா கொக்கீய், லே மிசேராப்ள், ஏழு பழக்கங்கள்* போன்ற புத்தகங்களை மீண்டும் படித்தேன். மூச்சை அடக்கிக் கொண்டு கடலில் இறங்குவதுபோல், அவற்றில் ஆழ்ந்தேன். பின்னணிஇசைபோல் மஹ்மூத் தார்விச்சின் வரிகள் என் சிந்தனையைத் தொடர்ந்தன:

> முற்றுகை என்பது காத்திருப்பது.
> கனமான காற்று வீசும்போது சாய்த்து வைக்கப்பட்ட ஏணி மீது
> காத்திருப்பது.

ஒவ்வொரு தடவையும் *முற்றுகை நிலையின்* அதே இரட்டை வரிகளில் போய் மோதிக்கொள்கிறேன்.

> எழுத்து ஒரு நாய்க்குட்டி. அது சூனியத்தை
> இரத்தம் சிந்தாவண்ணம் கடித்துக் காயப்படுத்தும்.

எழுத்து: எதற்காக? எந்த நோக்கத்துக்காக? உருவாகிக்கொண்டிருக்கும் தராயா வரலாற்றுப்புத்தகத்தின் பல பக்கங்களைத் தாண்டிச்சென்று என்ன நடக்கப்போகிறது என்று பார்க்கத் விரும்பினேன். அதன் முடிவை யூகிக்க விரும்பினேன். அது அதிகச் சோகமின்றி முடியுமென்ற நம்பிக்கையோடு இருந்தேன். மகிழ்ச்சியான சம்பவமொன்று அதனை முடித்துவைக்க வேண்டுமென்று விரும்பினேன்.

அவர்கள் இல்லாத நிலையில், இந்த எழுத்துக்கு ஏதேனும் பொருள் இருக்குமா? செய்திக்கட்டுரைக்கு இல்லாத ஒரு சிறப்பு வசதி நாவலுக்கு உண்டு. நாவல் யதார்த்த நெடுஞ்சாலை வழியைக் கண்டுகொள்ளாமல், கற்பனை வழியே தொடர்ந்து செல்லும். ஒரு நிலைமாற்றம், ஒரு முடிவு, சில புதிய கதாபாத்திரங்கள் என்று கற்பனையால் சிருஷ்டித்துக்கொள்ளலாம். ஆனால், தராயா கதையை நிச்சயமாக, இந்தக் கட்டத்தில், ஒரு நாவலாக்க விரும்பவில்லை. இந்தக் கட்டுரையின் நோக்கமே தற்போதுள்ள நிலையற்ற தன்மையைத் தெள்ளத்தெளிவாக எடுத்துரைப்பதாகும்; காலவெளியிலும், மனிதநினைவிலும் அதற்கோர் அழுத்தம் ஏற்படுத்துவதாகும். நிகழ்காலம் வெகுசீக்கிரமே கடந்தகாலத்திற்குத் தள்ளப்பட்டுவிடுகிறது – ஒரு குண்டு வெடிக்கும் வேகத்தில் அப்படி ஆகிவிடும்போது, தடயங்களை – எவ்வளவு சிறியனவாகவும், சில சமயங்களில் மிகவும் தனிப்பட்டதாகவும் இருப்பினும் – பொறுக்கிச்சேர்த்தாகவேண்டும். புரட்டிப்பார்த்த புத்தகங்களிலும், போரின் மத்தியிலும், தனிமனிதர்களின் நினைவுகளிலும், கண்ணீரிலும், சிரிப்பிலும் தான் அவற்றைப் பொறுக்க வேண்டும்.

இந்நூல் எல்லாம் சேர்ந்த கலவை. கண்ணுக்குத் தெரியாத வீரர்களின் கதை. அது முற்றுப்பெறாமல்கூட இருக்கலாம். ஆனால், அதனைக் கைவிட முடியாது.

எழுதுவது மறக்காமலிருப்பதற்கு – அவர்களை மறக்காமலிருப்பதற்கு!

இப்படியாக ஒரு மாதம் – கவலையோடும், சுய பரிசோதனையோடும் உருண்டோடியது. அந்த ஒரு மாதத்தில் செய்திகளில் விட்டுப்போயிருந்ததைக் கஷ்டப்பட்டு நிரப்பிக் கொண்டிருந்தேன். கிடைத்த தகவல்களைத் தொகுத்துக் கொண்டிருந்தேன். புகைப்படங்கள், குண்டு வெடிப்பினால் சிதறிப்போன வாக்கியங்கள், போரிலிருந்து தப்பித்துக்கொண்ட வாழ்க்கைகளின் எச்சக்கூறுகள் … இவையெல்லாம் அவற்றில் அடங்கும்.

பின்னர் ஜூலை 12ஆம் தேதி, நீண்ட உறக்கத்தில் ஆழ்ந்திருந்த என்னுடைய மடிக்கணினித் திரையில் முதல் சலனம் ஏற்பட்டது.

“ஷாதி காயம்பட்டிருந்தான்.”

நிம்மதியோடும் கவலையோடும், வாட்ஸாப் மூலம் அனுப்பப்பட்டிருந்த செய்தியைப் மீண்டும் படித்துப் பார்த்தேன். ‘ஷாதி காயம்பட்டிருந்தான் – முற்றுப் புள்ளி.’ மீண்டும் நிசப்தம். எரிச்சலோடு காத்திருந்தேன். ‘சாத்திவைக்கப் பட்டிருந்த ஏணியில் காத்திருந்தேன் …’

அன்று மாலை, தொடர்பு மீண்டும் சரிசெய்யப் பட்டதும், ஷாதியே ஒருவாறாகச் செய்தி தெரிவித்தான். இடதுகையில் பெரிய கட்டுப் போட்டிருந்தான், ஆனால் தைரியமாக இருந்தான். ஆபத்தான கட்டத்தைத் தாண்டிவிட்டான். இருப்பினும் அவன் மீதான தாக்குதலின் பாதிப்பிலிருந்து மீளவில்லை … கடந்த சில வாரங்கள் அவனுக்கும் நரக வேதனையாக இருந்தன. நகரத்தின் எல்லையில், அரசுப் படைகள் தொடர்ந்து தாக்குதல் நடத்தி மேலும் பல இடங்களைக் கைவசப்படுத்த முயன்றன. ஆபத்தைச் சமாளிக்க அவ்வப்போது தங்குமிடங்களை மாற்றிக் கொண்டு, குகைகளில் முடங்கிக்கிடக்க வேண்டியதாயிற்று. அவனுடைய அலுவலகத்திற்கு எப்போதாவதுதான் செல்ல முடிந்தது. அதுபோன்ற சமயங்களில்தான் அவனுக்கு வலைதளப் பயன்பாடு கிடைத்தது. தாக்குதல்கள் விட்டுவிட்டு நடத்தப் பட்டன. இரண்டு நாள் கடுமையான குண்டுப்பொழிவு. பின்னர் ஒரு நாள் ஓய்வு. அந்த ஜூலை 12ஆம் தேதி காலை கொஞ்சம் சாதகமான சூழல் இருந்ததால், ஷாதி அவன் ஊடகத்துறை நண்பன் மாலிக்குடன், ஒருவாறாக வெளியில்

காலடிஎடுத்துவைத்தான். அவர்கள் இருவரும் குடும்பங்களெல்லாம் என்னவானது என்று தெரிந்துகொள்ளவும், காணொலிபடங்கள் எடுக்கவும், அழிவைக் கணக்கிடவும் விரும்பினர். அதற்காக மேற்கில் ஒரு வட்டாரத்தைத் தேர்ந்தெடுத்தனர். கண்ணிமைக்கும் நேரத்தில், ஒரு ராக்கெட்மழை அவர்கள் பாதையைத் துண்டித்தது. அவர்கள் அதனை எதிர்பார்க்கவில்லை. திரும்பிப்போக முடிவெடுத்தனர். அதற்குள் மீண்டும் ஒரு ராக்கெட் வெடிப்பு. அவர்களுக்கு மிக அருகில் நிகழ்ந்தது. இந்தத் தடவை அவர்கள் காலடியில் பூமி நடுங்கியது. முன்னாலோ, பின்னாலோ, ஓர் அடிகூட எடுத்துவைப்பது சாத்தியமற்றுப்போயிற்று. புகை அவர்களைத் தடுத்துநிறுத்தியது. தூசியும், சிமெண்ட் துகள்களும் கலந்த ஒரு கலவை எங்கும் படர்ந்திருந்தது. அதிர்ச்சியில், ஷாதி தான் காயம்பட்டதை உணரவில்லை.

“எனக்கு ஒன்றும் தெரியவில்லை. ‘மாலிக்! மாலிக்!’ என்று கத்தினேன். அவனுக்கு ஏதாவது ஆகியிருக்குமோ என்று பயந்தேன்.”

தட்டுத்தடுமாறி கொஞ்சம் முன்னேறிச் சென்றான். அவன் நண்பனை கண்டுபிடித்ததும்தான், அவனது இடதுகை அவன் கவனத்தை ஈர்த்தது. குனிந்து பார்த்தான். அது இரத்ததால் சிவந்திருந்தது. குண்டின் சிதறல்கள் அவன் ஆட்காட்டி விரல், நடுவிரல் ஆகியவற்றின் முனைகளைச் சீவி விட்டிருந்தன. வலி கடுமையாகவிருந்தது. உயிர் போய் உயிர் வந்தது. சிறிய வேன் ஒன்று விரைந்துவந்து அவனை நகரத்திலிருந்த ஒரே மருத்துவமனைக்குக் கொண்டு சென்றது. அங்குச் செவிலிகளுக்குத் தலைக்குமேல் வேலை. ஒருவாறாக மருத்துவர் வந்ததும், விரைந்து அறுவைச் சிகிச்சை செய்துவிட்டார்.

“வலியை மறக்கச்செய்யும் மார்ஃபின் அவ்வளவு ஆற்றல் வாய்ந்ததாக இல்லை. என்னை உற்சாகப்படுத்துவதற்காக, ’ஷாதியின் கதி அப்படித்தான்’ என்று மருத்துவர் ஒரு கவிதை வரியை முணுமுணுத்தார்.”

மீண்டுமொருமுறை, ஷாதி மரணத்தின் அருகில் சென்று பார்த்து விட்டான். அவன் நின்றுகொண்டிருந்த இடத்திலிருந்து ஐம்பது செ.மீட்டருக்கும் குறைவான தூரத்தில்தான், ஒரு கட்டடத்தின் மூலையில்தான் குண்டு விழுந்தது.

“இன்னும் சில செ.மீட்டர் குறைவாக இருந்திருந்தால், என்னுடைய வாழ்க்கை முடிந்திருக்கும்.”

அஹ்மத், ஹூஸ்ஸாம், ஓமார் பற்றியும் கேட்டேன். அவர்களும் அவனுடன் இருக்கிறார்களா? அவர்கள் பாதுகாப்பு எப்படி? என்றெல்லாம் கேட்டேன். ஷாதியின் வார்த்தைகள் நம்பிக்கையூட்டின.

“நாங்கள் ஒன்றாகத்தான் இருந்தோம். குழுவில் உள்ள மற்றவர்களும் நலம்தான். நாங்களும் அவர்களும் குண்டுவெடிப்பிலிருந்து தப்பிப்பதற்காக அடிக்கடி எங்கள் இருப்பிடங்களை மாற்றுவதில் காலம்கழிக்கின்றோம்.

அவனுடைய புகைப்படக்கருவி? அவன் அதைக் கழுத்தில் மாட்டிக்கொண்டு, தன் இதயத்திற்கும் அருகேயே வைத்திருந்தான்.

அறுவைச் சிகிச்சைக்குப் பிறகு, அவன் அதன் கண்ணாடி சுக்குநூறாக உடைந்திருப்பதைக் கண்டான். சாலையின் கற்கள் அதனை உடைத்திருந்தன. இனிமேல் அதனைப் பயன்படுத்த முடியாது. அதன் மற்றப் பகுதிகள் எரிந்த நிலையில் இருந்தன. அது ஒருவிதத்தில் அவன் மீது குண்டு பாயாமல் தடுக்க உதவியாகவிருந்தது.

"என்னுடைய புகைப்படக்கருவி என் உயிரைக் காப்பாற்றியது!" என்றான்.

பின்பு, ஷாதி பேசுவதை நிறுத்தினான். ஒரு தியானம். அவனை விட்டு ஒருபோதும் பிரியாத அக்கருவி, அவனுக்கும், மரணத்துக்குமிடையே ஒரு தடுப்பாக நின்றிருந்திருக்கிறது. அது கடைசிவரையில் தன் வேலையைச் செய்திருக்கிறது.

"பின்னர், பழுதாகிவிட்ட அக்கருவியின் 'மெமரி கார்டைப்' பிரித்தெடுத்துப் பார்த்தபோது, அது மட்டும் பழுதாகாமலிருந்தது. தாக்குதலுக்கு முன் நான் எடுத்த அத்தனைப் படங்களும் அப்படியே இருந்தன! ஏதோ ஓர் அற்புதம் நிகழ்ந்திருந்தது!

ஆரோக்கியமான படங்களின் ஆவணக்காப்பகம்! துன்பம் நிறைந்த – அதே சமயம் தவிர்க்க முடியாத – போர்த்தடயங்களின் அழிக்கமுடியாத ஆவணக்காப்பகம்!

எழுதுவதென்பது மறக்காமலிருப்பதற்கு ... 2016 ஜூலை 14ஆம் தேதி, ஒரு புதிய கடிதம் நகரத்தின் அடிப்பகுதி யிலிருந்து தோண்டியெடுக்கப்பட்டது. அது உள்ளூர் ஆலோசனைக் குழுவினால் கையெழுத்திடப்பட்டிருந்தது. அதன் தொனி கடினமாகவும் எச்சரிப்பதாகவும் இருந்தது. பிரெஞ்சுக் குடியரசுத்தலைவர் ஃபிரான்சுவா ஒல்லாந்துக்கு நேரடியாக எழுதப்பட்டிருந்தது. உலகமக்களுக்குக் கடைசியாக விடுக்கும் அறைகூவல் அது.

மேதகு குடியரசுத்தலைவர் அவர்களுக்கு,

விடுதலைக்காகப் போராடிக்கொண்டிருக்கும் தராயாவாசிகளாகிய நாங்கள் எங்களது நகரம் எதிர்நோக்கி இருக்கும் அபாயத்தை உங்கள் கவனத்துக்குக் கொண்டுவரும் பொருட்டு இதனை எழுதுகின்றோம். டமாஸ்கஸ் நுழைவாயிலுக்கருகே நாங்கள் எட்டாயிரம் பேர் 2012 ஆம் ஆண்டிலிருந்து முற்றுகைக்கு உள்ளாகி மிக மிக மோசமான நிலையில் வாழ்ந்து கொண்டிருக்கிறோம். மின்சாரம், தண்ணீர், மக்கள் தொடர்புகள் ஆகிய அனைத்தும் முற்றிலுமாக அகற்றப்பட்டு தவித்துக் கொண்டிருக்கிறோம். 2015 டிசம்பர் மாத வியென்னா சமரசஒப்பந்தத்தை வெளிப்படையாக மீறும்விதம் கடந்த சில வாரங்களாக அரசுப்படைகள் அரங்கேற்றும் குண்டுவெடிப்புஅதிகரிப்பினால் எங்களது நிலைமை திடீரென மிக மோசமான நிலைமைக்குத் தள்ளப்பட் டிருக்கிறது. தராயாவிற்கும், அருகிலுள்ள மொடாமியா புறநகருக்குமிடையே இருந்த 'மனித நேய வாயில்' அழிக்கப்பட்டுவிட்டது. அதேபோல் விளைநிலங்களும் பாழ்படுத்தப்பட்டுவிட்டதால் மக்களுக்குக் கிடைத்துக் கொண்டிருந்த சிறிதளவு அன்ன ஆகாரமும் அரிதாகி விட்டது. அங்கு அடைக்கலம் புகுந்திருந்தவர்கள் நகரத்திற்கு மத்தியில் இடிபாடுகள் மிக்க வீடுகளில் தஞ்சம்புகும் கட்டாயத்துக்கு உள்ளாயினர்.

கடந்த நான்கு ஆண்டுகளில் பீப்பாய்க் குண்டுகள் எட்டாயிரத்துக்குமேல் எங்கள் நகரில் வீசப்பட்டிருக் கின்றன. எங்களது பயம் என்னவென்றால், ஆசாத், அவர்

நட்பு நாட்டினர் ஆகியோரின் படைகள் முன்னேறி வருவதால், ஒரு மிகப் பெரிய தாக்குதல் நடைபெற்று, அதனால் தராயாவில் மீதமிருப்பவர்களும் அழிக்கப்பட்டு, சிரியாவின் அமைதிப்பூங்காவாக இருந்த எங்கள் நகர் தரைமட்டமாக்ககூடும் என்பதுதான். அரசையும், டாட்ச் என்ற தீவிரவாத அமைப்பையும் எதிர்த்துநின்ற தராயா 2012 ஆகஸ்ட்டில் நடந்ததைப் போன்று மீண்டும் ஒரு தாக்குதலுக்கு உள்ளாகும் அபாயம் இருக்கின்றது. அரசுக்குச்சாதகமான படைகளால், கடந்த இரண்டு நாட்களில் அப்பாவிமக்கள் அறுநூற்றுநாற்பத்தொன்றுக்குமேல் கொல்லப்பட்டிருக்கின்றார்கள். உண்மையில் நடப்பதென்னவென்றால், இது பஷார் அல்–ஆசாத் மாஸ்கோ ஆயுதபலத்தோடு, தராயாவில் மீண்டும் தன் ஆளுமையை நிலைநாட்டுவதற்காகப் போட்ட திட்டத்தின் விளைவுதான். 2016 பெப்ரவரி 27ஆம் தேதி போர்நிறுத்தம் அமலுக்கு வந்தபோது, இரண்டு மாதங்கள் சண்டைகளும் குண்டு வெடிப்புகளும் நிறுத்தப் பட்டிருந்தன. இங்கு ஒன்றைக் குறிப்பிட வேண்டும். அரசுப்படைகள் பல தடவை ஒப்பந்தத்தை மீறியபோதும், புரட்சிப்படைகள் அதனை மதித்து நடந்தன. அவை சிவில்தலைவர்களின் கட்டுப்பாட்டில் செயல்பட்டன. அத்தலைவர்களைப்போலவே, புரட்சிப்படைகள் எப்போதும் ஓர் அரசியல்தீர்வையே எதிர்பார்த்திருந்தன. நேர்மாறாக, மே மாதத்திலிருந்தே, அரசுப்படைகள் சமாதானத்துக்கு முற்றுப் புள்ளி வைத்துவிட்டன. அவை எஞ்சியுள்ள மக்கள் வசிக்கும் நகரின் மையப்பகுதி நோக்கி முன்னேறின.

மேதகு குடியரசுத் தலைவர் அவர்களே! அமைதியை விரும்பும் தராயா மற்றுமொரு சிரிய 'கெர்னிக்கா'வாகாமலிருக்க, போர் நிறுத்தஒப்பந்தத்தின் பணிக்குழு நாடுகள் தங்கள் கடமையை நிறைவேற்ற வேண்டும். பாதுகாப்பு கவுன்சிலின் 2254ஆவது முடிவையும் 2015ஆம் ஆண்டு வியென்னா ஒப்பந்தத்தையும் அரசு மதித்துநடக்குமாறு உடனடியாக நிர்ப்பந்திக்கும்படி உங்களைக் கேட்டுக்கொள்கின்றோம். போர்நிறுத்தம் மட்டுமன்றி, 'மனிதநேய வாயிலை' நிலைபெறச் செய்யவும், பாதிக்கப்பட்டவர்களை அப்புறப்படுத்தி அவர்களுக்குப் பாதுகாப்பு அளிக்கவும், முற்றுகையை அகற்றவும் கேட்டுக் கொள்கின்றோம். பிரான்ஸ் எப்போதும் சிரிய மக்களின் பக்கமே இருந்திருக்கிறது. அது தன்னுடைய செல்வாக்கைப் பயன்படுத்தி தராயாவில் படுகொலை நிகழ்வதைத் தடுக்க வேண்டும். சமரச உடன்பாடு ஏற்பட க் காரணமாகவிருந்த மற்ற நாடுகளைப் போலவே பிரான்ஸுக்கும் அந்தப் பொறுப்பு உண்டு. இங்குக் காணப்படும் இராணுவத்தின் வெறிச்செயலையும், மக்களின் சீரழிவையும் பொருட்படுத்தாமல், தராயா, கடந்த நான்கு ஆண்டுகள்போலவே, ஓர் அரசியல் சமாதானஒப்பந்தத்தை எட்டும்விதத்தில் தன் எதிர்ப்பையும் போராட்டத்தையும் நடத்திக்கொண்டேயிருக்கும். ஆனால், தற்போது, மொத்தமாகத் தராயாவும் அங்கு வாழ்மக்களும் அழிந்துபோவதைத் தடுக்க வேண்டுமானால், சர்வதேசச் சமூகமும் அதன் அரசியல் புரட்சிப்படைகளும் தலையிட்டே ஆகவேண்டும்.

வாழ்க புரட்சி! வாழ்க மனிதமாட்சி! வாழ்க சுதந்திரம்!

ஜூலை பதினான்கில் வந்த இந்த அறைகூவலை படித்துப் பார்த்தார்களா?

பிரான்சில் இரவு மணி 10.30. இன்று மாலை, பிரான்சுவா ஒல்லாந்த் அவர்களுக்கு வேறு பிரச்சினைகள் பல வந்துசேர்ந்திருந்தன. நீஸ் நகரத்தில் வழக்கமான குடியரசுதின வாணவேடிக்கை நிகழ்ச்சி இரத்த வெள்ளத்தில் மூழ்கியது. திடீரென, பெரிய வேன் ஒன்று கூட்டத்தில் நுழைந்து எண்பத்தாறு பேரைக் கொன்றது, சுமார் பத்துபேரைக் காயப்படுத்தியது. மேலும், அந்தக் காட்டுமிராண்டித்தனமான செயலை நிகழ்த்தியது டாட்ச் இயக்கம் தான்.

என்னுடைய கைப்பேசியில், அதுவும் நடுநிசியில், இதுவரை இல்லாத அளவுக்குத் தாமதமாக அடுத்தடுத்து இரண்டு செய்திகள் வந்தன. முந்தைய நாள்தான் படகின்மூலம் ஒரு கிரேக்கத் தீவுக்கு வந்திருந்தேன். ஏராளமான குடியேறிகளை விழுங்கிய மத்தியத்தரைக் கடல் வழியாகத்தான் பிரயாணம் செய்திருந்தேன். இங்கு, தொடர்பு மிக மோசமான நிலையிலிருந்தது. வைஃபை கிடைப்பதற்குப் பக்கத்துவீட்டுச் சுவரை ஒட்டி நிற்க வேண்டும். வீட்டின் மேற்புறத்தில், திறந்தவெளியில், ஒரு குஷனைப்போட்டேன். ஒரு குட்டிச்சுவர் மீது என் கைப்பேசியை வைத்து அஹ்மது பார்வைக்கு ஒரு பதில் தயார் செய்தேன். என்னுடைய சோர்வோடு இயலாமையும், குற்றஉணர்ச்சியும் சேர்ந்துகொண்டதால், மூளையில் வார்த்தைகள் மோதிக்கொண்டிருந்தன. சிரியாவில் ஆசாத் குண்டுகளால் தாக்கிக் கொண்டிருந்தார். இஸ்லாமிய நாட்டு இயக்கம் பிரான்ஸிலும் மற்ற இடங்களிலும் உயிர்ப்பலி வாங்கிக்கொண்டிருந்தது. உலகமே தீப்பற்றி எரிந்துகொண்டிருந்தது. அப்போது என் மகள் சமாராவின் விடுமுறைக்காக வந்த நான் ஒரு கிரேக்கத் தீவில் தனித்து விடப்பட்டு, சுவர்க்கோழிகளின் தாலாட்டைக் கேட்டுக்கொண்டிருந்தேன். தொடர்ந்து கணினியை வெறித்துப் பார்த்தேன். அதில் ஒன்றும் தெரியவில்லை. அஹ்மதிடம் நான் அவர்களை மறக்கவில்லை என்பதைச் சொல்ல நினைத்தேன். அவர்களுடைய கடிதத்தை உலகறியச்செய்து மக்களின் கவனத்தை அவர்கள் பக்கம் திருப்புவேன் என்று உறுதிகூற விரும்பினேன். தராயா இன்னொரு கெர்னிக்காவாக மாறாது என்றும், ஒளிமயமான எதிர்காலம் நிச்சயம் உண்டு என்றும் சொல்ல விரும்பினேன். திராட்சைக்கும் ஆலிவ்க்கும் பஞ்சமிருக்காது என்றும், அவர்கள் வயிறு நிறையத்தான் போகிறதென்றும் ஆறுதல் சொல்ல விரும்பினென். 21ஆம் நூற்றாண்டில் இது போன்ற கொடுமைக்கு நிச்சயம் தண்டனை உண்டு என்றும் கூற நினைத்தேன். பிரெஞ்சுப் புரட்சி ஒரே நாளில் நடந்து முடிந்துவிடவில்லை. 'சமத்துவம், சுதந்திரம், சகோதரத்துவம்' எனும் கோஷத்தை இன்று டாட்ச் மதிக்காமல் இருக்கலாம். ஆனால் அது வலுவாக நிலைபெறும் காலம் கனிந்துவரத்தான் போகிறது. அப்போது, நீலஆடை உடுத்திய சிறுமி ஒருத்தி இறந்தவர்கள் தலைமீது நின்றுகொண்டு சுவரில் 'நம்பிக்கை' என்று எழுதவேண்டியிருக்காது. 2+2 நான்காகத்தான் இருக்கும். 5 என்பது ஐக்கிய நாட்டுப் பாதுகாப்புச் சபையின் கண்டனத்துக்கு உள்ளாகும். அது

குண்டுகளை வெடிக்கச் செய்வதும், சாரின் வாயுவைப் பரவவிடுவதும், சிறையில் வன்முறை – கற்பழிப்பு ஆகியவற்றை நடக்க அனுமதிப்பதும், நகரத்தை சுற்றிவளைத்துப் பசிக்கொடுமையை ஏவிவிட்டு சித்திரவதை செய்வதும் மனிதஇனத்தின்மீது நடத்தப் படும் குற்றச்செயலுக்குச் சமமாகும்.

இதையெல்லாம் சொல்ல நினைத்தேன்.

ஆனால், நாளை என்ன நடக்கப் போகிறது என்பது கேள்விக்குறியாக இருந்தது.

நாளையாவது ஐக்கிய நாட்டுச் சபை உதவ முன்வருமா?

அதனால் போர் இயந்திரத்தை தடுத்துநிறுத்த இயலுமா?

அல்லது தராயா மக்களின் அறைகூவலை இன்னும் பல சோகங்கள், மிரட்டல்கள், சண்டைகள் கேட்கவிடாமல் செய்துவிடுமா?

காலம் தாழ்ந்துவிட்டபோதும் நாளையாவது, சர்வதேச அளவில் மனிதஇனம் விழித்தெழுமா?

இன்று ஜூலை 14. பிரான்சின் தேசியவிழா கொண்டாட்டம். எல்லோரும் கொண்டாடுகிறார்கள்.

ஆனால், தராயா அழுதுகொண்டிருக்கிறது.

துன்பச் சொற்கள்.

காகிதத்தில் தோன்றி காகிதத்தில் மறையும் சொற்கள்.

இதுவும் கண்டும்காணாமல்விட்ட கடிதங்களில் ஒன்றாக இருக்கக்கூடும்.

சில செய்திகளை நாம் எழுதுவதற்குத் தயங்குவோம். காகிதத்தில் சொற்களைப் பதிவு செய்வதற்கே மனம் இடம் கொடுப்பதில்லை.

ஜூலை 29. நான் இஸ்தான்பூலுக்குத் திரும்பி வந்தேன். இந்தத் தடவை அஹமத் நேரடியாகத் தொடர்புகொண்டான்.

இடிந்துபோயிருந்தான்:

"ஓமார் கொல்லப்பட்டுவிட்டான்."

எனக்குப் பேச்சு வரவில்லை. ஓமார். தராயாவின் இபன் கல்தூன். புத்தகப்பிரியன். நூலகத்தின் கிளர்ச்சி வாசகன். உயிரைப் பறிக்கும் முற்றுகைக்கு இன்னும் ஒரு பலி! அவசரஅவசரமாக அஹ்மதின் எண்ணைச் சுழற்றினேன். அவனிடம் என்னுடைய இரங்கலையும் அனுதாபத்தையும் பகிர்ந்துகொள்ள விரும்பினேன். ஓமார் அவனுடன் எவ்வளவு நெருக்கமாக இருந்தான் என்று எனக்குத் தெரியும். ஓமார்தான் தராயாவின் நம்பிக்கை நட்சத்திரம். இராணுவ வீரனாக இருக்கக் கூடாத இராணுவவீரன். இணையதளம் துண்டிக்கப்பட்டிருந்தது. இரண்டு வார்த்தை சொன்னால் ஒன்றுதான் எனக்குப் புரிந்தது. வாட்ஸாப் செய்திக்கும், மெசெஞ்சர் செய்திக்கும் இடையே, அஹ்மத் கடந்த சில நாட்களில் நடந்த நிகழ்வுகள்பற்றிய காணொலியை ஓடவிட்டான். அதில் தொடர் வான்வழித் தாக்குதல்களும், புதிய பிரதேசங்களில் தரை வழித் தாக்குதல்கள், தெற்கிலும், மேற்கிலும், அதுபோல் மற்றெங்கிலும் வீட்டுமனைச் சுரண்டல்கள், மீதமிருந்த விவசாய நிலங்களை அபகரித்தல் ஆகியவை படம்பிடித்துக் காட்டப் பட்டிருந்தன. அதனால் மீதமிருந்த உணவுப்பொருட்கள் மீது தாக்குதல் நடக்கப்போவது நிச்சயமாயிற்று. ஓமாரும் மற்ற கிளர்ச்சியாளர்களும் எண்ணிக்கையில் குறைவாக இருந்தனர். மேலும் அவர்களிடம் போதுமான ஆயுதங்கள் இல்லை. அவர்களுடைய எளிமையான கலாச்சினிக்கோவ் அரசின் பீரங்கிகளையும் விமானங்களையும் எதிர்கொள்ள முடிய வில்லை. அதனாலென்ன? எப்படியும் இந்தத் தாக்குதலைத் தடுத்துவிடவேண்டும். இல்லையேல், அது மக்களுக்குச் சாவு மணியாகிவிடும். ஆகையால், அவர்கள் கடைசிவரை முயன்று பார்க்கத் துணிந்தனர். வழக்கமான தற்காப்பு அரண்களைத்

தாண்டிச்சென்று எதிராளியின் பாதையில் வெடிமருந்துகள் வைத்தனர். ஆனால், குன்றுகளின் உச்சியிலிருந்து, அரசின் நான்காவது படைப்பிரிவு அவர்கள் நடவடிக்கையைப் பார்த்துவிட்டது. பீரங்கிகள் வெடித்தன. ஓமார் விழுந்தான். எழுந்திருக்கவில்லை.

வெகுநாட்கள் கழித்து, அன்றையதினம்தான், அஹ்மத் கண்ணீர் விட்டான்.

“அவன் இறந்த செய்தி எனக்கு அதிர்ச்சியாக இருந்தது. நான் உறைந்து போய், சொல்லமுடியாத சோகத்தில் ஆழ்ந்துவிட்டேன். ஓமார்தான் புரட்சியின் சின்னம். சிரியாவின் எதிர்காலத்தைப் பற்றியும், அமைதியைப் பற்றியும் கனவு கண்டவன். அதற்காக ஆயுதம் ஏந்தவும் தயாரானவன்.”

அடுத்த முனையில், அஹ்மதின் குரல் தடுமாறியது. செருமுதல் அதிகரித்தது. அவனுடைய கவலையை என்னால் உணர முடிந்தது. அவன் நண்பன் மறைவு அவனுக்கு வெற்றிடத்தை ஏற்படுத்தியது. தராயா என்ற புத்தகத்தின் ஒரு பக்கம் மறைந்துபோய்விட்டது. இனிமேல் அதனைப் பார்க்க முடியாது. அந்த அசாதாரணமான போர்வீரனை மீண்டும் மீண்டும் நினைத்துப்பார்க்கிறேன். அவன் கையில் துப்பாக்கியுடனிருந்த ஒரு கவிஞன் – புத்தகப்பிரியன். அவனை நான் முதன்முதலாக 2015 இலையுதிர்காலத்தில் ஒரு நாள் வலைதளம் வழியே பார்த்தேன். அவன் அனுப்பிய ‘பிடிஎஃப்’ பக்கங்கள் என் மடிக்கணினியை நிரப்பிக் கொண்டிருக்கும். படிப்பின் மீது அவனுக்கிருந்த தாகம் நினைவுக்குவந்தது. அரசியலில் அவனுக்கிருந்த போர்க்குணம் நினைவுக்குவந்தது. அவனுக்கு நான் அன்பளிப்பாகக் கொடுக்கவிருந்த மக்கியாவெல்லியின் *பிரின்ஸ்* புத்தகம் நினைவுக்குவந்தது – அந்தப் புத்தகத்தை அவன் ஒருபோதும் படித்திருக்க மாட்டான் என்றபோதும்! அவனுடைய போர்முனை நூலகம் – தன் ‘மினி நூலகம்’ என்று சொல்லிக்கொண்டிருந்த நூலகம் – என் நினைவுக்குவந்தது. அதிலிருந்த நூல்கள்தான் அவனுக்கு உறுதுணையாக இருந்தன. அவையெல்லாம் இப்போது தரையில் சிதறிக்கிடக்கும். தூசி அவற்றின் மீது படிந்திருக்கும். அதையெல்லாம் என்னால் கற்பனை செய்துபார்க்க முடிந்தது. அஹ்மதும் அவன் நண்பர்களும் அவற்றில் சிலவற்றைப் பொறுக்கி, எல்லாவற்றையும் விழுங்கும் அப்போரின் எளிய நினைவுப்பொருட்களாக வைத்திருப்பார்களா என்று தெரியவில்லை. கல்லறையில் சென்று அவனுக்கு இறுதிஅஞ்சலி செலுத்தினார்களா? அவன் பெயரைச் சிறிய அட்டையில் பொறித்துவைத்திருந்தார்களா? அவனுக்காக ஏதாவது பிரார்த்தனை நடத்தினார்களா? இது போன்ற கேள்விகள் எனக்குள் எழுந்தவண்ணமிருந்தன.

“அதெல்லாம் எதுவுமே நடக்கவில்லை . . . எங்களால் அவன் உடலையும் அவனோடு இறந்துபோன இன்னும் மூன்று பேர் உடல்களையும் கைப்பற்ற இயலவில்லை. அரசுப்படைவீர்கள் அவற்றைக் கொண்டு சென்றுவிட்டார்கள். அவர்கள் பிணங்களைப் பணயமாக வைத்துக் கொண்டார்கள்.

அரசு ஓமாரைக் கொன்றதோடும், அவன் இளமையைச் சிதைத்ததோடும் நிறுத்திக்கொள்ளவில்லை. அவனைக் கடைசிவரை

விடாப்பிடியாகப் துரத்திச்சென்று அவனுக்கு ஒரு நினைவுச்சின்னம் இல்லாமலும், உற்றார்உறவினரோடு இறுதிஒய்வுஎடுக்கும் வாய்ப்பு இல்லாமலும் செய்துவிட்டது.

மறுநாள் நான் மீண்டும் அஹ்மதைத் தொடர்பு கொண்டேன். அவன் எப்படி இருக்கின்றான் என்று தெரிந்துகொள்ள விரும்பினேன். அவனால் சோகத்தைத் தாங்கிக்கொள்ள முடிகின்றதா என்று உறுதி செய்துகொள்ள முயன்றேன். அவன் தன் நண்பர்களோடு இரவு முழுதும் விழித்திருந்திருக்கின்றான். ஓர் எளிமையான அறையில் ஒமாருக்காக அப்படியொரு அஞ்சலி செலுத்தியிருக்கின்றான். மணிக்கணக்கில் காணொலியை ஓடவிட்டிருந்தனர். அவனுக்கு மிகவும் பிடித்த புத்தகங்களை யும், அவனுக்குப் பிடித்த மனிதர்களையும் நினைவுபடுத்திக்கொண்டனர். அவர்கள் சோகத்தைத் தணித்துக்கொள்ள சில பக்கங்களைப் படித்தனர்.

"அவனைப்பற்றி நினைக்கும்போது, புரட்சி மீது கடைசிவரை நம்பிக்கை வைத்திருந்த ஒருவனின் படம் மனதில் தோன்றுகின்றது... ஏராளமான திட்டங்கள் வைத்திருந்தான். அவன் அரசியலில் குதித்திருக்கக்கூடும். திருமணம் செய்துகொண்டு குடும்பவாழ்க்கை தொடங்கலாம் என்றும் கனவுகண்டுகொண்டிருந்தான். போர் முடிந்தவுடன் டமாஸ்கஸ் பெண் ஒருத்தியோடு நிச்சயம்செய்துகொள்ள திட்டமிட்டிருந்தான். இறப்பதற்குக் கொஞ்ச காலம் முன்பாக, ஹுஸ்ஸாம் போலவே, ராஷ்ட் பல்கலைக்கழகத்தில் தொலைதொடர்புக் கல்விக்காக பதிவு செய்திருந்தான். தினம்தினம் மரணத்தோடு உறவாடிக்கொண்டிருந்தவன் வாழ்க்கைமீது அசைக்க முடியாத நம்பிக்கை வைத்திருந்தான். உண்மையில் அவன் ஓர் எடுத்துக்காட்டாகவே திகழ்த்திருந்தான்!"

அஹ்மத் ஏதோஒன்றைச் சிந்திக்கத் தொடங்கி மவுனமானான். அவன் மனதில் ஆயிரமாயிரம் சிந்தனைகள். அவற்றில் தெரிவுசெய்வது கடினம். தாங்க முடியாத வேதனையால், அவனால் எண்ணங்களை ஒன்றுசேர்க்க முடியவில்லையென்று வருந்தினான். தொலைபேசியை வைப்பதற்கு முன்னால் அஹ்மத் ஒன்று மட்டும் சொன்னான்:

"சமீபத்தில் அவன் என்னிடம் ஓர் இரகசியம் சொன்னான்: பொறியாளனாக வேண்டுமென்ற கனவு புரட்சியின் காரணமாகத் தடைபட்டுவிட்டது. இருந்தும், வாசிப்பு எனும் வேறொரு கதவு எதிர்பாராமல் திறந்தது. அத்துடன் எழுத்துலகக் கதவும் திறந்தது. என்றாவது ஒரு நாள் புதிய தலைமுறையினருக்காக வேண்டி எழுத விரும்பினான். எதிர்காலம் சிறப்பதற்காக எழுதுவதற்கு – ஆம், எழுதுவதற்குத் – திட்டமிட்டிருந்தான். பன்முகம் கொண்ட சிரியாவே அவனது கனவாக இருந்தது. அதுதான் அவனுடைய நம்பிக்கையாகவும் இருந்தது.

ஆனால், கதவு மூடிக்கொண்டது. எழுதுகோல் முன்கூட்டியே முடங்கிவிட்டது. போர்தான் அதனை முடங்கச்செய்தது.

தொலைபேசியை வைத்ததும், அன்று எனக்குப் ‘பள்ளத்தாக்கில் உறங்குபவன்’ எனும் தலைப்பில் பிரெஞ்சுக் கவிஞன் அர்த்துய்ர் ரேம்போ எழுதிய கவிதையொன்று நினைவுக்குவந்தது. அப்பதினான்கு வரிக் கவிதையை நான் சிறு வயதில் படித்திருக்கிறேன்.

பசுமை நிறை பள்ளத்தாக்கில், ஓடையொன்றுப் பாட்டிசைத்து
போகும் வழியிலெல்லாம் வெள்ளிச்சரிகையை வீசிச் சென்றது.
நெடிய மலைமுகட்டில் பகலவன் பரப்பிய
ஒளிக்கதிர்கள் நுரைநுரையாய்ப் பாய்ந்துவந்தன.

தலைக்கவசமின்றி, வாய் பிளந்து,
நீலச் செடிகளில் தலைசாய்த்து, திறந்தவெளிப் பசும்புல்லில்,
ஒளி மழையில் நனைந்தபடி
படுத்துறங்கினான் வீரனொருவன்.

கிளாடியோடஸ் மலர்களில் பாதங்கள் பதிய ஆழ்ந்த நித்திரை.
முகத்தில் புன்னகை! நோயுற்ற குழந்தையின் புன்னகை! இயற்கை
அன்னையே! அவனை இதமாகத் தாலாட்டு. குளிரால் வாடுகிறான்.

நறுமணங்கள் அவன் நாசியைத் தழுவவில்லை.
மார்பில் கை வைத்து சூரியன் ஒளியில் அமைதியான உறக்கத்தில்
உள்ளான். மார்பின் வலப்பக்கத்தில் இரு சிவப்புத் துளைகள்.

கவிதைகளுக்குக் காலத்தை வெல்லும் ஆற்றல் உண்டு. இந்த வரிகளை எழுதும்போது ரேம்போவிற்கு வயது 16. 1870 ஆண்டு பிரான்ஸுக்கும் பிரஷ்யாவிற்கும் போர் நடந்த ஆண்டு. அது வேறு காலக்கட்டம். வேறொரு போர். வேறொரு சோக நாடகம். 21ஆம் நூற்றாண்டில் அவர் இதை எழுதியிருந் தாலும் அதில் எந்த மாற்றமும் செய்ய வேண்டியதிருக்காது. அந்த வரிகள் தராயாவிற்காகவும் பேசின; இளம்போர்வீரனின் மரணத்துக்கு எதிர்ப்பு அதில் இருந்தது. இறுதிஓய்வுக்குச் செல்லும் வழியில் இயற்கையின் சாந்தப்படுத்தும் உருக்கமான தாலாட்டும் இருந்தது.

என் தோழியும் சிரிய மொழிபெயர்ப்பாளருமான ஆஸ்மாவிடம் அந்த வரிகளைப் படிக்கச் சொன்னேன். பிரெஞ்சுமொழியின் எல்லைகளைக் கடந்து ஒலிக்கும்படிச் செய்ய, இருவருமாக அவற்றை அரபு மொழியில் மொழிபெயர்ப்புச் செய்தோம். கவிதையை அஹ்மதுக்கு அனுப்பிவைத்தோம். சிரிய 'பள்ளத்தாக்கில் உறங்குபவனான' ஓமாருக்கு அதனை அர்ப்பணித்தோம்.

ஒமாரின் மரணம் தராயா வாழ் மக்களிடம் ஒரு பெரிய திருப்பத்தை ஏற்படுத்தியது. அவன் மறைவுக்குப் பின், தங்கள் நகரத்தின் கடைசிநாட்கள் எண்ணப்பட்டுவருகின்றன என்பதை அவர்கள் உணரஆரம்பித்துவிட்டனர். ஒரு புதிய அத்தியாயம் தொடங்கியது. அதுவும் சோகம் நிறைந்ததாகவே மாறியிருந்தது. ஆனால், அவர்கள் இன்னும் மோசமான நிலை வரும் என்று கற்பனைசெய்தும்பார்க்கவில்லை. ஆகஸ்ட் 4ஆம் தேதி வியாழக்கிழமை, அரசுக்குச் சொந்தமான ஹெலிகாப்டர்கள் திடீரென வட்டமிட்டு அங்கு 'நப்பால்ம்' எனும் ஒரு புதிய விஷத்தைக் கக்கின. ஒரே நாளில், பத்துக்கு மேற்பட்ட தீக்குண்டுகள் வீடுகள்மீது வீசப்பட்டு அவற்றைப் பெரும் தீப்பிழம்புகளாக மாற்றின. தீ அழித்துக்கொண்டிருந்தது. அது பரவும் வழிகளிலெல்லாம் எல்லாவற்றையும் எரித்தது. சுவர்கள், மேசை – நாற்காலிகள், மரங்கள் – இப்படி எதையும் விட்டுவைக்கவில்லை. அன்றாட சூப்புக்குப் பயன்பட்ட கீரைகளையும் எரித்துச் சாம்பலாக்கியது. கட்டடங்கள் புகை மண்டிக்கிடந்தன. எல்லையற்ற அழிப்புத்திட்டத்துக்கு எல்லாம் பலியாகிக்கிடந்தன. எரித்துத் தரைமட்டமாக்கும் ஒரு திட்டமிட்ட –சிந்தித்து முடிவெடுத்த கொள்கையின் உச்சக்கட்டம்.

ஆயிரத்திமுன்னூற்றைம்பது நாட்களுக்கு மேற்பட்ட முற்றுகையின்போது, அந்த நகரம் பீப்பாய்க்குண்டுகள், சரீன் வாயு, ராக்கட்கள், பீரங்கிக்குண்டுகள் என எல்லாவற்றையும் தாங்கிக்கொண்டது. ஆயிரத்திமுன்னூற்றுஐம்பது நாட்களுக்கு மேற்பட்ட முற்றுகையின்போது, அது துக்கம், பசி, அச்சம் ஆகியவற்றை அனுபவித்துவிட்டது. ஆயிரத்திமுன்னூற்றைம்பது நாட்களுக்கு மேற்பட்ட முற்றுகையின்போது, கொஞ்சம் கொஞ்சமாக, தராயா ஓர் அகண்ட சீரழிந்த தளமாக மாறி விட்டது. எங்கும் இடிபாடுகளிலாலான சவப்பெட்டிகள். காய்ந்துபோன ஆலிவ் தோப்புகள். சின்னாபின்னமாகி, மீதி இருக்கும் வாழ்க்கை. இப்போது பஷார் – அல் ஆசாத் உலகெங்கும் தடை செய்யப்பட்ட 'நப்பால்ம்' பயன்படுத்தி, யாரும் கண்டுகொள்ளாதவண்ணம் நகரைத் தீக்குளிக்க வைத்தார். தராயாவைப் பணியவைத்து, அதனைச் சிரிய வரைபடத்திலிருந்து மறையச்செய்ய பெருமளவினாலான அழிப்புப்படலம் தொடங்கப்பட்டிருந்தது.

அஹ்மத், ஷாதி, ஹுஸ்ஸாம் ஆகியோருடன் செய்திப்பரிமாற்றம் அரிதாகிவிட்டது. அவர்களோடு பேசும்போதுகூட அவர்கள் பதிலைச் சில 'எமொடிகான்'களாகத்தான் அனுப்புவார்கள்.

"நலமா?"

☹

"மனம் தளராதீர்கள்!"

☺

அவ்வப்போது வலைதளம் இயங்கினால் தராயாவிலிருந்து சில படங்கள் வரும். அவற்றில் ஒருகாலத்தில் செழிப்பாகவிருந்த விளைநிலங்கள் எவ்வாறு டாங்குகளால் பாழடிக்கப்பட்டிருக்கின்றன என்பதைப் பார்க்க முடிந்தது. மொட்டுக்கள் கருகியதையும் பார்க்க முடிந்தது. பைத்தியக்காரன் பக்கங்களைக் கொளுத்தியதுபோல் தெருக்கள் புகைக் கரியால் கருத்திருப்பதையும் பார்க்க முடிந்தது.

எதுவாகிலும், எழுதுவதை நிறுத்தக் கூடாது. வெளியுலகத்துக்குக் கிடைத்த தொடர்பை பயன்படுத்திக்கொள்ளவேண்டும். பேராபத்தைப் பற்றி அறிவுறுத்திக்கொண்டே இருக்கவேண்டும். ஆனால், பிரான்ஸிலும், மற்ற நாடுகளிலும், கவனம் தராயாவின் மீது படியாமல் திசை மாறுகின்றது. ஐக்கிய நாட்டுச் சபை ஸ்தம்பித்துவிட்டது. அரசியல் பிரிவினர் பாதுகாப்புப்பிரச்சினைகளில் மூழ்கிஇருந்தனர். எங்கும், டாட்ச் பூதம்தான் முக்கியத்துவம் பெற்றிருந்தது. அதனை வெல்ல சில நாடுகள் டமாஸ்கஸுடன் கைகோர்ப்பதை வரவேற்றன. சிரியாவின் மிதவாத எதிர்க்கட்சி என்னவானது? தேடிப்பாருங்கள்! நீண்ட நாட்களாகவே அப்படி ஒன்றும் இல்லை! இடைப்பட்ட காலத்தில், எல்லாமே பஷார் அல்–ஆசாத்துக்கு ஆதரவாகத்தான் திரும்புகின்றன: கவலையில்லாமல், அவர் கவனத்தைத் தராயா பக்கம் திருப்பி, கேட்பாரின்றி, எல்லாவற்றையும் தீக்கிரையாக்கிக்கொண்டிருந்தார். *பாரன்ஹைட் 451* என்ற நாவல் நினைவுக்குவருகின்றதா?

எதையும் தரைமட்டமாக்குவதற்குத் தீ. மனிதஉணர்வு அழிவதற்குத் தீ . . . ஆகஸ்ட் 16, கோடைக்காலத்தின் நடுமத்தியில், எல்லோரும் பயந்துகொண்டிருந்த தீங்கனவு நிஜமாகிக்கொண்டிருந்தது.

"மருத்துவமனை 'நப்பால்'மைக் கொண்டு தாக்கப்பட்டது."

ஹுஸ்ஸாம்தான் வாட்ஸாப் மூலம் எச்சரிக்கை விடுத்தான். ஹெலிகாப்டர்கள் மீதமிருந்த ஒரு கிளைமருத்துவமனைமீதும் எரிகுண்டுகள் வீசின. தாக்குதலில் நான்கு பேர் படுகாயமுற்றனர். அவர்களை அவ்விடத்தைவிட்டு வெளியேற்றினர். அது என்ன? முடிவின் தொடக்கமா? மூன்று நாள் கழித்து 'நப்பால்ம்' நிரப்பப்பட்ட நான்கு பீப்பாய்க் குண்டுகள் மீண்டும் மருத்துவமனை இருந்த கட்டடத்தில் வீசப்பட்டன. இம்முறை கட்டடம் தீக்கிரையானது – எரிந்துபோன ஓர் எலும்புக்கூடாக மாறியது. அவசரஅவசரமாக நோயாளிகள் பாதுகாப்பான பகுதிக்குக் கொண்டு செல்லப்பட்டனர். இருள் நிறைந்திருந்த அப்பகுதியில் ஒவ்வொருவரும்

தற்காலிகச் செவிலியராகவும், மனநலமருத்துவராகவும் செயல்பட்டனர். காயங்கள்மீது ஸ்மார்ட்ஃபோனின் ஒளியைச் செலுத்தியதனால் ஒளிசெலுத்துபவராகவும் செயல்பட்டனர். நம்பமுடியாத ஓர் ஒருமைப் பாடு ஏற்பட்டது. அதிகாலையில், குண்டுவீச்சுகள் தொடங்குமுன், பெற்றோர்கள் ஒருவர் மாற்றி ஒருவர் பிள்ளைகளை வெளியில் அழைத்துச் சென்றனர். பெண்கள் கதைகள் சொல்லித் தங்கள் கண்ணீரை அடக்கிக் கொண்டனர். ஏற்கெனவே பலதடவை சேதமாக்கப்பட்ட பள்ளிவாசலுக்கு அப்பால் பிரார்த்தனைகள் நடைபெற்றன. நான்காம் பிரிவு அரசுப் படையை எதிர்க்க, முதல்தடவையாக, சாதாரணக் குடிமக்களும் சுதந்திர சிரிய படையோடு சேர்ந்துகொண்டு போரிடச்சென்றனர்.

ஆனால், உண்மையை ஏற்றுக்கொள்ள வேண்டும். நகரத்திற்கு வேறு வழியில்லை. அது எரிந்துசாமபலாவது நிச்சயம்.

“எங்களிடம் எதுவுமே இல்லை,” என்று கொஞ்சநாள் கழித்து ஹூஸ்ஸாம் ஒப்புக்கொண்டான். “உணவு இல்லை. போராளிகள் இல்லை. எங்களைக் காப்பாற்றிக்கொள்ள வெடிபொருட்கள் இல்லை. இப்படி எதுவுமே இல்லை.”

களைப்பும், சோர்வும் மிகுதியாகிவிட்டதால், தராயா செத்துக் கொண்டிருந்தது. முற்றுகைதொடங்கியதிலிருந்து, முதல் தடவையாக, மெல்ல மெல்ல அரசுடன் பேச்சுவார்த்தைகள் தொடங்கின.

“முக்கியமாக, சாதாரணக் குடிமக்களைக் காப்பாற்ற வேண்டும். ஆகவே, உள்ளூர் ஆலோசனைக் குழுவும், சுதந்திர சிரிய இராணுவமும் அரசுடன் ஓர் உடன்படிக்கை செய்துகொள்ளும் கருத்தை ஏற்றுக்கொண்டன. வெளியேற்றும் திட்டம் ஒன்று திட்டமிடப்பட்டிருந்தது. ஆனால், பேச்சுவார்த்தைகளில் முன்னேற்றம் இல்லை. எங்களுக்கு எதுவுமே நிச்சயமாகத் தெரியவில்லை…”

ஹூஸ்ஸாம் எவ்வாறு தாக்குப் பிடிக்கின்றான்?

“நானா? நான் இறந்துபோகும் நாளை எண்ணிக்கொண்டிருக்கிறேன்,” என்றான் பதற்றத்துடன் கூடிய சிரிப்போடு.

அஹ்மத்கூட விதியை நம்ப ஆரம்பித்துவிட்டான் – அதுவும் ஓமாரின் மரணத்துக்குப் பின்.

“இரவுக்கும் பகலுக்கும் வேறுபாடு தெரியவில்லை. நாங்கள் ஸ்தம்பித்துப் போய் இருக்கிறோம். எங்களால் சிந்திக்கஇயலவில்லை. எங்கள் நேரத்தின் பெரும்பகுதியை மண்ணுக்குக் கீழ் ஊடகமையத்தில் உள்ள அலுவலகத்தில் செலவிடுகிறோம். மரணம் எங்கும் வியாபித்து எங்களை வரவேற்கக் காத்திருக்கிறது,” என்று ஒப்புக்கொண்டான்.

ஐக்கிய நாடுகளிலிருந்து அவர்கள் எதுவும் எதிர்பார்க்கவில்லை. வேண்டுமானால், அவர்கள் ஒரு நாள் வந்து நகரின் இடிபாடுகளுக்கிடையே அவர்கள் எலும்புகளைப் பொறுக்கிக் கொண்டு போகக் கூடும். அதுவும், அந்த எலும்புகள் ஏற்கெனவே தீக்கிரையாகிச் சாம்பலாகமல் இருக்க

வேண்டும்! மீண்டும் மீண்டும், சோகமான நகைச்சுவை வழியேதான் அவர்கள் உயிர் வாழ முடிந்தது.

“டமாஸ்கஸில் இருக்கும் ஐக்கிய நாட்டுச் சபைப் பிரதிநிதிகளின் உல்லாசத்தை தராயா மீது வீசப்படும் நப்பால்ம் பாதிக்காது என்று நம்புகிறோம்!” என்று அவர்களின் வஞ்சப்புகழ்ச்சி கோஷம் ஒன்று சொல்கிறது. சொற்கள் கடுமையாகவும் கசப்பாகவும் இருந்தன. சிறுசிறு அட்டைகளில், வலமிருந்து இடமாக எழுதப்பட்ட வாசகங்களை ஒன்றன்பின் ஒன்றாக அவர்கள் சொந்தப் புகைப்படக்கருவிகளுக்கு முன்னால் அசைத்துக்கொண்டிருந்தனர்.

“வேடிக்கை என்னவென்றால், அவைதாம் எங்களது கடைசி தடுப்புச் சுவர். அவநம்பிக்கை எங்களை வாட்டும்போது, நகைச்சுவைக் கதைகள் சொல்லிக்கொள்வோம். 'ஷெல்லி' செய்வோம்,” என்றான் அஹ்மத் மெதுவாக.

“ஷெல்லியா?”

“எங்கள் மொழியில், அது ஊர்வம்புக் கதைகளைக் குறிக்கும். வெட்டிக்கதைகள் என்று வைத்துக்கொள்ளேன். அவற்றினால்தான் எங்களுக்கு இயல்பு நிலையில் இருப்பது போன்ற உணர்வு; ஒரு தடுப்பு அரண் ...”

ஷெல்லி! வார்த்தை என் உதடுகளில் ஒட்டிக் கொண்டது. பரிச்சயமாகிவிட்டது. *ஷெல்லி*... போனை வைக்கும்போது எனக்கு முஸ்தாபா காலிஃபே நினைவுக்குவந்தார். *அல் – கவாக்கா.* பிரெஞ்சில் *லா கொக்கீய்.* ஆங்கிலத்தில் *தெ ஷெல்.* என்னால் தொடர்புபடுத்திப் பார்க்காமல் இருக்க முடியவில்லை. அடிமன அளவில் கூட இருக்கலாம். குண்டு துளைக்க முடியாத மொழி. வன்முறைக்கு எதிராக ஒரு பாதுகாப்புக்கேடயம். போர் கடைசி வார்த்தகளை எரிக்கும்போது, பேசத்துடிக்கும் நாவில் எழும் வார்த்தைகள்தாம் அவை.

27 ஆகஸ்ட் 2016. காலை மணி 9. நாங்கள் எதற்கு எங்களைத் தயார்செய்துகொண்டிருந்தோமோ அந்தப் பிரபலச் செய்தி காட்டுத்தீபோல், என் ஸ்மார்ட்ஃபோன் திரையைக் கறுப்பாக்கத் தொடங்கியது.

“நாங்கள் கிளம்புகிறோம்.”

அஹ்மத்தான் அதிகாலையில் அவசரமாகப் புறப்படுவதற்குமுன் எழுதிஅனுப்பியிருந்தான். அதற்கு முந்தைய வாரங்களில் என் தோழி ஆஸ்மாவும் நானும் தராயா இளைஞர்களுடன் குறைந்த அளவு தொடர்பாவது வைத்துக்கொள்ள வேண்டி ஒருவர் மாற்றி ஒருவராகக் கவனம்செலுத்திவந்தோம். நடுநிசியில் திரியும் விட்டில் பூச்சிகளைப் போல், வலுவற்ற வார்த்தைகளை, அவர்களுக்கு அனுப்பி தூரத்திலிருந்து எங்களது ஆதரவைத் தெரிவித்துக் கொண்டிருந்தோம். மூன்று நாட்களுக்கு முன்னால், காலை நேரத்தில் அந்த வளாகத்தில் நிசப்தம் நிலவியது. சுமார் 6 மணி இருக்கும். விமானங்கள் இல்லை. பீரங்கிகள் இல்லை. ஓர் அசாதரணமான, அதே சமயம் பயங்கரமான அமைதி. எத்தனையோ சோகநாடகங்களுக்குப் பின் மேலும் ஒன்று நடைபெற அது ஓர் அறிகுறியாகப்பட்டது. கொஞ்ச நேரத்தில் ஒரு செய்தி பரவ ஆரம்பித்தது. அரசுப் பிரதிநிதியொருவர் தராயாவில் நுழைந்து குடிமக்கள் அனைவரின் கவனத்திற்கும் ஓர் இறுதிஎச்சரிக்கையை முன்வைத்தார். அவர்கள் தராயாவிலேயே செத்துமடிய விருப்பமில்லையானால் உடனே அதனை விட்டு எவ்வளவு சீக்கிரம்வெளியேற முடியுமோ அவ்வளவு சீக்கிரம் வெளியேறிவிட வேண்டும். ஊர்ப்பிரமுகர்களும், கிளர்ச்சியாளர்களும், அங்கேயே இருக்கும் உரிமை கோரினர். வேண்டுமானால் ஆயுதங்களைத் துறந்துவிடுகிறோம் என்று சொல்லிப்பார்த்தனர். அல்லது, எதிராளிகள் பிடியிலிருக்கும் தேரா நகருக்குக் குடிபெயர விருப்பம் தெரிவித்தனர். நீண்ட பேச்சுவார்த்தைகளுக்குப் பின், கீழ்ப்படியாமலிருந்தவர்களுக்கு வேறு வழி இல்லை என்று தெரிந்துவிட்டது. அவர்கள் நகரம் அடிபணிய வேண்டிய கட்டாயம் ஏற்பட்டுவிட்டது.

“நிலைமை கவலைக்கிடமாகவிருந்தது. குடும்பங்களைக் காப்பாற்ற வேண்டும். உயிர்ப்பலி உச்சத்துக்குப் போய்விடக் கூடாது. சாப்பிட ஒன்றுமில்லை. தற்காத்துக்கொள்ள ஒன்றுமில்லை. விளைநிலங்களெல்லாம் எரிக்கப்பட்டுவிட்டன.

வேறு வழியில்லை. கிளம்பவேண்டும் – அல்லது சாகவேண்டும்," என்று அஹ்மத் தொடர்ந்து அனுப்பிய குறுஞ்செய்திகளில் விளக்கினான்.

26 ஆகஸ்ட். போர்நிறுத்தம் உடனடியாக அமலுக்குவந்தது. குடிமக்களை ஏற்றிச்செல்ல நகரின் எல்லையில் பஸ்கள் வரத்தொடங்கின. சுமார் ஏழாயிரத்துஎண்ணூறு ஆண்களும் பெண்களும் புற்றுக்குள்ளிலிருந்து வருவதுபோல் வெளியில் தலைகாட்டினர். ஒரு கையில் பழைய துணிப்பையுடனும், இன்னொரு கையில் ஒன்றிரண்டு பிள்ளைகளையும் பிடித்துக்கொண்டு தயங்கித்தயங்கி நடந்தனர். களையிழந்த முகத்துடனும், சிலர் கிழிந்த உடைகளோடும், தங்கள் சீரழிந்த நகரத்தைக் கடைசியாகப் பார்த்துக்கொண்டே நடந்தனர். பின்னர் அவர்கள் அரசுப்படையினரின் பழிவாங்கும் பார்வையின் கீழ், சிரிய செஞ்சிலுவை அமைப்பினரால் புடைசூழப்பட்ட வண்டிகளில் ஏறினர். அவ்வமைப்பைச் சார்ந்தவர்கள்தாம் அவர்களைத் தெற்கில் சில கிலோமீட்டர் தொலைவிலிருந்த சனாயா என்ற பக்கத்துஊருக்கு அழைத்துச்சென்றனர். வரலாற்றுக்கொடுமை என்னவென்றால், தராயா பயங்கரப் படுகொலை நடந்து சரியாக நான்கு ஆண்டுகள் கழித்துத்தான் இந்தக் கட்டாய வெளியேற்றம் நிகழ்ந்தது...

ஆகஸ்ட் 27ஆம் தேதி. தராயாவில் ஆசாத் எதிர்ப்புப் போராளில் எஞ்சியிருந்த சுமார் எழுநூறு தீவிரச் செயல்வீரர்களும் தங்கள் குடும்பத்துடன் கிளம்பிவிட்டனர். அவர்கள் போகுமிடம் வெகுதூரமானதாகும். டமாஸ்கஸி லிருந்து வடமேற்கில் முன்னூறு கிலோமீட்டர் தொலைவிலுள்ள இத்லிப் பகுதிக்கு – அதுவும் ஆசாத் எதிராளிகளின் கட்டுப்பாட்டில் இருந்தபோதும் – வேறு வழியின்றி அனுப்பப்பட்டனர். கடும்கண்காணிப்போடு கூடிய மொத்தம் சுமார் முப்பது பஸ்கள் அவர்களைக் கண்காணாத இடத்திற்குக் கொண்டுசென்றன.

அவர்கள் புறப்படும்போது நிகழ்ந்த வாட்ஸாப் செய்தி பரிமாற்றம் சில சமயம் வாய்ப்பேச்சாகவும் சில சமயம் எழுத்துபூர்வமாகவும் இருந்தது. அப்போது அஹ்மத் சொல்லும்போது தானும், ஹுஸ்ஸாமும், ஷாதியும் தாங்களாகவே விரும்பி அந்த இரண்டாவது இடம்பெயர்வில் சேர்ந்து கொண்டனராம்.

"குடிமக்களின் வெளியேற்றத்தின்போது, எல்லாம் சரியாக நடக்கின்றதா என்று பார்த்துவிட்டு மனநிம்மதியோடு புறப்பட விரும்பினோம். அவர் களுடைய மரணத்தை – குறிப்பாக குழந்தைகளின் மரணத்தை – மனதில் சுமந்துகொண்டு போக விரும்பவில்லை. அவர்கள் தொடக்கத்திலிருந்தே இங்கு இருக்க விரும்பவில்லை. நாங்கள்தான் தராயாவில்தான் இருக்க விரும்பினோம். ஆகவே எங்களது பொறுப்புகளைக் கடைசிவரை நிறைவேற்ற நினைத்தோம்."

அவர்கள் கடமையுணர்ச்சிக்கு எல்லையே கிடையாது. நாள்கணக்கில் அவர்கள் நரகத்தின் வாசலில் மரணத்தை எதிர்பார்த்திருந்தனர். மனதில் பயமிருந்தாலும், அவர்கள் தங்கள் பொறுப்புகளை நிறைவேற்றாம லிருந்ததில்லை.

இப்போது மணி 11. என்னுடைய கைப்பேசியில் மீண்டும் உயிர் பெற்றதற்கான அறிகுறி. இந்தத் தடவை ஹுஸ்ஸாம்.

“வேலை முடிந்தது. நாங்கள் புறப்படுவதற்காகக் கூடியிருக்கிறோம். ஒரே குழப்பம். மக்கள் பொறுமை இழக்கிறார்கள்.”

உச்சகட்டப் பேச்சுவார்த்தைகளுக்குப் பின், ஆசாத் எதிர்ப்பாளர்களுக்குக் கடைசி நிமிடத்தில் தங்கள் இலேசான ஆயுதங்களை – குறிப்பாக கலாக்னிக்கோவை – எடுத்துச்செல்ல அனுமதி கிடைத்தது. ஹுஸ்ஸாமுக்கு நிம்மதி.

“அந்த ஆயுதங்கள் ஒரு பாதுகாப்புக்காகத்தான். அது உளவியல் ரீதியாகக்கூட இருக்கலாம். என்ன நடக்கப்போகிறதென்று யாருக்குத் தெரியும்? எங்களைக் கைது செய்யலாம்; எங்களுக்கு மரணதண்டனை விதிக்கலாம்.” இதையெல்லாம் டமாஸ்கஸ் பஸ் நிலையத்தில் கிடைத்த வலைதள வசதியை இரகசியமாகப் பயன்படுத்தி என்னிடம் அவன் பகிர்ந்துகொண்டான்.

சில நிமிடங்கள் கழித்து, நேரடியாகப் பிடித்த புகைப்படங்களை எனக்கு அனுப்பினான். முகம் வெளுத்து, வாய் வறண்டுபோன நிலையில், உயிர்பிழைத்தோர்களில் மீதமிருந்தோர் பாழடைந்த ஒரு கான்கிரீட் நிலையத்தில் குவிக்கப்பட்டிருந்தனர். காலடியில் அவர்களின் எளிமையான பிரயாணப்பைகள் இருந்தன. சிலரிடம் ஒரு பழைய பையில் இருந்த சிறிதளவு கோதுமை மாவுதான் அவர்களின் சொத்தாக இருந்தது.

ஹுஸ்ஸாம் ஒரு தோள்பையுடன் நிறுத்திக்கொண்டான். அவசர கதியில் தயார்செய்த அந்தப் பையில் அத்தியாவசியப் பொருட்களைத் திணித்துக்கொண்டான், அதாவது, சில பேண்ட்கள், சில டீ ஷர்ட்டுகள், ஒரு மடிக்கணினி.

“அத்துடன் செய்மா அன்பளிப்பாகக் கொடுத்த இரண்டு புத்தகங்கள்,” என்று குறிப்பிட்டுச் சொன்னான்.

மற்றபடி, எல்லாவற்றையும் அப்படியே விட்டுவிட்டான். பாதி சிகரெட் துண்டுகள் நிறைந்த சாம்பல்தட்டு, ஒரு கழுவாத தட்டு, கடைசியாக ஊடகமையத்தில் தஞ்சம்புகுந்தபோது நண்பர்களுடன் படுத்துறங்கிய ஒரு மெத்தை ஆகியவை அதில் அடங்கும். அவ்வளவு வேகத்திலும் மறுவாழ்வுக்கான ஓர் அனிச்சையாக ஒரு காரியம் செய்தான்:

“நான் எழுதிவைத்திருந்த குறிப்புப்புத்தகத்தைக் கிழித்துவிட்டு, புரட்சி சம்பந்தப்பட்ட அனைத்து ஆவணங்களையும் தீயிட்டுக் கொளுத்தி விட்டேன். துண்டுப் பிரசுரங்கள், கோஷங்கள்... இப்படி எல்லாவற்றையுமே அழித்துவிட்டேன். எல்லாவற்றையும் என்னுடன் எடுத்துச்செல்ல முடியாத அவலநிலை. ஆகையால், எங்கள் நடவடிக்கையின் எந்த ஒரு தடயமும் அரசுப்பிரதிநிதிகள் கையில் சிக்கிவிடாமல் பார்த்துக்கொள்ள வேண்டியிருந்தது.

பஸ் புறப்படும் இடத்திற்குச் செல்லும்முன் கல்லறைவாயிலில் நின்றான். அங்கு, நான்கு வருட முற்றுகையின்போது தொடர்ந்து நீண்டுகொண்டேபோன அந்தக் களத்தின் முன், அஹ்மதும், ஷாதியும், இன்னும் பலரும் கூடியிருந்தனர். எல்லோருமாகச் சேர்ந்து, சுமார் இரண்டாயிரம் உயிர்த்தியாகிகளுக்கு ஒரு பிரியாவிடையை முணு முணுத்தனர். அங்குத்தான்

குண்டுகளுக்குப் பலியான நண்பர்கள், சக போராளிகள், புரட்சியாளர்கள், அண்டைவீட்டுக்காரர்கள் எல்லாரும் அடக்கம் செய்யப்பட்டிருந்தனர்.

மாலை ஐந்து மணியாகப்போனது. மூன்றுமணி நேரத்திற்கு அதிகமான தாமதத்துடன் வண்டிகள் புறப்படத் தயாராகின.

“புறப்பாடு நெருங்குகிறது!” என்று குறுஞ்செய்தி அறிவித்தது,

ஒரு பஸ்ஸின் உள்புறப் புகைப்படம் வந்தது. அது ஒரு கலங்கலான செல்ஃபி – ஒளிக்கு எதிர்ப்புறத்திலிருந்து எடுக்கப்பட்டது. இருந்தும் ஓரளவுக்குத் தெளிவாகத் தெரிந்தது. நீலஇருக்கைகளில் பயணிகளின் ஒட்டிஉலர்ந்த தலைகளைப் பார்க்க முடிந்தது. சோதனைகளால் சோர்ந்து போன முகங்கள். களைப்பினாலும் வெப்பத்தாலும் அவர்களின் உடைகளும் முகங்களும் துவண்டுபோயிருந்தன. அந்தக் கூட்டத்திற்கு நடுவே, எதற்கும் தளராத ஹுஸ்ஸாம் பொருள் பொதிந்த புன்னகையுடன் காட்சியளித்தான். இருந்தும் அவன் முகத்தில் என்றுமில்லாத வாட்டம் தெரிந்தது.

பஸ் கிளம்புவதற்கு முன், தராயாவின் கடைசிக் காட்சி அதுதான்.

பலமணிநேரம், அமைதி. குறுஞ்செய்திகள் இல்லை. காத்துக் கிடக்கும் அந்த நேரம் ‘எலாஸ்டிக்’போல நீண்டு கொண்டே போகும். பழக்கமானது தான். முன்னூறு கிலோமீட்டர் நீண்டதொரு பயணம்தான். அத்துடன், இடையிடையே கட்டுப்பாட்டுத் தடைகள், கரடுமுரடான சாலைகள், போரினால் நிகழும் எதிபாராத இடைஞ்சல்கள் ஆகியவற்றையும் சேர்த்துக் கொள்ளவேண்டும். முன்னூறு கிலோமீட்டர் தூரமும் காவற்படை புடை சூழ, மேலே ஹெலிகாப்டர் சக்கரங்களின் மிரட்டலான சத்தத்துடன்தான் கடக்க வேண்டியிருந்தது.

மறுநாள் காலையில் எழுந்ததும், திடீரென ஓர் எதிர்பாராத செய்தி.

“நாங்கள் இத்லீப் வந்துசேர்ந்துவிட்டோம்.”

ஹுஸ்ஸாம்தான் செய்தியை அனுப்பியிருந்தான். சொந்த ஊரைப் பிரிந்ததால், அவன் ஓர் அனாதை. ஆனால், உயிர் பிழைத்திருப்பது குறித்து திருப்தி. 28 ஆகஸ்ட் காலை சுமார் ஏழுமணி. களைப்பையும் மீறி அவ்விளைஞன் கலகலப்பாகக் கிண்டல் செய்தான்.

“நான் என்ன செய்தேன் தெரியுமா? காலையில் எழுப்பிவிட்டதும் வறுத்த கோழி இருக்கிறதா என்று கேட்டேன்! நீண்ட நாள் கனவு. ஆனால், என் நண்பர்கள் அது காலைச் சிற்றுண்டி நேரம் என்பதை நினைவுபடுத்தினர். நான்கு ஆண்டுகள் காத்திருந்துவிட்டேன். இன்னும் நான்கு மணி நேரம் காத்திருந்தால் ஒன்றும் குடிமுழுகிப்போய்விடாது என்றும் சுட்டிக்காட்டினர்.”

அவனது குபீர் சிரிப்பு தொற்றிக்கொள்ளும் தன்மையுடையது. அவனுக்குப் பின்னால் மகிழ்ச்சியான ஓசை எதிரொலித்தது. கார்களின் ஒலி, கறிகாய் விற்பவர் வண்டியின் ஒலி, உருளைக்கிழங்கிற்குப் பேரம் பேசும் பெண்களின் ஒலி –இப்படி எல்லாமே இயல்புவாழ்க்கையை நினைவுபடுத்தின. முதல் தடவையாக, ஆயுதங்களின் ஒலியின் இடையூறு இல்லாமல் எங்களால் பேசமுடிந்தது.

ஓசைக்குப் பின் படங்கள். வெளியேற்றத்தின்போது, ஷாதியால் தன் சபலத்தைக் கட்டுப்படுத்த முடியாமல் ஊடகமையத்தின் வீடியோக் கருவியைத் தன் பையில் போட்டுக்கொண்டுவந்துவிட்டான்.

அவன் அனுப்பிய காணொலியைத் திறந்து பார்த்தேன். இலேசாக விரிசல்விட்டிருந்த பஸ்கண்ணாடி வழியே அரசு இராணுவத்தினர் தங்கள் காக்கிஉடையில் இருந்ததைப் பார்த்தேன். அவர்கள் பார்வை மிரட்டுவதுபோலவும் அவர்கள் முகம் கடுகடுவென்றும் இருந்தன. பஸ் கிளம்பி தலைவிரி கோலமாக நின்ற பனைமரங்களை உரசிச் சென்றது. அது போகும் சாலை, நீண்ட கைகள் உடைந்ததுபோல் காட்சியளித்தது. எங்கும் கற்களின் குவிப்பு. வீடுகள் சப்பாத்திபோல் தரைமட்டமாக்கப் பட்டிருந்தன. அது போர்ச் சேதங்களின் ஒரு சிறு மாதிரிப் படிவமாகும்.

பின்னர், ஒரு சோதனைச்சாவடியைக் கடந்ததும், திடீரெனக் காட்சி மாறுகின்றது. ஒரு பெயர்ப்பலகையில் ‘மெஸ்ஸே’ என்று எழுதப்பட் டிருப்பதைப் பார்த்துத் திடுக்கிட்டேன். அது வெகுவாகப் பேசப்பட்ட நான்காவது படைப்பிரிவின் இராணுவத்தளம். அங்கிருந்துதான் நான்கு ஆண்டுகள் தொடர்ந்து இராணுவத்தினர் தராயா கிளர்ச்சியாளர்களை அடக்கிவைத்தனர்.

அரசுக் கட்டுப்பாட்டில் இருந்த சாலை ஒழுங்காகத் தார் போடப்பட் டிருந்தது. கண்ணுக்கெட்டிய தூரம்வரை தொகுப்புவீடுகளின் அணிவகுப்பு. பால்கனியிலிருந்து சிலர் பஸ்கள் வரிசையாகச் செல்வதை வேடிக்கைப் பார்த்துக்கொண்டிருந்தனர். ஊர்வலமாகச் சென்ற பஸ்கள் ஓரிடத்தில் நின்றுவிட்டு மீண்டும் பயணத்தைத் தொடங்கின. வெளியில் கார்கள் பளபளத்தன. கவர்ச்சியான விளம்பரப்பலகைகள் கொண்ட கடைகளில் விற்கப்பட்ட வீட்டுஉபயோகப் பொருட்களில் வெளிநாட்டு முத்திரைகள் இருப்பதைப் பார்த்தேன். தூரத்தில் பழிதீர்க்கத் துடிக்கும் பஷார் அல்–ஆசாத்தின் உருவம் மூக்கை நுழைத்துக்கொண்டிருந்தது.

படம், மீண்டும் தொடங்குவதற்கு முன், சற்று நின்று –சங்கிலித் தொடராக நின்று பஸ்கள் போவதை வேடிக்கை பார்க்கும் கூட்டத்தைக் காட்டியது. அவர்களெல்லாம் பஸ்களைப் பார்த்துக் கைத்தட்டி வரவேற்றார்கள் –பிரான்சில் இருசக்கர வாகனப் பந்தய வீரர்களை வரவேற்பதுபோல்! முரண்பாடு நன்றாகத் தெரிந்தது. வீதிகள் களைகட்டி இருந்தன. மக்கள் விரல்களால் வெற்றிக்குறி காட்டினர். ஆண்கள் கைதட்டினர். பெண்கள் கீச்சுக் குரலினால் முழக்கம் செய்தனர். இளைஞர்கள் கையில் வரவேற்புப் பதாகைகள் ஏந்தியிருந்தனர். எங்கும், மகிழ்ச்சி நிறைந்த –புன்னகை பூத்த –முகங்கள்.

“இதுதான் இத்லீப்,” என்று குறிப்பிட்டான் ஷாதி.

இத்லீப்தான் அவர்கள் பயணத்தின் கடைசி எல்லை.

நீண்ட பயணத்தின் முடிவு. மொத்தத்தில் அது ஒரு கரடுமுரடான சாதனைப் பயணம்.

12 செப்டம்பர். கட்டாய வெளியேற்றத்திற்குப் பின் இரண்டு வாரம் கழித்து ஒரு காணொலி, 'அழிக்கப் பட்ட வசந்த'த்தின் விட்டுப்போனவற்றைப் படம் பிடித்திருந்தது. அதில் பஷார் அல்–ஆசாத், மறைந்துபோன நகரத்தின் வெறிச்சோடியிருந்த வீதிகளில் கர்வத்துடன் பவனிவந்துகொண்டிருந்தார். அதிகாரபூர்வமான புகைப்படக் காரர்கள் அவரைக் கவனமாகப் படம்பிடித்துவந்தனர். அவருக்கு வயது 51. அவருடைய பிறந்தநாள் 'ஐத் எல்– கெபீர்' எனும் இஸ்லாமியத் திருநாளோடு ஒத்துப்போனது. அன்றையதினம், அவர் தனக்கென ஒரு பரிசாக அவ்வூர்வலத்துக்கு ஏற்பாடு செய்திருந்தார். அவர், ஏராளமான அரசியல்ஆலோசகர்களும், பெரிய இராணுவஅதிகாரிகளும், முக்கிய மதத்தலைவர்களும் புடைசூழ, ஒரு கூட்டுப்பிரார்த்தனையில் ஈடுபட்டார். பின்னர் எலும்புக்கூடுகளாகக் காட்சியளித்த அந்த நகரத்தின் பின்னணியில் இசை முழங்க அவர் 'தரிசனம்' தந்தார். உதட்டில் புன்னகை. சட்டையின் கழுத்துப்பகுதி திறந்திருக்க, காலர் உயர்ந்திருக்க, சாம்பல் வண்ண கோட்டுடன், தன்னுடைய வழக்கமான உரையை ஆரம்பித்தார்: "சிரியாவின் ஒரு குண்டுமணி இடம்கூடப் பயங்கரவாதிகளின் கையில் சிக்காமல் மீட்டுவிடத் தீர்மானித்திருக்கிறோம்." பின்பு அதே இராணுவத்தோரணையில், "விலைக்கு வாங்கப் பட்டவர்கள்," "துரோகிகள்", "அந்நியச் சக்திகளின் சூழ்ச்சிக்குப் பலியானவர்கள்" ஆகியோருக்கு அறைகூவல் விடுத்தார். "புரட்சியின் தொடக்கத்தில் அவர்கள் வாக்குறுதி கொடுத்த போலிச் சுதந்திரத்தைப் புறந்தள்ளிவிட்டு, நாங்கள் உண்மையான சுதந்திரத்தை நிலைநாட்டுவோம்," என்று அழுத்தம்திருத்தமாகச் சொன்னார். கடந்த நான்கு ஆண்டுகளில் அவர் உரையில் ஒரு துளிகூட மாறவில்லை. அவர் சொல்லாடலில், சில வார்த்தைகள் –"பாதுகாப்பு", "மறுசீரமைப்பு", "தேசத்தின் பெருமை" –திரும்பத்திரும்ப வந்துகொண்டிருந்தன

இப்படித்தான் தராயா மடிந்துகிடக்கின்றது. இருளில் தனித்தும், பிரச்சாரக் காலணிகளால் துவம்சம் செய்யப்பட்டும் கிடக்கின்றது. நகரத்தின் –அதில் உயிர்த் தியாகம்செய்த நூற்றுக்கணக்கானவர்களின் பிணங்களின் மீது, ஒரு புதிய கதை – முரட்டுத்தனமாகப் பழிதீர்க்கும் கதை –பழைய கதைக்கு

மாற்றாகத் தயக்கமின்றி உருவெடுத்தது. தராயாவைத் தரைமட்டமாக்குவது பயங்கரவாதத்தைக் கட்டுப்படுத்தும் நடவடிக்கை என்று பஷால் அல் – ஆசாத் வெற்றிப்பெருமிதத்துடன் எக்காளமிட்டார். தற்காத்துக் கொள்ளும் நடவடிக்கை என்று வருணித்தார். வலுக்கட்டாயமாக மக்களை வெளியேற்றியது சிரிய மண்ணை மறுசீரமைக்கும் நடவடிக்கைக்குத் தேவை – அவசியமான ஒன்று – என்றார். சிரியாவின் பழம்பெருமையை நிலை நாட்டும் நேரம் வந்துவிட்டதென்றார். அது, அதன் இறையாண்மையை மீட்டெடுக்க வேண்டுமென்றார். நாடு தன் அதிகாரத்தை வலுப்படுத்த வேண்டும். மக்கள் அதற்காக ஒழுங்கைக் கடைபிடிக்க வேண்டும். நாட்டுக்குப் பெருமைசேர்த்தாக வேண்டும். தேசத்தின் பெயரால், இது வாழ்வா சாவா என்ற பிரச்சினை! அதற்கு "நான், அல்லது குழப்பம்" ஆகிய இரண்டில் ஒன்றுதான் பதிலாக முடியும்.

இப்படிப் புதிய சொல்லாடல் தராயாவை ஆக்கிரத்துக்கொண்டிருக்கும் போது, அங்கிருந்த நூலகத்தைப் பற்றிய செய்திகள் கசிய ஆரம்பித்தன. அஹ்மத் நூல்களைக் தீக்கிரையாக்கிவிடுவார்கள் என்று பயந்தான். ஆனால், அப்படியொன்றும் நடக்கவில்லை. ஒருவிதத்தில் அதைவிட மோசமாக நடந்தது என்றே சொல்லவேண்டும். இரகசியப் புத்தகப் புதையல் இருப்பதைக் கண்டுவிட்ட இராணுவத்தினர் அதனைக் கைப்பற்றிக் குறைந்த விலையில் டமாஸ்கஸ் தெருவோரக்கடைகளில் விற்றுவிட்டனர். கலாச்சாரம் மலிவுவிலைக்கு விலைபோனது. நான்காண்டுகள் சேகரித்துக் காத்துவந்த பொக்கிஷம் சில சில்லறைக்காசுகளுக்கு விற்கப்பட்டுவிட்டது.

"செய்தியை டமாஸ்கஸில் இருந்த என் நண்பர்கள் மூலம் அறிந்தேன். அவர்கள் அப்புத்தகங்களை அடையாளம் கண்டுகொண்டனர். ஏனெனில், அவற்றின் முதல் பக்கத்தில் உரிமையாளர்களின் பெயரை எழுதி வைத்திருந்தோம்." இவ்வாறு அஹ்மத், இத்லீபில் தன் புதிய வீட்டிலிருந்து சொன்னான்.

சீரழிக்கப்பட்ட நிலத்தடிப் படமொன்றை எனக்கு அனுப்பியிருந்தான். அரசின் நெருக்கமான கண்காணிப்புடன் தராயாவில் அனுப்பப்பட்ட நிருபர் ஒருவரால் எடுக்கப்பட்ட படம் அது. சுற்றிலும் மூடப்பட்டிருந்த அறையையும், ஒழுங்காக நிறுத்திவைக்கப்பட்டிருந்த அலமாரிகளையும், சுவரில் பதித்திருந்த மரத்தாலான புத்தகத்தட்டுகளையும் என்னால் அடையாளம் கண்டுகொள்ள முடிந்தது. அவையெல்லாம் பாதிக்குமேல் காலியாகக்கிடந்தன. மீதமிருந்த புத்தகங்கள் சிதறிக்கிடந்தன. அவை வெளிச்சமற்ற இடத்தில், தூசுகளால் ஆக்கிரமிக்கப்பட்டுக்கிடந்தன. மேசைக்கவயங்கள் கழற்றப்பட்டு சிதறிக்கிடந்த புத்தகங்களோடு வீசி எறியப்பட்டிருந்தன. பின்புலத்தில் சீருடையணிந்த இராணுவ வீரனொருவன் காகிதக்குப்பைகளைக் காலால் மிதித்துக்கொண்டு நடந்தான். அவனது முதுகுப் பக்கம்தான் தெரிந்தது. ஒருவேளை அவன் தன்னை அடையாளம் கண்டுகொள்ளப்படுவதை விரும்பவில்லை போலும். அவனுடைய உருவஅமைப்பு *Humans of Syria* எனும் தராயாவின் முதல் படத்தை நினைவுக்குக் கொண்டுவந்தது. அந்த அமைதிக்கும் இதற்கும் எவ்வளவு முரண்பாடு! புத்தக மீட்பாளர்கள் நம்பிக்கை எங்கே போனது?

மேம்பட்ட உலகத்தைப் பற்றிய கனவு எங்கே போனது? முப்புள்ளிகளின் வழியே தெரிந்த எதிர்காலம் எங்கே நழுவிச்சென்றது?

அஹ்மதிடம் துருவித்துருவிக் கேட்டேன்: "எல்லாம் முடிந்து விட்டதா?"

தயக்கமெதுவுமின்றி பதில் வந்தது:

"இல்லை. நிச்சயமாக இல்லை. ஒரு நகரத்தைத் தகர்க்கலாம். ஆனால் கருத்துகளைத் தகர்க்க முடியாது!"

அவன் தொடர்ந்து சொன்னான்:

"தராயாவில், புரட்சியின் நேர்மறையான – அறிவுபூர்வமான தடயங்களை அழித்துவிடுவதென்று அரசு கங்கணம் கட்டியிருந்தது. ஆசாத்தைப் பொறுத்தவரை, படித்த – சிந்திக்கக்கூடிய எந்த ஒரு மனிதனும் ஆபத்தானவன். ஏனெனில், அவன் பிறப்பிக்கப் பட்ட அரசாணைக்குச் சவாலாக இருப்பான். ஆனால், நான் இந்தச் சோகநாடகத்தினால் வளர்ச்சியடைந்தேன் என்றுதான் சொல்ல வேண்டும். இதுவரையில் இல்லாத அளவுக்கு நான் சுதந்திரத்தை இன்று சுவாசிக்கிறேன். என்னுடைய நினைவுகளை என்றும் தாங்கிநிற்பேன். அவற்றை யாரும் என்னிடமிருந்து பிரிக்க முடியாது."

அஹ்மத் மூச்சை இழுத்து, சிந்தனையில் ஆழ்ந்தான். அவன் முடிக்கவில்லை. இன்னும் முடிக்கவில்லை. ஐந்து ஆண்டுகளுக்குமுன் புத்தகங்கள்பக்கம் தலைவைத்துப்படுக்காதவன், தான் படிக்க நேர்ந்த புத்தகங்களிலிருந்து ஒரு முற்றுகைஅனுபவம் குறித்து ஒரு வரலாற்றுச் செய்தியை எனக்குச் சொல்ல விரும்பினான். அவன் குறிப்பிட்டது பாக்தாத் நூல்நிலையத்தின் அழிப்பு. அது மொங்கோலியர் ஊடுருவலின்போது நடந்தது. மிகவும் பழமையான வரலாறு. அக்காலத்தில் மருத்துவம் அல்லது வானவியல் சம்பந்தப்பட்ட ஏராளமான புத்தகங்களைக் கைப்பற்றிய வெற்றியாளர்கள் அவற்றை டைகிரஸ் நதியில் எறிந்துவிட்டார்கள்.

"எறியப்பட்ட புத்தகங்களின் மையினால், நதியின் நிறம்கூட மாறிவிட்டதென்று சொல்லக்கேட்டிருக்கிறேன்," என்று தொடர்ந்தான்.

அழிக்கப் பட்ட அந்த நூல்கள் நகரத்தைக் கடக்கும் நதியின் நிறத்தை மாற்றியதென்பது ஓர் உருவகம். சொற்கள் மறக்கடிக்கப்பட்டாலும் அவற்றிற்கு எதிர்க்கும் ஆற்றல் உண்டு.

அவன் சொன்ன கதை எனக்கு அண்மைக் காலத்தில் நடந்த இன்னொரு நிகழ்வை நினைவூட்டியது. அதனை அவனுடன் பகிர்ந்துகொண்டேன். இது, பெர்லினில், பெபெல்ப்லாட்சில் நடந்தது. மே 10 1933. நாஸி துருப்புகளால் கைப்பற்றப்பட்ட அரசுக்கெதிரான ஆயிரக்கணக்கான நூல்களை ஒரே இரவில் ஹிட்லர் அரசு எரிக்கச்செய்தது. அப்படிப் பாதிக்கப்பட்ட நூல்களில் கேடு விளைவிக்கக் கூடியவை என்று கருதப்பட்ட ஸ்டெஃபான் ஸ்வைக், கார்ல் மார்க்ஸ், பெர்டோல்ட் ப்ரெஷ்ட், ஏன் சிக்மண்ட் பிராய்ட் படைப்புகளும் அடங்கும். அன்று இரவு, பிரச்சார அமைச்சராக இருந்த கோயபெல்ஸ் ஒரு புதிய உலகை சிருஷ்டிப்பதைப் பற்றி ஓர் உரை

நிகழ்த்தினார். அதில் அரசுக்கு எதிரான எழுத்துக்கள் இடம்பெறுவதற்குத் தகுதியற்றவை என்று கருதப்படும் என்று கூறினார்.

ஆண்டுகள் பல உருண்டோடியபின், 1995இல், மிஷா உல்மான் எனும் இஸ்ரேலியச் சிற்பி அந்த இடத்திற்கு வந்தார். அவருடைய பெற்றோர்கள், அந்தக் காலத்தில், ஜெர்மன் தலைநகரைவிட்டு ஓடியவர்கள். தீக்கிரையாகிய நூலகத்தின் நினைவாக, அவர் நிலமட்டத்துக்குக் கீழே, ஒரு மாயத்தோற்றமுடைய நூல்நிலையத்தை நிறுவினார். மண்ணுக்குள் புதைக்கப்பட்ட, கண்ணாடியினாலான, அந்த நூலகம் வேண்டுமென்றே வெற்றிடமாக வைக்கப் பட்டது. அதில் இறங்க முடியாது. அதற்குள் நுழைய முடியாது. குனிந்து பார்த்தால், ஐம்பது சதுர மீட்டர் அளவிலான அச் சுரங்க நூலகத்தில் அலமாரித்தட்டுகள் வெள்ளையாகவும் காலியாகவும் இருப்பதைக் காணலாம். அது இன்று *Versunkene Bibliothek* என்றழைக்கப் படுகிறது. அதன் பொருள்: 'விழுங்கப்பட்ட நூலகம்'.

தராயாவுக்கும் பெர்லினைப்போல் ஒரு பெபெல்ப்லாட்ஸ் இருக்குமா? நாளை, நாளைமறுநாள், இன்னும் ஐம்பது ஆண்டுகள் கழித்து அந்தக் காகிதக்குகையைப் பற்றிய நினைவு நிலைத்திருக்குமா? கிளர்ச்சி செய்த நகரம் ஒருகாலத்தில் சுவையான வெண்திராட்சைக்குப் பேர்போனது. எல்லோரும் சொல்வது போல், அது, பழுதான வீடுகளை முற்றிலுமாகத் தரைமட்டமாக்கப்பட்டபின் ஓர் இராணுவதளமாக்கப்படுமா? நான்காண்டுகள் அதனைச் சுற்றிவளைத்து, பஷார் அல்-ஆசாத் அந்த நகரை உருத்தெரியாமல் ஆக்குவதில் முனைப்பாகவிருந்தார். அதன் விளைநிலங்களை எரித்தார். அதன் நிலத்தோற்றத்தை கண்டுபிடிக்காதபடி மாற்றினார். வாக்கியங்களின் கடைசி அசையை அழித்ததுபோலிருந்தது. ஆனால், எனக்குள் நான் சொல்லிக்கொண்டேன்: எது வரினும், அந்த இளம் சிரிய வீரர்கள் ஓர் அழியாத வரலாற்றைப் பகிர்ந்துகொள்ள முடியும். குண்டுகளால் ஏற்பட்ட அழிவுகளுக்குச் சவால்விடும் வகையில், அவர்கள் பாதுகாத்தது புத்தகங்களை மட்டுமன்று. சொற்களையும் உருவாக்கிப் பாதுகாத்தனர். புதிய சொல்லாடல்களை உருவாக்கினர். காலையிலும் மாலையிலும் அவர்கள் வார்த்தைகளின்மீது தொடர்ந்து நம்பிக்கை வைத்திருந்தனர். அதன் அழியாத் தன்மையின் மீது நம்பிக்கை வைத்திருந்தனர். நிசப்தத்தை நிர்மூலமாக்கி, கதையைத் தொடர்ந்தனர். அமைதிக்கான மொழியை உருவாக்கினர். அவர்கள் புத்தகங்களாலும், கோஷங்களாலும், ஆய்வுஇதழ்களாலும், சுவர்க்கிறுக்கல்களாலும், இலக்கியப்படைப்புகளாலும், இராணுவப் போக்கை எதிர்த்து, பீரங்கிக் குண்டுகளின் ஓசைக்கு மாற்றாக வேறொரு நாதத்தை உலவவிட்டனர். போரின் கோரமுகம் சொற்களினால் முறியடிக்கப்பட்டது. வரும் தலைமுறையினருக்கு, சொந்த வீடற்றவர்களுக்கான சொற்களின் நினைவுச் சின்னம் அது.

முடிவுரை

இஸ்தான்புல், 2017 ஆகஸ்ட் 26

எனக்கு அடிக்கடி ஓர் இனிமையான, விசித்திரமான, கனவு வருவதுண்டு. அது கதைசொல்லும் நேரம். நானும் சமாராவும் இஸ்தான்புலின் தளவரிசை போடப்பட்ட சிறுசிறு வீதிகளில் துள்ளிக்குதித்துச் சென்றுகொண்டிருக்கிறோம். தக்ஸிம் சதுக்கத்தில் சென்றுகொண்டிருப்போரும், அங்கு ‘சிமிட்ஸ்’ விற்றுக்கொண்டிருப்பவரும் எங்களைப் பார்த்துக்கொண்டிருக்கின்றனர். தலைக்குமேல் கடற்பறவைகள் கோடைக்காலத்தை நோக்கிப் பறந்துகொண்டிருக்கின்றன. இஸ்திக்லால் நிழற்சாலையின் முனையிலிருக்கும், பிரெஞ்சு இன்ஸ்டிடியூட்டின் பிரதானக் கதவு இனிமேல் திறந்திருக்காது. கட்டடத்துக்குள் நுழையவேண்டுமானால் அருகிலிருந்த வேறொரு வீதி வழியே ஒரு பாதுகாப்பு வளையத்தைக் கடந்து செல்ல வேண்டும். மையத்தோட்டத்தின் கடைசியிலிருந்த ஊடகநிலைய வாயில் எப்போதும்போல் இருந்தது. புத்தகக் கிடங்குக்குப் போகும் வழியில் யாரோ ஒருவர் சில வண்ண ஓவியங்களை ஒட்டி, ‘நம்பிக்கை’ எனும் வார்த்தையையும் எழுதியிருந்தார்.

கீழே கதைசொல்லி முய்லி ஆள்காட்டி விரலை உதட்டின் மீது வைத்துக்கொண்டு எங்களுக்காகக் காத்திருந்தாள். ‘ஆச்சரியம்,’ என்று கத்தினாள். நாங்கள் உள்ளே நுழைந்தோம். சிறுவர்களுக்காக ஒதுக்கப்பட்டிருந்த ஒரு பலகைக்கு எதிரே மூன்று இளைஞர்கள் அமர்ந்திருந்தனர். உடனே அவர்கள் அஹ்மத், ஷாதி, ஹுஸ்ஸாம் என்பதைக் கண்டுபிடித்துவிட்டேன். சிறுவர்களைப் பார்த்து “நாங்கள் ஓர் இரகசிய நூலகத்தைப் பற்றிய கதையைச் சொல்லப் போகிறோம்,” என்று மெதுவாகச் சொன்னார்கள். சிறுவர் சிறுமியர் கேட்பதற்கு ஆர்வமாக இருந்தனர். கதை முடிந்தபின், கேட்டுக்கொண்டிருந்த சிறுவர்சிறுமியர்களுக்கு, புத்தகங்கள் அன்பளிப்பாகக் கொடுக்கப்பட்டன. அவற்றில் பல பக்கங்கள் ஒன்றும் எழுதப்படாமலிருந்தன. அதில் அவர்கள் தராயாவைப் பற்றி என்ன நினைக்கிறார்களோ அதையே எழுதலாம் அல்லது சித்திரமாக வரையலாம்.

என் கனவில், சிரிய நண்பர்களின் முகஅமைப்புகள் மிகத் தெளிவாகத் தோன்றின. கடந்த சில ஆண்டுகளில், அவர்களோடு நடத்திய மாயத்தோற்றமான உரையாடல்கள் ஏராளம். அவர்களுடைய தோலின் நயம், முகக் கூறுபாடுகளின் மென்மை, கண்களின் நிறம் முதலியவை அப்போதெல்லாம் இருந்ததைவிட இப்போது மிகத்தெளிவாகத் தோன்றின. குரல், சைகை, சேஷ்டைகளின் வடிவம் ஆகிய அனைத்தையுமே அதில் காணமுடிந்தது.

ஏனென்றால், என்னுடைய கனவு, தூரத்தில், குண்டு வெடிப்புகளுக் கிடையே திருட்டுத்தனமாகப் பரிமாறிக்கொண்டிருந்த உரையாடல்களினால் உந்தப்பட்டதன்று. அது நிஜத்தின் நீட்சி. துருக்கி மண்ணில் எதிர்பாராமல் நாங்கள் சந்தித்ததன் விளைவு. சமீபத்திய நேர்காணலின்போது ஏற்பட்ட வலுவான நட்புமேடை.

அவசரஅவசரமாக அவர்கள் தராயாவைவிட்டு வெளியேறி ஓராண்டு கடந்துவிட்டது. அவர்கள் அனுபவித்த அபத்தநிலையை வெகுதூரத்தில் வைத்துப் பார்க்க முடியும். ஸ்மார்ட்ஃபோன் வழியாக உலகத்தையும் வாழ்க்கையையும் பார்ப்பதைத் தவிர்த்து நேரடியாக அவர்களைப் பார்க்க இயலும். பயணங்கள் மேற்கொள்ளவும் முடியும். ஒருவர் பின்னால் ஒருவராக, அவர்களில் சிலர் அவர்கள் கூட்டை உடைத்துக்கொண்டு, சிரிய எல்லைகளுக்கு அப்பால் செல்ல வாய்ப்பிருந்தது.

அப்படிச் சென்றவர்களில் முதல் ஆள் ஷாதிதான். 2016ஆம் ஆண்டு அக்டோபர் மாதம், அவன் ரெயான்லிக்கு வந்தான். அது துருக்கியின் தென் கிழக்குப் பகுதியில் ஹதே மாகாணத்தில் இருக்கிறது. அப்போது அங்காரா அதிகாரிகள், இருபத்தைந்து லட்சம் சிரிய அகதிகளை வரவேற்றிருந்தனர். கையில் அறுவைச் சிகிச்சை செய்துகொள்ளும்பொருட்டு ஷாதிக்கு அனுமதியளித்தனர். முதல்ஆலோசனைக்குப் பின் அவன் என்னை ஒரு சிற்றுண்டிச்சாலையில் சந்திக்க ஏற்பாடு செய்திருந்தான். அது அகதிகள் கூடுமிடமாகப் பயன்பட்ட சிறுநகர் ஒன்றிலிருந்தது. அங்கு வந்தவுடன், இடதுகையில் கட்டியிருந்த கட்டைக்கொண்டு அவன் ஷாதிதான் என்று உடனேயே கண்டுபிடித்துவிட்டேன். தோல்ஜாக்கெட் போட்டிருந்தான். தலைமுடியைக் குட்டையாக வெட்டி இலேசாக எண்ணெய் தடவியிருந்தான். முந்தைய நாளில்தான் பார்த்ததுபோன்ற உணர்வு இருந்தாலும், அவனை ‘உண்மை’யாகப் பார்க்கும்போது ஓர் இனம்புரியாத உணர்ச்சி ஏற்பட்டது. உணவுபரிமாறுபவர் அலெப் சிரியர். அவர் எங்களை ஒரு சின்னமேசைக்கு அழைத்துப்போய் அமரச்செய்தார். மேசைமீது இரண்டு கோப்பைத் தேநீர் இருந்தது. பின்னர், அவன் தன் ஒழுங்காகச் செயல்பட்ட வலதுகையால் தோளில் மாட்டியிருந்த பையைத் திறந்தான். தராயாவிலிருந்து அபூர்வமாகக் கொண்டுவந்த ஆஸ்தியில் அதுவும் ஒன்று. அதிலிருந்து ஏதோ ஒன்றை எடுத்து மேசையில் வைத்தான். அது வேறொன்றுமில்லை, அவனுடைய புகைப்படக்கருவிதான். அவனைக் காப்பாற்றிய கருவி. நான் ஒன்றும் சொல்லவில்லை. அவன் பொறுமையாக அந்தப் பெட்டியில் இன்னும் ஒட்டிக்கொண்டிருந்த தூசியைத்தட்டினான்.

“எப்படி இருக்கிறாய்?”

என் கேள்வி அவன் காதில் விழவில்லை போலும்.

“தராயா, ஒரு குறியீடாகும். இக்கருவி அதற்குச் சாட்சி. துரதிர்ஷ்டவசமாக உலகம் எங்களைக் கைவிட்டுவிட்டது...” என்றான்.

காஃபி எதிரே இருக்கும்போதும்கூட, அவன் நகரத்தின் வலியைச் சுமந்துகொண்டுதான் இருந்தான். அவனுடைய சோர்வு அவன் முகத்தில் தெரிந்தது. அவனிடம் பஷார் அல்அசாத்தின் காணொலி க்ளிப் ஒன்று இருக்கிறதா என்று கேட்டேன்.

“எவ்வளவு ஆரவாரம்!” என்று கோபமாகச் சொன்னான்.

மீண்டும் பைமீது சாய்ந்தான். அதில் நிறைய வட்டத்தகடுகள். அத்தனையும் நான்காண்டு முற்றுகையின்போது சேகரித்துவைத்த நிழற்படங்கள், காணொலிகள்.

“தராயாவைப் பொறுத்தவரையில், இந்தப் படங்களைத்தான் என் நினைவில் வைத்துக்கொள்ள விரும்புகிறேன்,” என்று அழுத்தம் திருத்தமாகச் சொன்னான். “ஒருங்கிணைந்த, ஒற்றுமையான குழு ஒன்று. அதன் பொதுவான விருப்பம் எதிர்காலத்தை நிர்ணயிப்பதும், புதிய கருத்துகளை நிலைநாட்டுவதுமாகும். அதில் நாங்கள் ஒன்றுபட்டிருந்தோம். எங்களிடம் தோழமையும் ஒற்றுமையும் நிலவின. மற்ற நகரங்களுக்கும் பயன்படும் ஒரு மாதிரிப் படம். தராயா ஒரு ஊர் மட்டுமன்று. ஒரு மெய்ப்பொருள்.”

ஷாதி தன் நினைவுகளில் மூழ்கியிருந்தான். அவன் பார்வையில் தன் ஊரைப் பற்றிய சோகத்தின் நிழல் படிந்திருந்தது. தராயாவை ஒரு சாதனைப் பயணமாக நினைத்தான். “அதனை மீண்டும் தொடரவேண்டியிருந்தால், நான் தயங்கமாட்டேன்,” என்று தொடர்ந்து சொன்னான்.

“இன்று பஷார் அல்ஆசாத் நாங்கள் தோற்றவர்கள் என்ற தோற்றத்தை உருவாக்க நினைக்கிறார். ஆனால், ஈவுஇரக்கமில்லாத நான்கு ஆண்டு முற்றுகையைத் தாக்குப் பிடித்ததே ஒரு வெற்றியாகத் தோன்றுகிறது எனக்கு.”

எங்களுக்குப் பின்னால் ஒரு வாடிக்கையாளர் சிற்றுண்டிச்சாலையின் கதவைத் திறந்துகொண்டு வருகிறார். அங்கு ரொட்டி முதலானவையும் விற்றார்கள். அப்பெண்மணி கைநிறைய அன்பளிப்புப்பொருட்கள் வைத்திருந்தாள். அவள் உரத்த குரலில் பேசியதைப் பார்த்தால், அவளுடைய பெண்ணின் பிறந்தநாளுக்கு ‘சிண்ட்ரெல்லா’ கேக் வாங்குவதா அல்லது ‘பனி ராணி’ கேக் வாங்குவதா என்று திண்டாடிக் கொண்டிருந்தாள்போலும். ஷாதி முகத்தில் ஒரு புன்னகை.

மீண்டும் அவன் பேசும்போது சொன்னான்: “நடந்துமுடிந்தவற்றிற்குப் பின்னால் வருவதுதான் எதிர்கொள்வதற்குக் கடுமையானது. இயல்பாக வாழவும், விமானங்களைப் பார்த்துப் பதற்றமடையாமலிருக்கவும், அமைதியாக உறங்கவும் மீண்டும் பழகிக்கொள்ள வேண்டியிருக்கிறது. திடீரென எல்லாம் நிலையானதாக – நித்தியமாகத் தோன்றுகிறது. காலம்,

இடம் ஆகிய பரிமாணங்கள் மாறிவிட்டன. வாழ்க்கை ஒழுங்குடன் கூடியதாகத் தோன்றுகிறது. எளிமை திக்குமுக்காடச் செய்கிறது.''

சில வாரங்கள் கழித்து, ஷாதியை அழைத்து நலம் விசாரித்தேன். அறுவைச் சிகிச்சை நல்ல விதமாக முடிந்தது. அவன் விரல்கள் மீண்டும் பழைய அசைவுத்தன்மைக்கு மாறத்தொடங்கிவிட்டன. மருத்துவர் அவனுக்கு சில உடலியக்கப் பயிற்சிகளைப் பரிந்துரைத்திருந்தார். சிகிச்சைக்குப் பின் ஓய்வெடுக்கும்பொருட்டு, தற்காலிகமாக இஸ்தான்புலுக்குக் குடிபெயர்ந்திருந்தான். அவனுடைய பெற்றோர்கள் சில ஆண்டுகளுக்கு முன் அங்குதான் குடியேறியிருந்தனர். அவனுடைய தாயார் அவனுக்கு நிறைய மீன்கறி சமைத்துக்கொடுத்தார். அவனுடைய தந்தை அவனைச் சிரியாவுக்குப் போகாமல் தடுத்தும், அவன் தன்னுடைய இடம் சிரியாதான் என்பதில் பிடிவாதமாக இருந்தான். தற்காலிகமாக, துருக்கிய மொழி கற்றுக்கொண்டு, படிப்பைத் தொடரவிருந்தான். மாதம் ஒருமுறை நாங்கள் ஒரு தேநீர் விடுதியில் தராயா நினைவாக 'ஷெல்லி'யில் ஈடுபடுவோம்.

கடைசியில், உஸ்தேஸூம் அறிமுகமானான். முற்றுகையின்போது பலதடவை நாங்கள் ஊடகங்கள் வாயிலாகவே உரையாடி இருக்கிறோம். 2017ஆம் ஆண்டு ஜனவரி மாதம்தான் இஸ்தான்புலில் நாங்கள் சந்தித்துக் கொண்டோம். துருக்கியில் சற்று ஓய்வெடுக்க வந்திருந்தான். தக்சிம் சதுக்கத்தில், அந்தச் சிற்றுண்டிச்சாலையில், அவன் அமர்ந்திருந்ததைப் பார்த்தபோது, அவனை நான் எப்படிக் கற்பனை செய்துவைத்திருந்தேனோ அப்படியே இருந்தான். அமைதி, பொறுமை, பேச்சிலும் காலத்தைச் செலவிடுதலிலும் பெருந்தன்மை ஆகிய பண்புகள் அவனிடம் இருந்தன. தராயாவில் குடிமக்கள் எழுச்சியின் மூலத்தைப்பற்றி மேலும் மூன்று மணிநேரம் பேசினான். 90களில் தொடங்கிய அந்தத் தனித்தன்மை வாய்ந்த புரட்சி அனுபவத்திற்கு அவனும் ஒரு வகையில் உந்துதலாக இருந்திருக்கிறான். அவனுக்குப் பிடித்தமான புத்தகங்கள் குறித்தும், மஹ்மூத் தார்விச் கவிதைகள் குறித்தும், அவன் விரும்பிப் படித்த சுயஉதவிப் புத்தகங்கள் குறித்தும் பேசினான். அவன் பேசுவதைக் கேட்டதும், தராயா இளைஞர்கள்மீது அவன் ஏற்படுத்திய ஆரோக்கியமான தாக்கத்தையும் என்னால் இன்னும் சிறப்பாகவே புரிந்துகொள்ள முடிந்தது. அவனிடம் அவர்கள் எவ்வளவு கடன்பட்டிருக்கிறார்கள் என்று சொன்னபோது, அவன் முகம் நாணத்தால் சிவந்தது.

"ஓ, அவர்களிடமிருந்து நான்தான் எவ்வளவோ கற்றிருக்கிறேன். நான் எப்போதும் கறாராக இருப்பேன். அவர்களிடம் ஒரு குறும்புத்தனம் உண்டு. அவர்களிடம் இருக்கும்போது எனக்குக் கவலைகளெல்லாம் மறந்துபோகும்.''

முற்றுகையினால் எற்பட்ட மனக்காயங்களை இப்போது வேறு பிரச்சினைகள் துரத்திக்கொண்டிருந்தன. இயல்புக்கு மாறாக அவற்றைச் சமாளிப்பது இன்னும் கடினமாக இருந்தது. எதிர்காலத்தை எவ்வாறு திட்டமிடுவது? சிரியாவைச் சின்னாபின்னமாக்கும் பிரிவினைகளை எவ்வாறு தடுத்துநிறுத்துவது? 2011 புரட்சியாளர்களின் கதி மேலும்

மேலும் அவர்களைவிட்டுக் கைநழுவும்போது, தோல்வி மனப்பான்மையில் மூழ்கிவிடாமல் இருப்பது எப்படி? இதுபோன்ற கேள்விகள் எழுந்து கொண்டிருந்தன.

"முற்றுகையினால் துன்பம் ஏற்பட்டபோதும், ஏதோ ஒரு நல்லது நடக்கும் என்ற பிடிவாதமான நம்பிக்கையில் வாழ்ந்துவந்தோம். திடீரென வேறொரு புதிய யதார்த்தம், ஐயம் நிறைந்த யதார்த்தம் வந்து சூழ்ந்துகொண்டது."

பின்னர் உஸ்தேஸ் ஒன்று சொன்னார். அதை என்னால் என்றுமே மறக்க முடியாது.

"முற்றுகை, தன் இயல்புக்குமாறாக, எங்களை அனைத்துவிதத் தீவிரவாத முயற்சிகளிலிருந்தும் காத்துநின்றது. தராயாவின் ஆன்ம சக்தியை உயிர்ப்பிக்க உதவியது. நான்கு ஆண்டுகள் நாங்கள் எங்களுக்குள் தனித்து வாழ்ந்தோம். அது எப்போதும் சுலபமானதன்று. ஆனால், எங்களுக்குள்ளிருந்த பிரச்சினைகளை எப்போதும் பேசித் தீர்த்துக் கொள்வோம். புறத்தலையீடுகள் இல்லை. சூழ்ச்சிகள் செய்யும் முயற்சிகள் இல்லை. அந்நிய ஊடுருவல் இல்லை. அதுவொரு சிறப்பான அனுபவம்.

சிரியாவின் மற்ற பகுதிகளில் அப்படி இல்லை. அங்கெல்லாம், அந்நிய – பிறமாநில – சக்திகள் தங்கள் பிரிவிற்காகவும் நலனுக்காகவும் நிலங்களுக்காகவும் போரிட்டுவந்தன. அவர்கள் கூட்டமைப்பின் பரிமாணங்களைப் பொறுத்துக் குழுக்கள் உருவாகின; அல்லது உருமாறின; அல்லது கலைந்து சென்றன; அல்லது அடிப்படைவாதத்தில் இறங்கின. இன்று நாடு துண்டாடப்படும் நிலைக்குத் தள்ளப்பட்டிருக்கிறது. டாட்ச் தன் கட்டுப்பாட்டிலிருந்த கடைசி மாகாணங்களை ஒவ்வொன்றாக இழந்துகொண்டு வருகிறது. சிறுபான்மை கூர்த் இனத்தவர் தங்கள் பிடியிலிருந்த இடங்களைத் தெய்வ வழிபாட்டுக்கு அர்ப்பணிக்கின்றனர். இப்படிப்பட்ட காலக்கட்டத்தில், பஷார் அல்ஆசாத், ரஷ்ய – ஈரானிய நேசப்படைகளின் உதவியோடு, மீதமிருந்த கிளர்ச்சிப்பிரதேசங்களை ஒவ்வொன்றாக மீட்டெடுப்பதில் பிடிவாதம் காட்டுகிறார். தராயாவுக்குப் பின், கிழக்கு அலேப், அதன்பின் அல்வாயெர், அதன்பின் பார்சே இப்படியாக ஒன்றன்பின் ஒன்றாக வருகின்றன. இத்லீப் பிரதேசத்தில் மற்ற பகுதிகளிலிருந்து வெளியேற்றப்பட்ட ஆயிரமாயிரம் குடிமக்களுக்கும், சரணடையச் செய்யப்பட்ட சுதந்திர சிரியப் படைவீரர்களுக்கும், ஆசாத் எதிர்ப்பாளர்களின் கடைசிப் புகலிடமாக இருந்துவந்தது. அங்கு இன்று அல்நொஸ்ரா ஜிகாடிஸ்களின் கை ஓங்கும் அபாயம் இருக்கிறது."

நிச்சயமற்ற தன்மை தன் நாட்டில் நிலவியபோது, உஸ்தேஸ் 2017ஆம் ஆண்டு வசந்தத்தின்போது சிரியாவின் வடக்குப்பகுதிக்குப் புறப்பட்டுச் சென்றார். மே மாதம் இத்லீப் திரும்பியபோது, அவருக்கு ஒரு நல்ல செய்தி காத்திருந்தது. 2016ஆம் ஆண்டு, தராயாவின் கடைசிச் சாலை மூடப்பட்டதிலிருந்து டமாஸ்கஸில் தஞ்சம் புகுந்திருந்த அவர் மனைவியும் பிள்ளைகளும் இத்லீப் பிரதேசத்தில் அவரிடம் வந்துசேர்ந்தார்கள். முற்றுகையின்போது பிறந்த தன்னுடைய மூன்றாவது குழந்தையை முதல் தடவையாக முத்தமிட்டார்.

சிரியாவில் தலைமறைவு நூலகம்

எல்லாம் நன்மைக்கே என்றிருக்கும் ஹுஸ்ஸாம் நலமாக இருந்தான். 2016ஆம் ஆண்டு இறுதியில், ஓர் இடைத்தரகர் மூலம் இரகசியமாக எல்லை தாண்டிவந்து துருக்கியின் தென்கிழக்குப் பகுதியில், கஸியெந்தேப் என்ற இடத்திற்கு வந்து குடியேறினான். அங்கு வந்தவுடனேயே அவன் புனைப்பெயரை விட்டுவிட்டு ஜிஹாத் எனும் பழைய பெயரைப் பயன்படுத்த ஆரம்பித்துவிட்டான். கீழைப் பிரதேசங்களில், அந்தப் பெயர் அன்றாட வழக்கிலுள்ள பெயர். குறிப்பிட்ட மதஅடையாளம் எதுவுமற்ற ஒன்று. 2017ஆம் ஆண்டு ஜனவரியில் அவன் என்னை இஸ்தான்புலில் தொடர்புகொண்டான். அன்றைக்கு முதல்நாள்தான் செய்னாவையும், அவனுடைய வருங்கால மாமனார் மாமியாரையும் பார்க்கவந்திருந்தான். பிரெஞ்சு நிறுவன அலுவலகம் இருந்த பிரபல இஸ்திக்லால் நிழற்சாலையில் – அங்குக் கால்நடையாகத்தான் செல்ல வேண்டும் – ஒரு சிறு விடுதியில் தங்கியிருந்தான். அவனை ஒரு தேநீர்விடுதியில் சந்தித்தேன். அவ்விடுதி முந்தைய ஆண்டு கமிகாஸ் ஒன்றினால் தாக்கப்பட்ட இடத்திலிருந்து சில மீட்டர் தூரத்தில்தான் இருந்தது. நான் ஒன்றும் சொல்லவில்லை. அவனுடைய ஆர்வத்தைக் குலைக்க எனக்கு விருப்பமில்லை. அவனுக்கு எல்லாமே வியப்பாக இருந்தது. வரிசையாக அணிவகுத்து நின்ற கட்டடங்கள், போக்குவரத்து வசதிகள், தடையின்றிக் கிடைத்துக்கொண்டிருந்த மின்சாரம்... இப்படி எல்லாமே அவனுக்கு வியப்பைத்தந்தன. ஒரே நாளில் அவன் மிக முக்கிய இடங்களின் முகவரிகளைக் கண்டுபிடித்துவிட்டான். 'எதாலி பிட்சா' சப்பிட்டான். பழைய புத்தகங்கள் விற்கும் இடங்களைச் சுற்றிப் பார்த்தான். சுமார் பத்து புத்தகங்கள் வாங்கிப் பணத்தைச் செலவழித்தான். 19ஆம் நூற்றாண்டில், இங்கிலாந்தில் மணவாழ்க்கை எப்படி அமைந்தது என்பதைச் சொல்லும் *பிரைட் அண்ட் பிரஜுடீஸ்* என்னும் ஜேன் ஆஸ்டின் நாவலைக்கூட வாங்கினான். முற்றுகையின்போது அவனைப் புதிதாக ஆட்கொண்ட புத்தகப்பித்து துருக்கியில் பழமைவாய்ந்த பெயாஸித் நூலகம்வரை கொண்டுபோய்விட்டது. அந்நூலகம் அண்மையில்தான் புதுப்பிக்கப்பட்டிருந்தது. பேஜஸ் நூலகத்திற்குக்கூடச் செல்ல அவனுக்கு நேரம் கிடைத்தது. இஸ்தான்புலின் 'சின்ன டமாஸ்கஸ்' என்றழைக்கப்பட்ட ஃபெயித் பகுதியிலிருந்த அந்த நூலகத்தில்தான் சிரியாவின் இளம்அறிவுஜீவிகளும் கலைஞர்களும் கூடுவது வழக்கம். அந்தத் தேநீர் விடுதியில் அதிகத் திடம்கொண்ட இரண்டு எக்ஸ்ப்ரெஸ்ஸோ காபி சாப்பிட்டபின், ஜிஹாத் எழுந்தான். சில 'நிர்வாக' பிரச்சினைகளை அவன் தீர்க்கவேண்டியிருந்தது. சில நேர்காணல்கள், சட்டத்துக்குப் புறம்பான சில செயல்கள், இரகசியமாகச் சில கரன்சி நோட்டுகள் கைமாற்று போன்றவற்றால் தராயாவின் அசாத்தியத் துணிவு மிக்க, அதே சமயம் எதையும் சமாளித்துக்கொள்ளும் தராயா நகர் 'ஹுஸ்ஸாம்' என் கண்முன் தோன்றினான். சில மணி நேரங்களில், அவனுடைய விசா நீட்டிக்கப்பட்டுவிட்டது. அத்துடன் தங்குவதற்கான அனுமதி அட்டையும் உறுதிசெய்யப்பட்டது. பின்பு, ஒரு வாடகைக் கார் எடுத்துக்கொண்டு சிரியாவின் உதவித் தூதரகத்துக்குச் சென்றோம். அது இஸ்தான்புலின் மிகவும் சொகுசான பகுதியில் இருந்தது. அங்குதான் அவன் தன் பாஸ்போர்ட்டைப் புதுப்பிக்க வேண்டும். ஜிஹாதுக்குக் பதற்றம் இருந்தது.

சிரிய அரசு தன்னைப் பழிவாங்கிவிடுமோ என்ற பயம் அவனைப் பற்றியிருந்தது. டமாஸ்கஸில் வசிக்கும் உறவினனொருவன் அவனிடம் அலுவலர் ஒருவரின் பெயரைத் தூதரக அதிகாரியிடம் காதும் காதும் வைத்தாற்போல் சொல்லச் சொல்லியிருந்தான். ஆனால், ஜிஹாத் அலுவலகத்தின் வாசற்படியைக் கடந்ததுமே அவனை ஒருவர் வந்து அன்புடன் வரவேற்று, இன்னும் ஒரு வாரத்துக்குள் அவனுக்குத் தேவையான ஆவணங்கள் கிடைக்கச்செய்வதாக உறுதியளித்தார். பயங்கரமான எதிரிகளிடமும் 'வாஸ்தா'வின், அதாவது, கீழைநாட்டுக் கையூட்டலின் திருவிளையாடல் வேலைசெய்கிறது.

அதன்பிறகு, வெளியில் வந்த ஜிஹாத் விளையாட்டாகச் சிரித்துக் கொண்டே சொன்னான்: "நாங்கள் அனுபவித்த வேதனைக்குப் பின், எதுவும் எங்களுக்கு வியப்பாகவோ பயமாகவோ இல்லை."

அன்று மாலையே, இரவு பஸ் எடுத்து கஸியாந்தேப் கிளம்பிவிட்டான். அங்கு மறுநாள் காலை, அரசு சாரா அமைப்பொன்றில் வேலை கிடைக்கும் என்று நம்பி, தேர்வுகள் எழுதப் புறப்பட்டான். அவனுடைய தளராத மனதுக்குப் பலன் கிடைத்தது. பிரயாணச்சோர்வு இருந்தபோதும், குறைந்த நேரத்திலேயே அவன் படித்துமுடிக்க ஏராளமான செய்திகள் இருந்தபோதும், தேர்வுகள் பிரச்சினை இல்லாமல் நடந்தேறின. அவனால் ஒரு புதிய வாழ்க்கையைத் தொடங்க முடியும். ஆனால் செய்னா இல்லாமல்! சில வாரங்களில், காதும்காதும் வைத்தாற்போல் அவன் திருமண உறுதிப்பாட்டை உடைத்துவிட்டான். குடும்ப வாழ்க்கையைத் தொடங்குமுன் அவன் தன் நிலைமையைச் சரிசெய்துகொள்ள விரும்பினான் என்பது நிச்சயமாகத் தெரிந்தது. எவ்வளவு முயன்றாலும், நான்கு வருட முற்றுகை அனுபவத்தைச் சில மாதங்களில் ஜீரணிக்க முடியாது.

இபன் கல்தூன் என்றழைக்கப்பட்ட ஓமாரின் நினைவு ஒருபோதும் மனதை விட்டகலவில்லை. அவனைப் பற்றிய நினைப்பினால் உரையாடல்களில் அவன் பெயர் அடிபட்டதால் அவன் நண்பர்கள் வைத்திருந்த காணொலிகள், புகைப்படங்கள் முதலியவற்றால் அவன் அனைவர் நினைவிலும் வாழ்ந்துகொண்டிருந்தான். 2016ஆம் ஆண்டு இறுதியில், ஊரிலுள்ளோர்கள் வெளியேறியபின், பேச்சுவார்த்தைக் குழு சுதந்திர சிரிய இராணுவத்திற்கும், அரசின் நான்காவது படைப் பிரிவுக்குமிடையே 'பிரேதப் பரிமாற்றம்' ஒன்றிற்கு ஏற்பாடுசெய்து அவனுடைய சமாதியை மீட்டெடுத்தது. ஒருவாறாக, அவன் உடல் தராயா உயிர்த்தியாகிகள் கல்லறையில், அவன் உறவினர்கள் அருகிலேயே அடக்கம்செய்யப்பட்டது: தூசுகளுக்குள் ஒரு துளை. அதன்மேல் அவன் பெயர் பொறித்த ஒரு நினைவுக்கல். அவனுக்குக் கடைசி அஞ்சலி செலுத்தும் பொருட்டு கொஞ்சம் மலர்கள். இதுதான் ஓமாருக்குச் செய்த மரியாதை. டமாஸ்கஸ் நுழைவாயிலில் இருந்த ஓர் எதிர்ப்புக் கோட்டையில் அந்த மண்ணுக்காகப் போராடியவன், சிரிய நாட்டுப் 'பள்ளத்தாக்கில் உறங்குபவனாக' நிரந்தர நித்திரையில் ஆழ்ந்துவிட்டான். சூரியனின் கதிர்கள் அவன்மீது வீச, மார்பில் கை வைத்துக்கொண்டு, பாதங்கள் செடிகளில் படிய, இடிபாடுகள் சவத்துணியாக அவனை மூட அவன் உறங்கிக்கொண்டிருந்தான்.

நூலக ஒருங்கிணைப்பாளனாகவிருந்த அபூ எல்ஸ்ஸுடனும், குழுவின் ‘பான்ச்கி’ யாகவிருந்த அபு மலெக்குடனும், அஹ்மத் இத்லீபிலேயே இருந்துவிடத் தீர்மானித்துவிட்டான். இனிமேல் வேறுவழியில்லாததால், அதுதான் அவன் வீடாகிவிட்டது. முற்றுகையின்போது அவனுடன் இருந்த நண்பர்களோடு, துருக்கி எல்லையிலிருந்த ஒரு கிராமத்தில் வீடெடுத்துத் தங்கியிருக்கிறான். நிறைய படிக்கிறான். இடம்பெயர்ந்திருக்கும் மக்களுக்கு உதவிக்கரம் நீட்டுகிறான். புத்துணர்ச்சி பெறும் பொருட்டு ஆலிவ் தோப்புக்குள் அமெலி புலேன் இசையைக் கேட்டுக்கொண்டு உலவுகிறான். ஆனால் அது அவனுக்கு ஓர் அமைதியான புகலிடமன்று. 2016 இறுதியில், திரும்பத்திரும்பவரும் ஒரு கெட்ட கனவுபோல், அஹ்மத் எதிர்ப்புக்கோட்டையாக இருந்த கிழக்கு அலெப்பிலிருந்து வெளியேற்றப்பட்ட ஆயிரக்கணக்கான மக்கள் ஓடிவரும் சோகத்தை அவனும் அனுபவிக்கிறான். அவர்களும் குண்டுமழைக்குப் பலியானவர்கள். அவன் கனவுகள் நொறுங்கின. கண்கள் பனித்தன. 2017ஆம் ஆண்டு ஏப்ரல் மாதம், இத்லீப் மாகாணத்தில் கான் ஷெய்க்கூம் என்ற இடம் இரசாயனக் குண்டினால் தாக்கப்பட்டது அவனுடைய தராயா காயங்களை மீண்டும் இரணப்படுத்தியது.

அஹ்மத் சொன்னான்: “செய்தி கேட்ட எனக்கு மின்சாரம் பாய்ந்ததுபோல் இருந்தது. ‘திரும்பவும் இயங்கச் செய்’ என்ற பட்டனைத் தொட்டதுபோல் உணர்ந்தேன். நாங்கள் 2013இல் அனுபவித்ததை மீண்டும் அனுபவிப்பதுபோல் இருந்தது.”

சில நாட்களுக்குப் பின்,அமெரிக்கக் குடியரசுத்தலைவர் டானல்ட் ட்ரம்ப் சிரிய அரசின் இராணுவநிலைகள்மீது பதிலடி கொடுத்தார். அன்றிலிருந்து, ‘அஸ்தானா’ பேச்சுவார்த்தைகள் மீண்டும் தொடங்கி ரஷ்ய சிரிய குண்டுவெடிப்புகளுக்கு முற்றுப்புள்ளி வைத்தன. 2017 மே மாதம் ஓர் ஒப்பந்தம் கையெழுத்தானது. அதன்படி மாஸ்கோ, டெஹ்ரான், அங்காரா ஆகியவை இத்லீபையும் சேர்த்து நான்கு பிரதேசங்களில் சண்டையை நிறுத்தி ஆசாத் ஆதரவாளர்களுக்கும் எதிர்ப்பவர்களுக்குமிடையே ஓர் சமரசம் செய்வதாக உறுதியெடுத்துக்கொண்டன.

சமரசம் போன்ற ஒன்று ஏற்பட்டது நிம்மதிப் பெருமூச்சு விடவைத்த தென்னவோ உண்மைதான். ஆனால், இனிமேல் எதிர்காலத்தைப் பற்றிய கவலை கவ்விக்கொண்டது. முதலில் வெற்றிவீரர்களாக வரவேற்கப்பட்ட தராயா போராளிகள் நம்பிக்கையிழக்கத் தொடங்கினர்.

“அரசுக்கும், டாச்சுக்கும் மாற்றாக ஒரு மூன்றாவது வழியை முன்னிறுத்த முனைந்தோம்.”

ஆனால், வடமேற்குப் பிரதேசத்தில் சூழ்நிலை வேறுமாதிரியாகவும் நிலைமை குழப்பமாகவும் இருந்தது.

“தராயாவில் அரசுத்தரப்பினரும் போராளிகளும் விவாதித்தனர். ஆனால், இங்கோ, இராணுவத்தரப்பினர் குடிமக்களின் புதிய முயற்சிகளுக்கெல்லாம் முட்டுக்கட்டையாக நின்றனர்.”

ஆயுதம் தாங்கிய எதிர்ப்பு விழிப்புடனும் மிதமாகவும் இருந்ததென்னவோ உண்மைதான். ஆனால், அடிப்படைவாதக் குழுவினர் முந்தைய அல் நொஸ்ரா முன்னணியைச் சேர்ந்த ஜிகாடிஸ்ட்கள் போன்றவர்கள். அவர்கள் தங்கள் சட்டத்தைத் திணித்துக்கொண்டிருந்தனர். எதிர்க்கட்சிக் கொடிகள் கிழித்தெறியப்பட்டன. சுவர்களிலெல்லாம் மதசம்பந்தமான வாசகங்கள் எழுதப்பட்டன. ஆர்ப்பாட்டங்கள் ஒடுக்கப்பட்டன. வானொலிகளில் பெண்களின் குரல் தடை செய்யப்பட்டது. 2017ஆம் ஆண்டு மத்தியில், இத்லீபில் முப்பது இடங்கள் கைப்பற்றப்பட்டன. இத்லீப் என்றே பெயர் கொண்ட அப்பிரதேசத்தின் முக்கிய நகரமும் அதில் அடங்கும்.

இதுபோன்ற அழுத்தங்கள் அஹ்மதை மதத்திலிருந்து விலகச் செய்தன. தாடியை மழித்துவிட்டான். சிரியப் பெண்கள் முகத்திரை போட வேண்டும் என்ற கட்டாயத்திற்கு எதிர்ப்பு தெரிவித்தான். அடிப்படை வாதிகளின் வேடத்தைக் கண்டித்தான்.

“அடிப்படைவாதிகளெல்லாம் இஸ்லாத்தின் பிரதிநிதிகள் அல்லர். அல்நொஸ்ராவிடம் நெருக்கமான ஒருவன் அவனுடைய கைப்பேசியைப் பழுதுபார்க்கச் சொன்னான். திரையில் இஸ்லாம் சம்பந்தப்பட்ட வாசகங்கள் இருந்தன. ஆனால், உள்ளே வெறும் ஆபாசப் படங்கள் . . .”

உண்மையில், இத்லீப் பிரதேசம் ஒரு பெரிய ‘கர்காபேத்’, குப்பை கூளம் நிறைந்த பிரதேசம், என்பதை அவன் ஒப்புக்கொண்டான். அதற்குத் திட்டமிட்ட குறிக்கோள் இல்லை, வரையறுத்த தொலைநோக்குப் பார்வை இல்லை. சுமார் பத்து பிரிவினர்கள் கடுமையான போட்டியில் இறங்கியுள்ளனர். அச்சமயம் பார்த்து அல்நொஸ்ரா தன் பிடியை இறுக்கி வருகிறது. மேலும், அச்சம் எங்கும் குடிகொண்டிருந்தது. அரசு, அங்கு வந்து இன்னுமொரு முறை எல்லோரையும் அள்ளிக்கொண்டு போய்விடும் என்று எல்லோரும் பயந்தனர். மீதமிருந்த கிளர்ச்சிக்கோட்டை போராளிகளைத் துடைத்தெறியும் காட்சிக்குட்படுத்தப்படுமோ என்ற ஐயம் பரவியிருந்தது.

ஆனால், அஹ்மத் நம்பிக்கையைக் கைவிடவில்லை. சிரிய மக்களின் நீண்ட இரவுக்குப் பின் ஒரு மறுமலர்ச்சி காலத்தைப் பார்க்கத்தான் போகின்றார்கள் என்று திட்டவட்டமாக நம்பினான். எந்த வடிவத்தில்? அதுபற்றி அவனுக்குத் தெரியவில்லை. அதற்காகக் காத்திருக்கும்போது, ஏராளமான திட்டங்களைத் தீட்டிக்கொண்டிருந்தான். புத்தகம்மீது கொண்ட ஆர்வத்தில், இத்லீப் குழந்தைகளுக்காகவும் பெண்களுக்காகவும் ஒரு நடமாடும் நூலகம் திறந்தான். ஐயமும் அவநம்பிக்கையும் அவனை ஆட்கொள்ளும்போது, தராயாவின் சிறப்புஅனுபவத்தை நினைத்துக் கொள்வான்.

சில நாட்களுக்குமுன், அஹ்மத் தன் ஸ்மார்ட்ஃபோன் ஆவணக்கிடங்கில் ஒரு காணொலியைக் கண்டுபிடித்தான். 2016ஆம் ஆண்டு ஆகஸ்ட் 27. முற்றுகையிடப்பட்ட பகுதியை விட்டுக் கிளம்புவதற்கு இரண்டு மணி நேரத்துக்கு முன், அவன் தனியாக நடந்துசென்று “ஏராளமான வீடுகள்” (தராயா) கட்டுமானப் பணி நடக்கும் இடம்போல்

சிதிலமடைந்திருப்பதைப் படம் பிடித்திருக்கிறான். அந்தப் படம் நூலகச் சுவரில் வீழ்ந்த கீறல்களைக் காட்டுவதோடு முடிகிறது.

தராயாவைப் பார்க்கும்போது, அந்தப் படம்தான் என் நினைவில் வேரூன்றிக்கிடக்கிறது. என் மனத்தில், அது கறுப்பு – வெள்ளைப் படமாக விரிகிறது. பின்னணி இசையாக மஹ்மூத் தார்விசின் குரல் 'முற்றுகை நிலை' பகுதியைப் படிப்பது ஒலிக்கிறது.

அழிக்க முடியாத படம். அதுதான் நம்ப முடியாத காகிதக்கனவின் நினைவு.

நன்றியுரை

கொடுத்த வாக்கில் நான் பாதியைத்தான் காப்பாற்றுகிறேன்; இந்நூல் உருவாகிவிட்டது. ஆனால், இது அரசு கையகப்படுத்தியபின் தராயா நூலகத்தின் அலமாரித்தட்டுகளை மீண்டும் எட்டிப் பார்க்கப்போவதில்லை.

இனிமேல் இந்த நூலின் பக்கங்கள் அஹ்மத், ஷாதி, ஜிஹாத் என்றழைக்கப்படும் 'ஹுஸ்ஸாம்', அபு மாலேக், முற்றுகையின்போது அவர்களுக்கு விசுவாசிகளாக இருந்தோர் ஆகியோருக்குத்தான் சொந்தம். இது அவர்களது அமைதியான கடமையுணர்ச்சிக்கும், இறுதிவரை கைவிடாதிருந்த 'மக்களாட்சி – உயிர்வாழ்வு' கொள்கைக்கும் நான் கொண்டுள்ள மரியாதையின் வெளிப்பாடு.

போருக்கும் நடுவே எனக்கு இடைவிடாது செய்தி தெரிவிக்கும் பொருட்டு என்னிடம் நம்பிக்கைவைத்து, தங்கள் காலத்தைச் செலவிட்டவர்களுக்கு என்னுடைய எல்லையற்ற நன்றியை வெளிப்படுத்துகிறேன்.

இஸ்தான்புலுக்கு வந்தபோது என்னுடன் பரந்த மனப்பான்மையோடு பல மணிநேரம் விவாதிக்க முன்வந்த ஒப்பிலா உஸ்தேஸ் என்ற முஹம்மெத் ஷிஹாதே – விற்கும் என்னுடைய மனமார்ந்த நன்றி. எங்கள் உரையாடலின்போது சில செய்திகளையும், தராயாவின் தனித்தன்மையையும் இன்னும் ஆழமாக என்னால் புரிந்துகொள்ள முடிந்தது.

இந்த நூல் தொடங்கும்போது தன்னிகரில்லா இரண்டு சிரிய மொழிபெயர்ப்பாளர்கள், சாரா த்தூச், ஆஸ்மா அல் ஓமார் ஆகிய இருவரின் தொழில்முனைப்பையும் ஆர்வத்தையும் நம்பியிருந்தேன். அவர்கள் எல்லாவற்றையும் பொறுமையுடன் கேட்டுக்கொள்வது வழக்கம். அவர்களுடைய கவனமும் எதையும் செம்மையாகச் செய்யும் ஆர்வமும் காணக்கிடைக்காதவையாகும். நடுஇரவாகட்டும், அதிகாலையாகட்டும் தராயாவிலிருந்து வரும் செய்திகளைத் திரட்டித் தருவதில் வல்லவர்கள். அவர்களுக்கிருந்த நாட்டுப்

பற்றும் தொழில்பற்றும் எதிர்காலத்தில் அவர்களை மிகச்சிறந்த நிருபர்களாக்கிவிடும் என்பதில் ஐயமில்லை.

லுய்சா எட்ச்கெனிகெ எனும் நாவலாசிரியையின் ஊக்குவிப்பு இல்லையென்றால் தராயாவின் கதை இந்த வடிவம் எடுத்திருக்க முடியாது. கண்ணுக்குத் தெரியாததைக் கண்முன் எப்படிக் கொண்டுவருவதென்ற கேள்வி என்னைத் தொடர்ந்து நச்சரித்துக்கொண்டிருந்தது; இந்தப் பதிவுக்கு என்ன உருவம் கொடுப்பதென்று என்னால் உடனேயே தீர்மானிக்க முடியவில்லை. அதுபோன்ற சந்தர்ப்பங்களில் எனக்கு ஊக்கமளித்த அந்த நாவலாசிரியருக்கு என் அளவுகடந்த நன்றி.

என் கட்டுரையைக் கவனமாகவும் – முழுமையாகவும் – படித்துப் பார்த்த ஹாலா முகனிக்கும் நான் கடமைப்பட்டுள்ளேன். அவருடைய ஒத்துழைப்பும் அனுபவரீதியான விமர்சனமும் எனக்குப் பேருதவியாக இருந்தன.

என்னுடைய தோழியும், ஆராய்ச்சியாளருமான கரோல் ஆந்தரே தெஸ்ஸோர்ன் எனக்குப் பல நல்ல அறிவுரைகள் வழங்கி எனக்குப் பக்கபலமாக இருந்திருக்கிறார். அவருக்கும் என் ஆழ்ந்த நன்றி.

இந்நூல் ஒமார் நினைவோடு முற்றுப் பெறுகிறது. அந்த இளம் வீரன் – வாசகன் – வெகு சீக்கிரமே நம்மைவிட்டு மறைந்துவிட்டான். அவன் கனவுகளும் அழிக்கப்பட்டுவிட்டன. அவன் நினைவானது, அவன் குடும்பத்தாருக்கும் நண்பர்களுக்கும் அவர்களின் விடுதலைத் தேடலுக்கு வேண்டிய ஆற்றலைக் கொடுக்கட்டும்.

ooo